Cung Thị Lan

Những Tấm Lòng Nhân Ái

Dịch giả: Từ Thị Diệm Trân

To my dear friend Marylee
Diệm Trân
March 26, 2022

Tranh bìa của họa sĩ Huỳnh Văn Đa
Bìa của Phạm Thanh Minh
Trình bày bản in Phạm Quang Hiệp
Xuất bản năm 2011 tại Hoa Thịnh Đốn
C T Printings & Graphics, Silver Spring, MD
Tác giả và dịch giả giữ bản quyền ©
Đăng ký tại U.S. Library of Congress
Library of Congress Control Number: 2011912707
ISBN   978-0-9838040-0-0

~ o ~

Cover picture by Huỳnh Văn Đa
Cover design by Phạm Thanh Minh
Prepared by Phạm Quang Hiệp
Published in Washington DC
C T Printings & Graphics, Silver Spring, MD
Copyright © 2011 by Author and Translator
U.S. Library of Congress Cataloging
Library of Congress Control Number: 2011912707
ISBN   978-0-9838040-0-0

Chân thành cảm ơn em Cung Thị Cúc đã giữ gìn tất cả những lá thư từ Nhật cho số liệu chính xác của cuốn hồi ký này.

Cung Thị Lan

Những Tấm Lòng Nhân Ái

Những Tấm Lòng Nhân Ái

Lời của dịch giả

Khi đọc *Những Tấm Lòng Nhân Ái*, mô tả cuộc hành trình của Cung Thị Lan và gia đình chị từ Việt Nam sang Hoa Kỳ, tôi mong muốn chia sẻ nó với gia đình riêng của tôi. Tôi đã viết vài bài viết ngắn về chuyến di tản khỏi quê hương của tôi vào năm 1975 cho các con của tôi, nhưng tôi nhận thấy cuộc hành trình của tôi khá êm ả so với cuộc hành trình của Cung Thị Lan. Tôi nghĩ là các con tôi sẽ muốn biết về cuộc hành trình này vì nó tiêu biểu cho sự gian khổ của nhiều thuyền nhân Việt Nam. Câu chuyện này sẽ giúp chúng hiểu thêm về những gì người Việt đã phải trải qua. Các con tôi đã được sinh ra và lớn lên tại Hoa Kỳ, và mặc dù chúng đã thấy qua cảnh khổ của một số người Việt Nam trong chuyến về thăm quê hương, chúng sẽ không hình dung được vì sao người dân Việt Nam phải hy sinh tài sản và tính mạng để tìm kiếm tương lai nếu không đọc hồi ký của Cung Thị Lan hay những hồi ký tương tự như thế. Dịch câu chuyện sang tiếng Anh là một ý tưởng mơ hồ mà tôi không nghĩ sẽ xảy ra. Tôi nghĩ rằng tôi sẽ kể cho con tôi nghe những mẩu chuyện trong hồi ký của Cung Thị Lan bằng đàm thoại, chứ chẳng bao giờ nghĩ rằng mình sẽ thực sự nhấn bàn phím và chuyển những từ Việt sang Anh.

Tác giả cho rằng số phận đã đẩy đưa cho chúng tôi đã gặp nhau, cho chúng tôi tâm tình với nhau, cho tôi đọc các sách của chị, cho chị gửi điện thư đề nghị tôi dịch sách và rồi cho tôi chấp thuận lời đề nghị. Chắc hẳn vậy thôi. Chứ làm sao giải thích được vì sao cái ý định muốn dịch cuốn sách của tôi trong ngày hôm trước lại trở thành sự thỉnh cầu của tác giả ngay trong ngày hôm sau. Tuy tôi biết trong đời có nhiều sự trùng hợp ngẫu nhiên, nhưng tôi cũng tin vào số phận, vào bí ẩn, vào kỳ diệu, vào huyền bí, và vào tình yêu.

Tôi rất vui mừng và thích thú khi được Cung Thị Lan tín nhiệm cho thực hiện việc mà tôi ham thích ngay từ đầu.

Những Tấm Lòng Nhân Ái

Trong khi tiến hành, tôi đã được sự hỗ trợ tinh thần và khuyến khích của gia đình tôi, đặc biệt là của mẹ chồng tôi. Tôi muốn cảm ơn bà đã hết lòng ủng hộ và khuyên nhủ tôi tiếp tục công việc dịch thuật cuốn hồi ký này và cho rằng đó là một dự án hết sức có giá trị. Tôi chân thành cảm ơn hôn phu của tôi đã háo hức chờ đợi từng trang dịch mới của các bản thảo. Tôi cảm ơn các con của tôi đã đọc các trang dịch của tôi. Tôi cảm ơn Wendy Hahn, Peter Kratzke, Mike Leali, và Tom Kratzke đã góp công đọc bản thảo và đưa cho tôi những phê bình giá trị trong việc soạn thảo. Và tôi cảm ơn Cung Thị Lan đã thân thiết với tôi như với một người bạn tâm đắc và đã ủy nhiệm cho tôi dịch cuốn sách của chị.

Kratzke Từ Thị Diệm Trân
Tháng 5 năm 2011

Những Tấm Lòng Nhân Ái
Thư của cô Nguyễn Thị Ngọc Dung

Khoảng cách của Biệt Ly là một tuyển tập truyện ngắn và là tác phẩm thứ tư của Cung thị Lan, (được ra đời) sau ba tiểu thuyết dài: Nha Trang Dấu Chân Kỷ Niệm, Hai Chị Em, và Tình Trên Đỉnh Sầu.Với gần 350 trang giấy, "Khoảng Cách Của Biệt Ly" gồm nhiều truyện ngắn mà nếu lần lượt đi vào mỗi truyện, người đọc có thể thấy tuy nội dung có khác nhau, nhưng đặc tính chung của nhân vật chính lại bàng bạc khắp trong tác phẩm; cũng như phảng phất ở các truyện dài khác mà Cung thị Lan đã viết trước đây. Đó là một chuỗi những cảm nghĩ của nhân vật chính trong truyện về người, về sự việc và cảnh ngộ chung quanh. Nhưng quan trọng hơn hết là hầu như tất cả đều như có liên quan với nhau, một cách có hệ thống.

Khởi đầu toàn tập là truyện *"Những tấm Lòng Nhân Ái."* Với một chiều dầy gần 200 trang, truyện mô tả một cuộc hành trình đầy gian nan và không kém phần "hồi hộp" như một cuộn phim với những màn vô cùng gay cấn. Qua truyện này người đọc có thể cảm nhận rằng tác giả muốn lưu lại nhiều nhất cảm xúc của mình cùng với những kinh nghiệm cam go trên bước đường đi tìm tự do. Truyện có giá trị như một tập hồi ký, sống thực và không hư cấu, đánh dấu một giai đoạn mà trong đó tinh thần con người gần như bị khủng hoảng. Khủng hoảng vì thời thế đổi thay, vì cuộc sống không có lối thoát, vì tương lai vô định và còn vì rất nhiều lý do khác nữa. Tất cả đã khiến con người quên cả nguy hiểm để tìm đường đi, để mong sao thoát khỏi cuộc sống ngột ngạt với những đòi hỏi phi lý của chế độ mới. Con người, do đó, đành "một liều ba bảy cũng liều" để tìm đường ra đi. Dù không xong, vẫn tiếp tục đi mãi, mang theo trong lòng bao nỗi xót xa khi phải dời bỏ quê hương, khi không còn cách lựa chọn nào hơn.

Hành trình đi tìm tự do này có thể nói là vô cùng gian truân và đầy thử thách. Dưới ngòi bút của Cung thị Lan - tác giả- đồng thời cũng là nhân vật chính trong truyện, người đọc như hình dung ra được, rất rõ, cảnh tượng sóng to gió lớn mà chiếc ghe thì mỏng manh, lênh đênh trên biển cả... Người trên ghe thì đa số là phụ nữ với trẻ em; mà chèo lái thì chỉ có hai người thay phiên nhau và một hai người phụ giúp không chuyên nghiệp! Tình trạng ấy đã được tác giả mô tả lại, tường tận, với đầy đủ chi tiết cùng với tâm trạng con người trải qua nhiều giai đoạn, một cách chính xác: Từ *khắc khoải* chờ mong lúc còn khởi đầu để có cơ hội vượt thoát, đến *hồi hộp, lo lắng* vì sợ bị công an bắt khi đến điểm hẹn; và nhất là *rối rắm, hoang mang* khi phải mò mẫm đi sâu vào rừng cây giữa lúc màn đêm đã phủ dày đặc, không chút ánh sang. Kế đến là cả một sự *hãi hùng* khi phải leo xuống dốc đầy ghềnh đá trong rừng giữa cơn mưa gió lớn trong đêm. Lúc hết mưa bão thì lại phải chịu đựng cơn nắng phũ phàng khi leo lên ngược lòng sông cạn với đầy ghềnh đá lởm chởm, bỏng rát để quay về, vì bãi bị "bể"(!) Cả một nỗi thất vọng lớn.

Thế cũng vẫn chưa bằng nỗi kinh hoàng khi trực diện với phong ba bão tố giữa đại dương, dù chỉ mới loanh quanh ở ngoài hải phận quốc tế. Đây mới là "xen" gay cấn khi mọi người phải sống trong tình trạng hiểm nghèo, chưa hết căng thẳng vì những đợt sóng dữ, hãi hùng khi va đập vào thành chiếc ghe mỏng manh, đã lại khiếp đảm vì những đợt sóng "hung hãn" kế tiếp. Nhiều pha "hấp dẫn" trong đó tác giả còn tỉnh táo trong ...kinh hoàng, để nhận biết những gì đang xảy tới. Có những lúc tưởng như bình minh tới, nhưng rồi lại chìm vào cơn tuyệt vọng với giông tố phũ phàng. Và đành phó mặc cho số phận. Trong hoàn cảnh cam go ấy, tâm trạng con người cũng giao động khủng khiếp từng giây, từng phút. Từng chi tiết của cảnh tượng chống chọi với phong ba bão tố đầy nguy hiểm nhưng lại cũng rất "ngoạn mục", dưới ngòi bút của Cung thị Lan. Hết bão tố lại đến chuyện ghe đi lệch hướng...Và còn nhiều chi tiết ly kỳ khác, mời quý vị xem tiếp.

Những Tấm Lòng Nhân Ái

Nhưng rồi cuối cùng mọi thử thách cũng vượt qua và được kết thúc bởi niềm vui mừng khôn tả khi được tầu Đan Mạch đến vớt. Bao nhiêu lo sợ hãi hùng trong giây phút đã tan biến và được thay thế bằng niềm hạnh phúc vô biên, tưởng như đã được đền bù xứng đáng bởi bàn tay Thượng đế. Niềm khao khát được thấy tự do đã được biểu lộ trong ý nghĩ rất đơn giản *"được tàu vớt, được tới đất liền, giấc mơ tự do của chúng ta đã trở thành hiện thực, còn những người kém may mắn phải mang ước mơ của họ xuống tuyền đài"* làm độc giả không khỏi chạnh lòng. Và thế đủ biết, mơ ước được sống tự do là niềm mơ ước chung của con người và là một điều không thể phủ nhận được. Ý thức đi tìm tự do này thể hiện rất rõ ràng trong ý nghĩ của những người bình dân. Và ở nơi tác giả thì ý thức này lại càng sâu sắc hơn *"khi chỉ nghĩ đến những thuyền nhân kém may mắn, tôi hiểu sự dày vò trong nội tâm của họ trước khi họ quyết định bỏ lại quê hương, bà con ruột thịt, nhà cửa và tài sản để vượt biên, mà chắc chắn là họ không lường được những gì xảy ra..."* (trang 181)

Nếu "Những Tấm Lòng Nhân Ái" chỉ nói đến những gian nan của cuộc hành trình đi tìm tự do thì cũng không có gì khác lạ hơn những chuyện vượt biên khác. Một điều không thể không nhắc tới ở đây là: Qua tác phẩm của Cung thị Lan, luôn luôn người đọc thấy được sức chịu đựng phi thường của phụ nữ và trẻ em trong cùng một chuyến đi. Nổi bật nhất là tấm lòng của người mẹ, được bộc lộ qua ý nghĩ: nếu có phải hi sinh sự sống của mình cho sự sống còn của con thì người mẹ cũng sẵn sàng. Một điểm khá thú vị khác đồng thời cũng là niềm vui cho tác giả là một nhân chứng tí hon trong truyện: Cậu bé Tinô hai mươi năm sau đã trở thành một thanh niên chững chạc có chiều sâu và chứa đựng bàng bạc nhân cách của mẹ. Qua lời bộc lộ của cậu thanh niên về một bài hát phổ biến Dấu Chân Việt Nam: "Con rất thích bài này". Tưởng không còn gì cảm động hơn. Một phần thưởng cho cuộc đời và là niềm tự hào của tác giả. Cậu

Những Tấm Lòng Nhân Ái

bé Tinô của hai mươi năm về trước chính là cậu thanh niên Tùng của hiện tại, mang đầy đủ đức tính của một người con ngoan, học giỏi, làm vui lòng cha mẹ. Hơn thế nữa, một phần thưởng vô giá, một kỷ niệm không thể mua được, đánh dấu một thời lận đận và gian nan trên đường đi tìm sự sống trong cái chết, của hai mươi năm trước đó.

Vượt lên trên tất cả là những tấm lòng vàng của những người có trái tim nhân hậu, được biểu tỏ qua thái độ cư xử ân cần giàu lòng thương người, ngay từ trong bản chất. Chiếc thuyền chở dầu Đan Mạch là một bằng chứng hùng hồn cho những tấm lòng vàng vô vị lợi này của cả ông thuyền trưởng lẫn thủy thủ đoàn. Sau hai mươi ngày dập dềnh trên biển mọi người được đưa đến định cư tại Nhật. Ước mơ Tự Do đã đạt được. Đó là cả một sự tương phản sống động giữa hai hoàn cảnh khác xa một trời một vực.

Khoảng Cách Của Biệt Ly không chỉ dừng ở hoàn cảnh vượt biên gian khổ, mà còn tiếp tục nói lên một số những khía cạnh khác của cuộc sống nơi xứ người: Cuộc sống mới của người Việt tị nạn, sau khi đã được định cư. Qua mẩu đối thoại nội tâm, người đọc có thể thấy cả một kinh nghiệm thực tế về người dân và cuộc sống nơi đất khách, sự ý thức về lề lối làm việc và cách ứng xử với người bản xứ. Đó là một chuỗi rút tỉa những kinh nghiệm của bản thân rất bổ ích và thiết thực. Tính mạnh dạn, quả quyết rất quan trọng cho việc thành công nơi nghề nghiệp cũng như trong cuộc sống. Mà điều quan trọng là nắm vững nguyên tắc làm việc và làm với công tâm thì vẫn đứng vững trước những sự kỳ thị, nếu có. (*TâmTình với Ý Nghĩ*).

Trong khi phải hội nhập với đời sống mới, phấn đấu học tiếng Anh, hăng hái đi kiếm việc làm, người Việt tị nạn CS cũng không quên những kỷ niệm cũ nơi quê hương yêu dấu. Tình gia đình, lòng yêu mến quê hương và tình bạn thuở học trò v.v. cũng là những tình cảm đáng được nâng niu. Trong khi đó, có những kỷ niệm ghi lại cuộc gặp gỡ giữa hai người bạn cùng trường ngay trên đất khách cũng thật cảm động. Sự chia xẻ tâm tình, tấm lòng hiếu thảo đối với mẹ của người bạn gái làm cảm kích tấm lòng tác giả. Nơi đất khách quê người, những chân tình này đủ làm ấm lòng tác giả khi thấy tình mẹ con thật đáng cảm phục *(Học Sinh Lớp Chín Năm)*. Trong một hoàn cảnh khác, tác giả còn chia xẻ kinh nghiệm phong phú của mình với tư cách là một giáo viên viếng nhà (home teacher). Vốn đã từng làm việc với người đồng hương, từng lắng nghe những hoàn cảnh khó khăn của những người lao động, Cung thị Lan có thể thấu hiểu nỗi lòng của họ, từng chia xẻ với họ, học hỏi nơi họ rất nhiều điều mà trong sách vở không có. Một mối tình cảm gần gũi, gắn bó với những gia đình vốn là những khách hàng lâu năm của mình. Qua cuộc sống của họ, tác giả có thể hiểu được tâm trạng họ và quen thuộc với nếp sống quây quần, tụ tập gần gũi nhau ở cuộc sống chung cư, như một "xã hội dân sự" nhỏ bé, thân thương và gắn bó (*"Những điều không thể hỏi"*). Cũng trong khung cảnh đó, qua phạm vi nghề nghiệp, tác giả còn có dịp thấu cảm với mọi cảnh ngộ, từng người, từng nhà. Đặc biệt là cảnh ngộ của một phụ nữ Việt Nam đứng tuổi - "Dì Út" - trong *"Mùi Cơm Sôi Cạn Nước"* thật cảm động. Dì Út sống cô đơn một mình, hưởng trợ cấp tàn tật, nhưng lại sống rất chan hòa với mọi người. Dì có nhiều đức tính tốt khiến cho ai nấy đều thương quý. Cung thị Lan cũng đã thật sự sống hoà mình với những người bình dân biết trọng lễ nghĩa và những giá trị truyền thống Việt Nam. Những người này, trong khi cố gắng vươn lên trong xã hội mới mà họ mang ơn đã ý thức được sự tự do no ấm mà họ được hưởng nơi xứ người. Những tình cảm ấy thể hiện một tính nhân bản trong cách cư xử và trong tâm thức.

Cuối cùng là truyện ngắn *"Khoảng Cách Của Biệt Ly"* mà Cung thị Lan để vào đoạn cuối và dùng làm đầu đề cho toàn cuốn truyện. Tác giả hư cấu một mẩu đối thoại giữa hai người cõi âm. Hay nói cho đúng ra là hai linh hồn bay khắp chốn không gian và chia xẻ với nhau về hoàn cảnh của mình khi còn sinh tiền. Đặc biệt, qua mẩu đối thoại ta có thể thấy được một số bài học hay. Trước hết là tính chất nhân bản của câu chuyện: Cả hai vong hồn của hai người mới chết nên hồn còn quanh quẩn gần gũi và có thể nhìn được cõi dương. Các nhân vật vẫn còn mang tính chất rất "người", còn hờn, giận, oán trách, vui buồn đủ cả... Câu chuyện cho thấy tác giả tin tưởng rất đơn giản rằng *"Sống và Chết là sự tương quan trong vũ trụ; nhưng chết là sự biến mất ngôn từ của người sống mà thôi"*

Có thể nói, trong tuyển tập "Khoảng Cách Của Biệt Ly" tất cả mọi truyện đều có liên hệ mật thiết với nhau. Tất cả mọi cảnh ngộ đều cùng xảy ra trên đất Mỹ, nơi định cư cho cả hàng triệu người Việt Nam. Và kết cấu của quyển truyện cho thấy một trình tự mạch lạc trong cuộc sống của những nhân vật trong truyện, kể từ ngày dời bỏ quê hương định cư trên đất Mỹ. Tất cả những thử thách và phấn đấu từ lúc ra khơi, vật lộn với sóng gió cho đến khi được cứu vớt, được đặt chân lên trại tị nạn, rồi cuối cùng nhờ duyên may, được đặt chân lên đất Mỹ, bắt đầu một cuộc sống mới. Đó là cả một quá trình phấn đấu không ngừng dưới nhiều hình thức, phù hợp với từng giai đoạn. Bao trùm lên cả là lòng biết ơn sâu xa đối với những ân nhân đã cứu người trong hoàn cảnh tưởng chừng như thập tử nhất sinh. Đó là điều không thể nào quên mà còn khắc sâu trong tâm khảm những người có một trái tim hiểu biết; để từ đó vươn lên và xây đắp cuộc sống cho chính bản thân mình và gia đình theo một chiều hướng lành mạnh. Và như thế cũng là để làm gương cho những thế hệ mai sau.

Còn nhiều điều đáng nói xin để dành cho độc giả tiếp tục tìm hiểu thêm.

Vancouver, tháng giêng 2010
Nguyễn Thị Ngọc Dung   Cố vấn viên gia đình cho cơ quan Đa Văn Hóa MOSAIC, Vancouver BC, Canada

Những Tấm Lòng Nhân Ái

Thư của nhà văn Trần Quốc Bảo

"Khoảng Cách Của Biệt Ly" là tác phẩm thứ tư của Cung Thị Lan, viết xong vào tháng 6 năm 2007 (348 trang, in năm 2009). Tôi đã có dịp đọc ba sách trước của chị, đó là các truyện dài: "Nha Trang Dấu Chân Kỷ Niệm" (195 trang, in năm 2004), "Hai Chị Em" (424 trang, in năm 2005), và "Tình Trên Đỉnh Sầu" (365 trang, in năm 2006). Nếu lưu ý đến tổng số trang của 4 sách trên và thời gian sáng tác liên tục, ta sẽ nhận thấy Cung Thị Lan là nhà văn có sức sáng tác mạnh mẽ. Thật là một cây bút hiếm có trong văn giới Việt Nam hải ngoại.

Qua gần ngàn trang sách của chị, mà tôi đã đọc, dù rằng đề tài của mỗi truyện có khác biệt, nhưng tư tưởng và văn phong thì vẫn nguyên một cung cách. Điểm nổi bật mà nhiều độc giả hẳn cũng dễ dàng thừa nhận, đó là nhà văn Cung Thị Lan quả thực có biệt tài về "kể chuyện" nhất là những chuyện về đời sống và xã hội Việt Nam. Bởi vậy, nếu cần xếp loại thì tôi không ngần ngại đặt các tác phẩm của Cung Thị Lan vào hàng các Tiểu thuyết ký sự xuất sắc

Trong tuyển tập "Khoảng Cách Của Biệt Ly" gồm 6 truyện, thì truyện dài đầu tiên và 3 truyện ngắn kế tiếp đều đã được viết theo thể "ký sự", đó là cách viết rất gần với "nhật ký" bởi vì nhân vật chính, là tác giả. Với trí nhớ tuyệt vời và trình độ viết văn lưu loát, hấp dẫn, đã khiến người đọc say mê thích thú các truyện chị kể. Cái giá trị đích thực trong mỗi tác phẩm của Cung Thị Lan là chị mở đầu câu chuyện cách rất tự nhiên rồi để những nhân vật và tình tiết diễn biến trong một môi trường xã hội rất linh hoạt và rất thật. Phương pháp viết truyện như vậy, người xưa (*Đức Khổng Phu Tử*) gọi là "thuật nhi bất tác" nghĩa là tác giả chỉ thuật lại câu chuyện đã xảy ra chứ không bày đặt thêm thắt gì vào. Luôn luôn ngòi bút Cung Thị Lan trung thành với phương pháp đó.

Những Tấm Lòng Nhân Ái

Truyện "Những Tấm Lòng Nhân Ái" trong tuyển tập "Khoảng Cách Của Biệt Ly" được coi như một đoạn phim tài liệu tuyệt hảo, ghi lại trung thực cảnh huống thê thảm của số thuyền nhân mà trong đó có tác giả và gia đình - hình ảnh thật trăm phần trăm - Những hình ảnh bi thương đó là một phần trong trang lịch sử đen tối của Việt Nam hôm nay. Từ trong đêm đen, tuyệt vọng và thống khổ, đoàn người "Việt tỵ nạn cộng sản" đã may mắn nhận được "ánh sáng của sự sống" tỏa chiếu, đó là những cánh tay nhân đạo của "Thế giới Tự Do" giơ ra cứu vớt, đó là lòng yêu thương "con người" được chia sẻ.

Cung Thị Lan viết truyện "Những Tấm Lòng Nhân Ái" như một lời tạ ơn nồng hậu, như một đóa hoa lan, loại "Lan Vương Mẫu" (Queen of the Orchids) có sáu cánh thơm tho xinh đẹp, chân thành gửi tặng đến các ân nhân trên toàn thế giới, những người có tấm lòng nhân ái đã yêu thương, giúp đỡ, cưu mang đoàn người "Việt tỵ nạn cộng sản"

Cám ơn Cung Thị Lan, chị đã thay chúng tôi nói lên lời tạ ơn "Những Tấm Lòng Nhân Ái"

Trần Quốc Bảo
Cựu chủ tịch Văn Bút Việt Nam Hải Ngoại/Trung Tâm Miền Đông Hoa Kỳ
Vietnamese Writers Abroad Centre/ East Coast Chapter

Những Tấm Lòng Nhân Ái

Thư của bác Kim Tước

Cô Lan thân mến,

Cảm ơn cô đã gửi cho tôi cuốn *Những Tấm Lòng Nhân Ái*. Cô viết kỳ này rất hay. Tôi nghĩ cộng đồng Hải Ngoại mình cần có những hồi ký như thế này, để cho đồng bào mình bây giờ, con cháu mình sau này hiểu tại sao mình lại bỏ quê cha đất tổ để làm một bầy chim di xa xứ. Mà con cháu mình ít đọc được chữ Việt, thì cái ý định dịch ra Anh Văn cũng là một ý hay.

Văn cô viết rất trong sáng, cũng như tư tưởng của cô, không hề thiên lệch, không hề chê trách, hoàn toàn khách quan trung thực. Vậy mà, khi đọc tôi cảm thấy bùi ngùi, xót xa, mà thương cho đồng bào mình. Nguyên một việc từ thời ông nội của chồng cô, đã phải dời nơi chôn nhau cắt rốn từ Bắc vào Trung, đến đời vợ chồng cô, lúc đầu không hề có ý muốn xa nhà, mà cuối cùng đã phải dấn thân trăm ngàn lao khổ, đã phó thác cho rủi may, cũng đã nói lên được nông nỗi của nhiều người.

Cảm ơn cô một lần nữa, và một lần nữa, cám ơn tất cả những tấm lòng nhân ái.

Tôi có đọc những tác phẩm khác của cô trên Internet.

Thân ái

Kim Tước
Ngày 14 tháng 9 năm 2009

Những Tấm Lòng Nhân Ái

Những Tấm Lòng Nhân Ái

"Mẹ! Sao mẹ cho con đi ghe như vậy lỡ con 'té' xuống biển chết sao?"

Tinô đã hỏi tôi như thế khi tôi nói cho nó biết chiếc ghe thúng lặng lờ trước mặt là vật đưa chúng tôi ra ghe lớn để vượt biên; cho nên, thay vì tả thêm cảnh trốn ra khỏi nước, tôi đã nín lặng. Trong không khí nặng nề bao trùm quanh chúng tôi, giọng nói đầy trách móc của Tinô vương vất như không thể dứt. Nó đã đánh thức những hình ảnh ngủ yên từ lâu trong tâm trí tôi và đưa tôi trở về thời gian cũ. Tưởng như nghe lại những tiếng nấc đau khổ và chứng kiến cảnh cong oằn vật vã của những người mẹ mất con trong các trại tị nạn năm nào, thần kinh của tôi càng lúc càng căng thẳng và trí óc tôi trở nên rối loạn và ngổn ngang. Trước khi đem Tinô đi vượt biển, tôi đã dự định sẽ chết theo nó khi gặp phải điều không may; nhưng tôi sẽ ra sao nếu tôi không thể thực hiện được ý định của mình và phải chịu tình cảnh mất con như những người đàn bà kia. Tôi sẽ sống làm sao trước cái chết của con mình mà sự chọn lựa là do mình chứ không phải nó. Nhìn ánh mắt chất vấn và khuôn mặt phụng phịu của Tinô, tôi muốn kể cho nó nghe tất cả những gì đã xảy ra

Những Tấm Lòng Nhân Ái

kể cả tâm trạng của mình lúc ấy, nhưng nghĩ đứa trẻ lên tám không thể nào hiểu hết những uẩn khúc bên trong sự việc, đã hứa với lòng chờ đến khi nó trưởng thành.

Khi Tinô được mười tám tuổi, tôi chưa kịp thực hiện ý định của mình, đã nghe nó nói một cách chân thành rằng: Con cảm ơn mẹ đã đưa con vượt biển cho con được sống ở Mỹ đây. Ngạc nhiên vì đứa con trai đầu của mình vẫn còn nhớ đến câu hỏi hơn mười năm về trước, tôi chợt khám phá rằng đứa trẻ không được sinh ra trên đất nước mà nó đang sinh sống sẽ không bao giờ từ bỏ ý định tìm hiểu về cội nguồn, sự khác biệt và những sự việc liên quan đến đời sống hiện tại của nó. Với kiến thức của học sinh tốt nghiệp trung học và chiêm nghiệm thực tế sau chuyến thăm Việt Nam, Tinô đã tự giải đáp những thắc mắc mà nó đặt cho tôi trước đây. Qua lời cảm ơn chân thật của nó, tôi nhớ đến những tấm lòng nhân ái và quảng đại của biết bao vị ân nhân của mình. Thuyền trưởng Jorgen L. Olesen, thủy thủ đoàn của tàu Maersk, nhân viên của các trung tâm tị nạn Omura tại Nagasaki và Kokusai Kuyen tại Tokyo của Nhật Bản là những người đã tận tình giúp đỡ chúng tôi mọi mặt trong bước đường gian nan trên biển, trên đảo cho đến ngày định cư tại Mỹ. Tôi cũng xin bày tỏ lòng biết ơn đến những người tổ chức vượt biển, những người đồng hành, những người cùng cảnh ngộ, những người đã hết lòng giúp đỡ và san sẻ vật chất cũng như tinh thần với gia đình chúng tôi trong các chuyến đi và ở các trại tị nạn. Những Tấm Lòng Nhân Ái là Hồi Ký Mạo Hiểm Tìm Tự Do, ghi lại những ngày gian nan mà chúng tôi, những người chung cuộc, đã cùng trải qua trong những ngày gian nan và nguy hiểm nhằm bày tỏ tấm lòng biết ơn chân thành của tôi và gia đình tôi đến các vị ân nhân mà chúng tôi đã gặp.

Chương Một

"Chị đã có bầu được hai tháng rồi!"

Tin báo bất ngờ của bà bác sĩ phụ khoa khiến tôi hồi hộp. Có con sau ba năm lập gia đình là tin mừng đối với tôi nhưng tôi phải làm sao trong lúc đang âm thầm thực hiện những chuyến vượt biển. Cố giữ vẻ tự nhiên bình thường, tôi hỏi:

"Chắc vậy rồi hả cô?"

Bà bác sĩ trả lời với ánh mắt nhìn thẳng:

"Kết quả chính xác lắm, cho nên từ nay chị nên ăn ngủ đều đặn và đi đứng cẩn thận! Nhớ đừng với kéo, leo trèo hay bơi biển thì đến ngày sinh chị mới được một cháu bé khoẻ mạnh."

Gật đầu tỏ vẻ ưng thuận nhưng tôi không nói gì. Lời căn dặn của bà bác sĩ được lưu dụng này có lẽ chỉ do thói quen nghề nghiệp nhưng nó chứa khá nhiều ẩn ý làm tôi suy nghĩ nhiều hơn. Biết mình mang mầm sống trong bụng, tất nhiên người đàn bà nào cũng phải biết làm gì để có đứa con mạnh khỏe khi chào đời vậy mà cách nói của bà về như ám chỉ điều gì khiến tôi không khỏi bận tâm. Những ngày này, thành phố biển Nha Trang, nơi chúng tôi sống đang mất dần những người cư ngụ. Những người này không những chỉ là cư dân ven biển hay những người có lý lịch liên quan đến chế độ cũ mà cả giới trí thức được lưu dụng. Bà và tôi tuy là hai người làm việc mẫu mực ở hai nơi, nhưng cả hai đều hiểu ngầm là một ngày nào đó, sau một đêm nào đó, nếu có cơ hội, sẽ không còn hiện diện trong thành phố của mình nữa. Sau biến cố năm 1975, người Việt ở miền Nam tỏ ra hòa mình với sự đổi đời và tuân phục với chính sách mới nhưng âm thầm hành động theo ước vọng và ý nghĩ của mình. Vì mơ ước tìm lại tự do, quyền lợi thực sự của con người và những gì có được trước năm 1975 tại miền Nam Việt Nam, không ít người kín đáo liên lạc với nhau để thực hiện những chuyến trốn ra khỏi nước bằng đường biển. Và vì đã có khá nhiều người biến mất sau những chuyến ghe thoát ra khỏi nước, chúng tôi thường có những ý nghĩ nghi ngờ về chuyện vượt biển khi thấy sự việc nào bất thường hay nghe sự vắng mặt của ai đó nơi làm việc của họ.

Tôi biết chi tiết trong tờ khai sức khỏe của mình đã giúp bà bác sĩ đoán được phần nào lý do vợ chồng tôi không có con sau ba năm dài chung sống. Quả là vì tham gia vượt biển nên chúng tôi dự tính là tìm đến bến tự do rồi mới có con. Giờ đây, sự việc trái ngược với dự định khiến tôi hiểu rằng những gì mình muốn mà trời không muốn, phải chấp nhận. Trước khi chào từ giã, tôi đã cố gắng cười một cách bình thản rồi nói với bà là tôi biết chuẩn bị thế nào cho đứa con đầu lòng của mình.

Chồng tôi rất vui mừng khi biết mình sắp được làm cha. Niềm vui khiến anh không nghĩ đến chuyến vượt biển sắp tiến hành trong vài ngày tới khiến tôi phải khuyên:

"Em không thể tham gia chuyến này thì anh nên đi một mình. Ở đây dầu gì em cũng có việc làm, còn anh không nghề nghiệp lại không hộ khẩu. Sống bấp bênh như thế, chẳng thà trốn ra khỏi nước may ra còn có tương lai sáng lạng hơn."

Lắc đầu, anh nói:

"Anh không bỏ em đâu. Đừng nghĩ đến chuyện ấy nữa. Trước mắt là phải lo cho con!"

Rồi y như lời, anh không tham gia chuyến vượt biển do chính người bạn thân của anh báo rõ ngày giờ. Sau đó ít tháng, khi nghe tin bạn bè của anh đến Phi Luật Tân thành công, anh thoáng buồn nhưng chẳng hề than van hay tiếc rẻ. Ngoài tâm niệm sướng khổ có nhau và không chịu cảnh vợ chồng ly tán người đi kẻ ở, anh đã chăm sóc tôi cẩn thận cho đến ngày đứa con trai đầu của chúng tôi ra đời.

Từ khi có Tinô, chúng tôi không hề đề cập đến chuyện vượt biển. Để đáp ứng các nhu cầu cần thiết cho đứa bé, chúng tôi đã dồn hết sức lực và tâm trí vào các việc làm của mình. Ngoài việc dạy học mỗi buổi sáng tại một trường cấp hai, tôi đã nhận may tại nhà và làm thêm các loại bánh. Chồng tôi, tuy không có việc gì làm chính thức cũng giúp rất nhiều việc cho tôi lẫn mẹ của anh ấy. Ngoài những việc giúp tôi như may áo cổ sơ mi, thắt lá dừa làm bánh phu thê cho các mối đám cưới và bánh bán ngày rằm mùng một anh còn phụ mẹ anh những công việc xách nước, chặt củi và hong xôi. Những công việc của anh tuy nhẹ nhàng nhưng đã làm anh cay đắng vì chúng chỉ là những việc phụ giúp cho hai người đàn bà. Trước đây, anh đã làm rất nhiều nghề độc lập như đạp xích lô, kiếm củi, dệt khăn và buôn hàng theo tuyến đường tàu hỏa. Bởi chậm chạp và thật thà, anh bị thất bại này đến thất bại khác. Đạp xích lô thì không kiếm ra khách, đi chặt cây lấy củi thì chặt vào ngay đầu gối mình phải vào trạm xá điều trị, dệt khăn thì bị cụp lưng khi di chuyển máy dệt để sửa chữa phải đi châm cứu, và đi buôn thì bị gạt hàng giả mất cả vốn lẫn lời. Đã thế, mỗi lần anh đi buôn về, tôi thường nghe Thành, người thanh niên ở cùng xóm, nói rằng:

"Đừng cho anh Hiệp đi buôn nữa chị à! Ảnh đi buôn như tụi em không được đâu! Mấy bà buôn dữ lắm! Hàng nhiều, tàu chật mà mấy bả chẳng muốn nhường ai, hết lấn người, lại giành chỗ, miệng lúc nào cũng chửi. Mà mấy bả muốn chửi cỡ nào, tụi em chửi lại cỡ nấy, đâu ngán! Còn ảnh mang tiếng có học không dám chửi lại nên mới bị mấy bả vừa đạp đầu bước qua vừa bị chửi. Mỗi lần thấy ảnh bị như vậy mà vẫn ngồi yên, không dám nói tiếng nào, em tức lắm. Hiền lành, cả nể như vậy nên kiếm nghề khác làm còn hơn!"

Mỗi lần nghe vậy, tôi thường nén tiếng thở dài. Tôi biết là một ngày không xa, chẳng cần khuyên nhủ, anh sẽ không còn có thể đi buôn theo đường tàu Nha Trang Sài Gòn. Không phải vì anh sợ các bà buôn ăn hiếp mà vì vốn của anh đã cạn kiệt.

Mẹ chồng tôi rất cay đắng khi nghe được những lời này. Trước ngày 30 tháng 4 năm 1975, tự hào về sức học vượt bậc và tin tưởng công danh của con mình sáng lạng bao nhiêu thì sau ngày ấy bà ê chề với cảnh anh phải lao đao với công việc làm ăn bấy nhiêu. May là đứa con trai đầu của bà, anh chồng tôi, được thâu nhận làm nhân viên cho nhà máy đường ở một tỉnh miền Nam sau khi tốt nghiệp Đại Học Sài Gòn, nên có đời sống tương đối ổn định. Còn chồng tôi từ chối không nhận sự phân công tác của trường Đại Học sau khi tốt nghiệp nên mất cả việc lẫn hộ khẩu. Tình trạng lông bông của anh làm bà khổ tâm lắm nhưng đành cam chịu vì hiểu rằng anh không thể nào nhận công tác làm giáo viên của trường trung học ở một tỉnh lẻ miền Trung với bản phê bình "Học lực tốt nhưng tư tưởng chính trị không tốt". Những người trong ban giám hiệu nhà trường chắc chắn sẽ không chấp thuận một người có tư tưởng chính trị không tốt trong đội ngũ giáo viên của họ. Sớm hay muộn, họ cũng sẽ tìm cách cô lập hay trục xuất anh khi biết ba anh là sĩ quan quân đội Việt Nam Cộng Hòa và đã chết vì chiến đấu chống lại sự tấn công bội ước của quân đội miền Bắc vào ngày mùng một tết năm Mậu Thân 1968. Ông đã tử trận với danh vị là sĩ quan của Việt Nam Cộng Hòa trong lúc trấn giữ đồn Pleiku chứ không phải như chữ chết đơn giản và trơn tuột mà chồng tôi khai trong lý lịch khi anh nộp đơn thi vào trường Đại Học Đà Lạt. Dù sao, mẹ chồng tôi rất an lòng khi vợ chồng tôi sống kề cận. Từ ngày không nghe chúng tôi nhắc nhở đến các chuyến vượt biển bà càng vững bụng hơn. Bà chỉ còn hai người con trai. Anh chồng tôi sau khi có việc làm, lập gia đình và ở luôn tại Nam Bộ, cho nên, khi sống với gia đình chúng tôi, bà cảm thấy ít lạc lõng trong đại gia đình chồng.

Thực sự, vợ chồng chúng tôi chính là kẻ nương tựa vào mẹ chồng tôi. Những bữa ăn hàng ngày của chúng tôi đều dựa vào số tiền lời của những gánh xôi mà bà bán từ tờ mờ sáng. Lẽ ra bà không phải sống bằng nghề bán xôi dạo cực nhọc này. Bà vốn là tiểu thương buôn may bán đắt của gian hàng tạp phẩm guốc dép mũ nón tại chợ Phước Hải Nha Trang, được nhiều khách bạn hàng quý mến. Sau năm 1975, bà nghe đồn việc cải tạo công thương nghiệp nên sợ hãi sang nhượng lại gian hàng, để mua vài sào ruộng về trồng rau muống. Bà không có kinh nghiệm trồng rau nên thu nhập thấp hay có khi mất trắng vì thời tiết thất thường. May là bà nấu xôi ngon nên nghề bán xôi trở thành nguồn thu nhập chính cho bà sinh sống và hỗ trợ thêm cho con cháu. Mặc dù vợ chồng tôi làm rất nhiều việc nhưng thu nhập của chúng tôi chẳng được bao nhiêu. Lương giáo viên hàng tháng của tôi và số tiền ít ỏi từ các việc làm phụ của vợ chồng chúng tôi chỉ đủ trang trải cho các thứ vặt vãnh dành cho đứa con đầu lòng. Cũng may Tinô là đứa trẻ rất dễ tính cho nên sau khi nó ra đời tôi vẫn có thể tiếp tục làm nhiều việc hơn trước đó. Thường bú sữa mẹ theo giờ giấc nhất định nhưng Tinô chẳng bao giờ cáu kỉnh hay khóc lóc khi phải nhịn đói lâu hơn. Ngày Tinô vừa đúng một tháng tuổi là ngày tôi phải giao chiếc bánh cưới hai tầng cho gia đình chú rể vào lúc tám giờ tối để họ chuẩn bị cho ngày cưới hôm sau. Bảy giờ tối là giờ cho Tinô bú theo cữ nhưng tôi không thể theo giờ đã định vì còn điên đầu với chiếc bánh cưới chưa hoàn thành được. Trời tháng chín nóng chẳng khác hè, nhà lại ngay nhằm khu vực không điện phải thắp đèn dầu cho nên khí trời lẫn khí nóng của chiếc đèn dầu làm cho kem bơ mềm hơn thường lệ. Chỉ có thể trét mặt bánh chứ không thể nặn được những cánh bông hồng, tôi đành phải làm thêm loại kem khác: kem đường. Đây là một loại kem không bơ nhưng dễ dàng tạo những cánh hồng sắc nét vì độ cứng chuẩn mực của nó. Loay hoay thêm hai giờ tôi mới có được một chiếc bánh cưới vừa ý để giao cho khách. Tinô không thể bú theo thời gian qui định nhưng vẫn im lặng chờ cho đến lúc được cho ăn chứ không hề khóc la vòi vĩnh. Khi ôm nó vào lòng tôi hiểu là nó đã phải chịu đói rất lâu nhưng có lẽ do bản tính kiên nhẫn bẩm sinh, vẫn chờ cho đến khi được cho ăn. Vừa thương con, vừa biết ơn trời ban tính lành cho nó, nhưng lúc ấy tôi không biết rằng bản tính này liên quan rất nhiều đến những việc xảy ra cho Tinô sau này.

  Khi Tinô được bốn tháng và có thể ăn dặm thêm các thứ như cháo lỏng, rau đậu xay hay bột, tôi nghĩ ngay đến chuyện tăng thêm thu nhập cho gia đình. Ngoài những công việc thường làm, tôi đã tận dụng ngày chủ nhật để phụ chồng tôi đi buôn. Thời gian này, những người thầu ở chợ Lớn Sài Gòn thường thu mua các thứ hàng xuất khẩu như cà phê, hạt điều và các sản phẩm quý của rừng cho các nhà buôn bán thuốc Đông y, đặc biệt là hạt Ươi. Cà phê có nhiều tại Ban Mê Thuột, hạt điều ở các tỉnh Thuận Hải, duy chỉ có Ươi là thứ có nhiều ở tỉnh Khánh Hòa. Dựa vào sự thuận lợi là đang cư ngụ trong tỉnh có loại trái được các nhà buôn Sài Gòn nô nức thầu, tôi đã cùng chồng tôi đi xe đò ra tận nhà của những người bán Ươi ở ven núi rừng Hòa Mỹ, Hòa Đồng và Hòa Tân. Những người bán trái Ươi này vốn là những người chuyên sống bằng nghề đốn củi. Nhân biết giá trị của loại trái này, họ đã thu lượm, phơi khô và để dành bán khi có giá. Theo lời của họ, Ươi là một loại trái dùng để "ăn cho mát người". Chữ "cho mát" mang nghĩa của khả năng giảm nhiệt độ và cũng có nghĩa là khi ăn loại trái này con người sẽ tránh được triệu chứng "nóng người" như mụn nhọt hay táo bón. Sự giải thích được tạm hiểu vì sao các con buôn ở Sài Gòn thích thu mua loại trái lạ lùng này, tuy nhiên, khi hỏi người bán vì sao chúng có tên Ươi thì ai nấy đều chịu. Gợi ý là có phải chúng được chiếu cố bởi mấy con đười ươi không, thì ai nấy cũng đều lắc đầu. Việc duy nhất mà họ có thể giải thích về loại trái có tên quái dị này là chọn một vài trái hình thoi tròn đầu, nhỏ như hạt dẻ, vỏ nâu đen sần sùi ngâm vào trong một tô nước rồi bảo chúng tôi quan sát sự nở bung dị kỳ của chúng. Sau khi vớt bỏ các lớp màu nâu thẫm của vỏ và nhặt những mảnh trắng deo dẻo đan dính với hình dạng không đều như đông sương cho chúng tôi nếm thử, họ nói là những miếng mà chúng tôi đang nhai trong miệng sẽ làm cho da dẻ chúng tôi tươi mát và sự tiêu hóa được nhuận trường. Để tán dương thêm giá trị hiếm quý của Ươi, người bán còn tả cảnh thu lượm khó khăn mà họ đã trải qua. Họ nói là Ươi thường chín rụng vào mùa mưa. Vì thế, nếu họ không ghi nhớ, thăm chừng, leo chặt và kéo cành về nhà tuốt trái phơi khô, chúng sẽ nở toét loét đầy mặt rừng và không có chuyện tích trữ từng bao bố bán cho con buôn. Qua chuyện kể của họ, chúng tôi hình dung được sự hiếm quý của những trái Ươi ra sao đồng thời tưởng tượng được cảnh cây rừng bị chặt phá và tước lột mỗi ngày như thế nào. Mặc dầu vậy, chúng tôi không thấy mình có tội. Những người bán này cũng như chúng tôi, là kẻ sống chật vật trong hoàn cảnh thay đổi của đất nước, phải vất vả với trăm phương ngàn kế mới mong nuôi sống gia đình. Trong khi những người bán phải khổ nhọc khuân vác những cành Ươi từ rừng về nhà thì chúng tôi phải vất vả vận chuyển các bao tải về thành phố mới kiếm được chút đỉnh tiền lời. Dù thế nào, thiên nhiên chẳng ưu đãi cho chúng tôi dài lâu. Buôn được vài chuyến thì nguồn Ươi cạn kiệt. Không có hàng buôn, vợ chồng tôi đành mua những thứ vặt vãnh như rau, khoai, bắp, đậu với giá rẻ hơn thành phố để bù số tiền xe đi lại. Nhiều lần như thế, các chuyến đi buôn của chúng tôi hóa thành những chuyến đi chơi. Các thứ mua được chỉ để tiêu dùng trong nhà và vốn liếng của chúng tôi lại từ từ chắp cánh bay.

Trước tết Kỷ Tỵ năm 1989, Tinô vừa được vào nhà trẻ, tôi kiếm thêm việc làm ngay. Nhờ một người bạn đã từng quen với công việc mua bán, chúng tôi đăng ký được một gian hàng bánh mứt trong khu chợ tết Nha Trang. Vì chỉ dạy buổi sáng tôi đã dành hết thời gian cho việc buôn bán này. Tôi đã tự làm hầu hết các loại bánh mứt ngay cả việc rang nhuộm hạt dưa để không phải chi nhiều vốn cho việc mua đi bán lại. Sau những ngày bán tết năm đó, số lời của chúng tôi mua được năm phân vàng. Đó là số thu nhập khá lớn mà chúng tôi có được từ sau bao nhiêu năm sống chung với nhau. Mặc dù số vàng chỉ có thể dành cho vài tháng gửi trẻ hay chỉ mua được một hay hai hộp sữa bột hiệu Nhật cho Tinô nhưng nó đã làm chúng tôi hân hoan với ý nghĩ là có thể chăm nuôi Tinô đầy đủ cho đến ngày nó lớn khôn. Tôi cảm thấy được an ủi vì nghĩ rằng sự cần mẫn của mình đã được đền bù phần nào. Cảm giác bằng lòng với hiện tại thường xuất hiện nhiều hơn khi tôi không nghĩ đến chuyện cư ngụ, hộ khẩu, lý lịch của chồng tôi và những vấn đề liên quan đến quá khứ hay tương lai. Giống như người nào đó nói rằng "Không có thể vượt biển được thì ta đành vượt khó thôi!"

Chương Hai

Những Tấm Lòng Nhân Ái

Dường như thượng đế không để cho chúng tôi tiếp tục vượt khó vì người đã xui khiến một người đàn ông đứng tuổi đến thăm gia đình chúng tôi vào ngày mùng một Tết Kỷ Tỵ năm ấy. Ông tên là Thân và chúng tôi gọi ông là bác Thân. Bác Thân là ba của C. Sơn, cô bạn thời trung học với tôi, và cũng là bạn thân của ba tôi khi sinh thời. Tìm tận đến nhà chồng tôi để thăm tôi sau một thời gian dài bặt tăm, bác Thân đã trút không biết bao nỗi niềm tâm sự. Vốn xem tôi như con gái, ông không hề giấu giếm một điều gì trong gia đình mình kể cả việc làm đầy nguy hiểm và bí mật của con gái và con rể của ông. Ông cho tôi biết là C. Sơn và chồng của cô ta thường giới thiệu những người muốn trốn ra khỏi nước cho những người tổ chức vượt biển ở cùng xóm với họ. Cư ngụ ở xóm Cù Lao dưới chân cầu Xóm Bóng, cả hai đều biết chuyện tổ chức nào thật giả và ai là người đàng hoàng lương thiện nên đã giúp rất nhiều người vượt biển thành công. Qua tâm tình, tôi cũng thành thật kể cho ông nghe về những chuyến vượt biển không thành của mình và sự an phận với chuyện ở lại. Tôi đã nói nhiều về tình trạng có con nhỏ của mình và tình hình các trại tị nạn sắp đóng cửa. Đây là hai nguyên nhân chính khiến tôi không còn có ý định vượt biên.

Hai ngày sau, C. Sơn và chồng của cô ta đã đến nhà chúng tôi. Sau khi đề cập đến những lời kể lại của bác Thân, họ báo cho chúng tôi chuyến vượt biển sắp tiến hành của những người đáng tin cậy trong xóm Cù Lao nơi họ ở. Tôi đã từ chối vì số tiền dự phần nhiều hơn mức tưởng tượng của tôi: Hai lượng vàng cho một đầu người. Trước khi có Tinô, chúng tôi chỉ phải trả vài chỉ vàng cho những lần tham gia vượt biển và đã nhận lại ngay sau những lần thất bại. Số vốn ấy, sau những tháng ngày buôn bán thua lỗ, chỉ còn vỏn vẹn một chỉ vàng thì làm sao tôi có thể nhận lời giới thiệu của vợ chồng C. Sơn. Ngạc nhiên thay, chồng tôi đã hỏi địa chỉ nhà của vợ chồng C. Sơn và hứa là đến nhà họ để nhờ dẫn đến gặp người tổ chức.

Ngay đêm hôm sau, chúng tôi đã gặp người quen của chủ ghe tại Cù Lao Xóm Bóng. Ông ta chấp nhận cho Tinô đi cùng và bằng lòng nhận chi phí sau khi chúng tôi đánh điện báo tin đến nơi bình yên với điều kiện là chúng tôi phải trả hai lượng vàng cho một đầu người. Chồng tôi đã mặc cả ba lượng vàng cho gia đình ba người trong khi cam chắc là sẽ giao năm chỉ vàng trước ngày lên đường. Sau một hồi bàn luận, người đại diện cho người chủ ghe ưng thuận lời đề nghị của chồng tôi. Nhìn khuôn mặt hớn hở của ông, tôi biết là ông tin tưởng rất nhiều vào khả năng tài chánh của chúng tôi chứ không hề ngờ là chúng tôi đã phải chạy vạy từng ngày để nuôi con. Boăn khoăn trên đường về nhà, tôi không ngừng hỏi chồng tôi về sự mặc cả liều lĩnh mà anh hứa. Anh đã không cho tôi một lời giải thích nào ngoài câu trả lời ngắn gọn "Để anh tính!"

Tôi không hề biết sự tính toán của chồng tôi như thế nào nhưng trưa ngày hôm sau mẹ chồng tôi đã ào vào phòng thờ khóc than thê thảm với hình ba chồng tôi nơi bàn thờ ông. Bà đã kể lể là nuôi con khổ cực mà nó đành tâm dẫn vợ con ra đi. Khi trở lại phòng của chúng tôi, bà không nhìn mặt tôi mà chỉ nói xa gần với chồng tôi. Lúc đó, tôi nghĩ là bà giận mình bởi người thân quen của tôi đến nhà mối lái, khơi lại chuyện vượt biển trước đây và tôi là nguyên nhân của sự chia cắt mẹ con; nhưng sau này tôi hiểu thêm là do chồng tôi hỏi mượn hai lượng vàng, số vốn duy nhất còn lại của bà. Sau khi đôi co vài lời nhưng không xoay chuyển được sự quyết định của chồng tôi, mẹ chồng tôi đã sang phòng ông nội chồng tôi mách toàn bộ câu chuyện. Phòng ông nội chồng tôi, ngay tại phòng khách, luôn luôn mở cửa trước lẫn sau cho nên sau khi chúng tôi nghe mẹ chồng tôi khóc lóc kể lể vài phút đã nghe ông quát vang khắp nhà: "Bảo chúng ở đây để ăn cứt cả lũ hả?" Câu hỏi vặn vẹo lớn tiếng của ông đã làm kinh động tất cả mọi người trong đại gia đình và làm tôi nhớ lại những lời kể của bác chồng tôi về cảnh di tản cực khổ mà ông kiên quyết đưa con cháu đi từ Bắc vào Nam vào năm 1954. Lúc ấy, ông nội chồng tôi đã đùm túm cả đại gia đình đi từ Ninh Bình đến Hà Nội rồi ra cảng Hải Phòng để lên tàu thủy xuôi Nam. Nhờ vậy, ông đã tạo cho con cháu được sống tự do trong xã hội miền Nam từ năm 1954 đến 1975 và đã tậu được một cơ ngơi vững chắc với khuôn viên nhà rộng rãi vừa để ở vừa cho thuê. Trong khuôn viên của đại gia đình chồng tôi gồm có ông nội, mẹ, hai cô, chú và những đứa em họ của chồng tôi. Trong tất cả những người này, người mà tôi kính trọng nhất là ông. Vốn là người sùng đạo Phật và trọng thờ cúng ông bà, ông chưa bao giờ bỏ sót một ngày tụng niệm hay lau chùi bàn thờ. Sự thành kính của ông đối với chư Phật và những người đã khuất không những đã làm tôi kính trọng sự mẫu mực của người trọng đạo nghĩa mà còn in cho tôi một ký ức sâu đậm về những việc làm đầy ý nghĩa của ông đối với người quá vãng.

Một trong những việc mà tôi có ấn tượng sâu sắc nhất là chứng kiến cảnh ông chăm sóc hài cốt của người quá cố của gia đình. Năm ấy, khi chính quyền mới yêu cầu giải tán khu nghĩa trang và mọi người tất bật tìm nơi dời chuyển, thiêu đốt thì ông bình tĩnh sắm sửa các loại keo dán, rượu trắng, bảng ghi tên người chết, các hũ đựng tro và các tấm hình nhỏ hợp khổ với chúng. Sau đó, ông đã thăm hỏi nơi hỏa táng và tìm hiểu ngày giờ tốt để khai quật. Khai quật và hỏa táng xong, ông đã gói ghém từng phần hài cốt, cẩn thận ghi tên từng người trên các gói báo trước khi đem về nhà. Thấy ông lụi cụi với bốn gói hài cốt của vợ ông (bà nội chồng tôi), con trai ông (cha chồng tôi) và hai người con gái ông (cô chồng tôi), chúng tôi lân la hỏi giúp, thì ông gắt ầm lên: "Tránh đi! Chúng mày mà làm được chuyện này thì tao đã khỏe thân rồi!" Ông là thế! Ít nói nhưng thường cho chúng tôi những câu gắt gỏng lớn tiếng. Những câu gắt này có thể xem là vô hại và có thể hiểu được khi chứng kiến việc ông làm như thế nào. Có những mẩu xương trong các gói hài cốt, chẳng biết loại gì, không bị rã bởi sức nóng của lò thiêu, được ông rửa với rượu rồi lau để khô. Sau đó, ông gộp chúng lại với tro rồi dùng hai tay vốc từng nắm trút vào hũ cẩn thận. Khi làm thế, ông nhất quyết không để rớt một hạt bụi nhỏ nào cho dù một chút li ti trên tờ giấy báo. Ém tro vào hũ xong, ông khằn chúng kín lại, lau chùi sạch sẽ, đặt theo thứ tự vai vế của từng người trên bàn thờ rồi nhang đèn cúng kính.

    Hôm ấy, giọng hét của ông lớn hơn và khác hơn những lời gắt gỏng trước đó đã thức tỉnh mọi người trong gia đình về tình trạng của chúng tôi: Tuy chúng tôi cùng ở một nhà nhưng tình trạng cư ngụ của gia đình tôi hoàn toàn bất hợp pháp bởi vì chồng tôi không có hộ khẩu nên tôi phải giữ tên mình và đăng ký tên Tinô vào sổ hộ khẩu gia đình của mẹ ruột tôi. Tuy chúng tôi làm hùng hục hàng ngày nhưng chúng tôi vẫn ăn bám vào sức làm của mẹ chồng tôi bởi vì số thu nhập của chúng tôi không thể đáp ứng được toàn bộ sự chi tiêu hàng tháng. Và cho dù chúng tôi tiết kiệm đến đâu chăng nữa, vốn liếng của chúng tôi ngày càng kiệt cạn với sự bất cân xứng giữa cán cân thu và chi mỗi ngày. Những điều này đã ám thị trong đầu tôi một con số không to tướng cho tương lai của chúng tôi.

Khi về nhà chồng, tôi được nghe nhiều về sự can đảm của ông nội chồng tôi trong chặng đường gian khổ dẫn dắt vợ, con, dâu cháu trốn khỏi chế độ Cộng Sản ở miền Bắc để vào Nam sinh sống vào năm 1954, thì những ngày này tôi được chứng kiến tận mắt sự quyết tâm của ông trong việc ra sức giúp cháu chắt của ông tìm đường tự do bằng đường biển với số vàng dành dụm cho những ngày còn lại của ông ở trên đời. Ngoài việc cho chúng tôi năm chỉ vàng, ông còn khích lệ các cô chồng tôi góp vàng vào cho đủ chi phí ba lượng mà người tổ chức qui định. Số chi phí cao gấp ba, bốn lần so với những chuyến mà vợ chồng tôi tham gia vượt biển trước đây nhưng nó là giá cả có thể chấp nhận được khi chúng tôi chỉ giao một phần nào và gia đình chúng tôi sẽ giao số còn lại cho những người tổ chức khi nhận điện báo của chúng tôi. Chi phí đã được chuẩn bị và sẽ được giao ngay khi chúng tôi đến bờ tự do nhưng sự may mắn của những chuyến đi có tạo cho gia đình chồng tôi thực hiện điều ấy không là vấn đề mơ hồ mà tôi không thể trả lời được. Để giải tỏa những tình huống xấu tự đặt trong đầu, tôi chỉ biết đưa Tinô lên chùa trăm bậc ở Mã Vòng và Tháp bà để cầu xin Phật Tổ và Đức Bà cứu độ.

Đầu tháng ba năm ấy, vợ chồng C. Sơn căn dặn chúng tôi phải thường xuyên ở nhà vì sẽ có người đến báo giờ và địa điểm xuất phát một cách bất ngờ. Họ còn cho biết thêm là người tổ chức chỉ cần chắc chắn tình hình thời tiết cho chuyến đi nữa là sẽ tiến hành nội nhật trong tuần. Trong khi chồng C. Sơn kể chuyện chủ ghe tu sửa máy móc chu đáo với chồng tôi thì C. Sơn đã trấn an tôi bằng những câu chuyện về sự chuẩn mực của số người tham gia, sự đàng hoàng và đáng tin cậy của thành phần tham gia và sự trang bị đầy đủ thực phẩm, thuốc men và vật dụng cho chuyến hải trình có trẻ con. Nàng hoàn toàn thu phục lòng tin của tôi về sự thành công của chuyến đi nhưng lại làm tôi nghi ngại bởi câu căn đi dặn lại rất nhiều lần: "Lan nhớ mang theo một cái nải địu con như của người thượng khi đi đường!"

Những Tấm Lòng Nhân Ái

Chương Ba

Chiều hôm ấy, khi tôi đang nấu bữa cơm tối, chồng tôi giục tôi cho Tinô ăn mau để chuẩn bị lên đường. Tinô vốn là đứa dễ ăn và các thứ cần dùng đều được chuẩn bị sẵn trong hai giỏ xách cho nên chỉ cần nghe tin báo là tôi có thể cho nó xong chén cơm trong vài phút và lấy hành lý đi ngay. Chỉ có việc mà tôi lừng khừng, không quyết định được là số lượng thuốc ngủ cho Tinô uống sau khi cho nó ăn. Theo các câu chuyện kể, những đứa nhỏ theo cha mẹ vượt biển đã phải uống thuốc ngủ để tránh sự phát hiện của công an và vài đứa trong số ấy, vì uống quá liều mà khi ghe đến bến tự do thì không thể thức dậy được nữa. Tôi không muốn bị công an phát hiện và cũng không muốn liên lụy mọi người bị bắt theo mình nhưng tôi không muốn trường hợp xấu nào xảy ra cho con tôi. Suy nghĩ một hồi, tôi chỉ cho Tinô uống nửa muỗng cà phê thuốc ngủ. Lúc đó, với sự tưởng tượng về các xóm chài thưa thớt và những bãi biển vắng người của những chuyến đi trước, tôi tính là sẽ dùng đôi bàn tay của mình vỗ về thêm giấc ngủ cho nó. Tất cả mọi người trong đại gia đình của chồng tôi rối rít như thể chúng tôi sắp vào cửa tử. Quyến luyến vây quanh chúng tôi một lúc, ông nội chồng, mẹ chồng và các cô chồng của tôi lần lượt vào phòng thờ. Tôi biết là họ chuẩn bị tụng niệm để cầu nguyện cho sự an toàn của chúng tôi vì thế tôi đã nghẹn ngào không nói nên lời khi chào chia tay với những đứa em họ.

Trước cổng, Long, em trai họ của chồng tôi, đang rồ máy chiếc Honda 67 cũ trong tư thế sẵn sàng. Cố tạo vẻ bình thường, nó đáp chào những người hàng xóm đang ngang qua lại. Còn chúng tôi chỉ lo ém chặt thành hàng sau lưng nó và giả như chẳng thấy ai. Chiều gần xẩm tối, lúc nhúc trên một chiếc xe máy cũ kỹ ọp ẹp rất dễ tạo sự chú ý của hàng xóm. Chúng tôi làm ra vẻ lơ láo vì không muốn trả lời những câu hỏi có tính cách thân mật và thường xuyên của những người đang ngồi ở các quán cóc cạnh nhà.

Vừa leo lên xe, chồng tôi hối hả nói:

"Vào khu máy nước, đi qua ga Nha Trang rồi ra Quốc Lộ đi Long!"

Ngạc nhiên, tôi thì thào:

"Tại sao mình phải đi hướng đó? Em tưởng là mình xuất phát tại cầu Xóm Bóng chứ?"

Chồng tôi đáp, nhỏ giọng không kém:

"Không phải tại cầu Xóm Bóng! Anh không biết mình sẽ xuất phát nơi nào nhưng họ hẹn gặp mình ngay trên đỉnh đèo Rù Rì. Để đánh lạc hướng công an, mình đi về hướng Thành rồi lấy đường cải lộ tuyến bọc lại. Anh sợ nhiều nhóm đến cùng một chiều, đỗ cùng một lúc, lao nhao một chỗ sẽ bị những chiếc xe qua lại, nhất là xe tuần của công an nghi ngờ."

Tôi không hỏi thêm. Các chuyến vượt biển nào cũng vậy, điểm hẹn thường khác với điểm xuất phát. Cần nhất là thoát khỏi sự chú ý của công an là ổn cả thôi. Đầu tôi lúc ấy chỉ ám ảnh thời gian ở trên ghe, thời tiết trong thời gian lênh đênh trên biển và sự cập bến. Theo lời của vợ chồng C. Sơn thì từ lúc xuất phát đến khi cập đảo Palawan tối đa chỉ có bảy ngày. "Palawan! Cầu xin trời phật phù hộ cho chúng con đến đảo Phi bình an." Tôi thầm nhủ. Tôi thường nghe đồn Palawan của Philippine là nơi cập bến của đa số những người vượt biển từ Nha Trang cho nên tôi rất hy vọng gặp lại bạn bè cũ tại đó. Ngước mặt lên trời tôi cầu nguyện thời tiết tiếp tục tươi đẹp như thế. Tôi chỉ mong được thượng lộ bình an và tàu đến bến bình yên; chứ không nề hà chuyện nhịn đói để dành thức ăn cho Tinô trong suốt hành trình. Thực ra, tôi đã chuẩn bị nhiều lương thực trong hai giỏ xách của mình kể cả nước và các thứ linh tinh dành cho chuyến hải hành. Nếu những người tổ chức không đủ cung cấp thức ăn, nước uống hay thuốc men cho chúng tôi, thì chúng tôi có thể tự xoay sở được.

Khuôn mặt của Tinô lộ vẻ thích thú vì ngỡ được đi chơi cùng bố và mẹ nhưng có lẽ nó nhận ra sự im lặng căng thẳng của chúng tôi nên không hề bi bô như những lần được đi xe gắn máy. Đứng chẹt giữa chúng tôi, bá cổ bố và xoay người trong vòng tay ôm của mẹ, nó chỉ lặng lẽ nhìn cảnh vật hai bên đường. Những cơn gió hiu hiu trên đường không làm cho mắt nó sụp xuống và tôi không biết đến khi nào lượng thuốc ngủ mới tác dụng được. Khoảng hơn bốn mươi phút xe chúng tôi mới đến chân đèo Rù Rì, thế mà Tinô chẳng hề có chút dấu hiệu nào tỏ ra buồn ngủ. Chồng tôi nói Long ghé vào quán nước bên đường vì lúc bấy giờ chỉ mới năm giờ ba mươi lăm phút. Chỉ có hai người chủ quán và bốn người công nhân làm đường ngồi hai bàn khác nhau trong quán nhưng chúng tôi hết sức thận trọng. Cố tình cho mọi người tưởng mình là người lỡ đường trong chuyến đi chơi từ Ninh Hòa về thành phố Nha Trang, chúng tôi trao đổi với nhau bằng những câu lớn tiếng. Nhưng đến khi cùng túm tụm ở một bàn nước tách biệt, chúng tôi nói bằng giọng thì thầm vừa đủ nghe. Long cho biết chỉ cần mười phút là nó có thể lái chúng tôi đến đỉnh đèo. Chồng tôi đề nghị đến trễ hơn giờ hẹn khoảng ba hay năm phút để tránh chuyện đổ bộ ồ ạt của các nhóm người vượt biển. Khuôn mặt đầy lo lắng của anh cho tôi biết là tinh thần anh đang bấn loạn với chuyện bị bắt. Chẳng khác gì anh, chuyện bị bắt quả tang trong lúc công an tuần bất ngờ luôn ám ảnh trong đầu tôi nhưng tôi cố gắng trấn an anh là có thể đã có một chiếc xe đò đậu sẵn trên đỉnh đèo chờ đón người vượt biển bằng chuyện dàn cảnh xe hư dọc đường. Tôi còn thuyết phục anh là có thể những người tổ chức sẽ chở mọi người đến bãi biển nào đó như Lương Sơn, Đại Lãnh hay Sông Cầu rồi bắt chờ đến khuya để được người đưa ra ghe bởi vì theo kinh nghiệm của những chuyến đi trước, chưa bao giờ có chiếc ghe vượt biển nào xuất phát trước lúc nửa đêm. Từ sáu giờ chiều đến lúc ấy phải là khoảng thời gian vận chuyển đến bãi biển và thời gian chờ đợi tình thế an toàn trước khi khởi hành. Chồng tôi im lặng tỏ vẻ tán thành khi nghe tôi nói. Cùng nhau bàn luận thêm một lúc, chúng tôi đồng thuận là giữ đúng giờ qui định.

Đồng hồ của Long chỉ sáu giờ, chúng tôi đến đỉnh đèo Rù Rì đúng như kế hoạch. Cảnh vật im lìm và con đường vắng vẻ trên đèo cao khiến đều chúng tôi hoang mang lo sợ. Trên con đường nhựa duy nhất trên đỉnh đèo, không có chiếc xe nào dàn cảnh hư như tôi ước đoán và cũng không có chiếc xe nào chạy ngang qua. Long tấp xe vào một bên đường, nơi có nhiều bụi cây thấm thấp lẫn những khóm cây um tùm, đối diện với những khối đá chồng chơ vơ không cây lá ở lề đường bên kia, dáo dác nhìn quanh. Khuôn mặt nó lộ vẻ lo sợ chẳng khác gì chồng tôi và tôi. Đây là lần đầu tiên tôi chứng kiến vẻ hoang vắng và man dại của đèo Rù Rì trong màu lam nhạt của trời chiều. Gió trên cao thổi mạnh từng cơn. Những tiếng rít của những cơn gió khiến tôi cảm thấy rờn rợn. Quay ra sau, tôi cảm thấy hãi hùng hơn. Màu xanh thẫm của cây rừng và sự trùng điệp của núi đồi xuôi thoải về phía dưới sâu tạo nên một vẻ huyền bí và mơ hồ cho người quan sát. Chồng tôi kinh hãi chẳng khác gì tôi vì sự vắng vẻ và hoang dại của cảnh vật. Chúng tôi đã từng tham gia nhiều lần vượt biển nhưng chưa bao giờ chúng tôi trải qua một điểm hẹn trên đỉnh cao, nơi không nhà ở, không bóng người trong sương chiều mờ ảo như thế. Trong lúc phân vân chưa biết nên đi về hay đứng chờ, chúng tôi chợt thấy vài người đang xăm xăm đi lên từ dưới dốc đèo ở hướng đối ngược. Nhìn họ lơ ngơ giữa đường lộ với những chiếc xách nhỏ bên hông, chồng tôi hốt hoảng quay sang Long, hiện đang ngồi trên xe, nói một cách vội vã:

"Long lái xe đi ngay đi! Đi mau đi, chứ nhiều tốp người cùng một lúc như vầy công an đi ngang bắt hết cả thì vạ lây!"

"Anh chị đi bình an!" Long nói xong, nổ máy, rồ ga, và tăng tốc vụt đi.

May là đường Quốc Lộ lúc này không có một chiếc xe nào qua lại. Nếu không, hai nhóm người lố nhố của chúng tôi sẽ tiết lộ đây là những người đang chuẩn bị trốn ra khỏi nước và sẽ bị rắc rối bởi sự lục xét và chất vấn của công an. Dù vậy, chúng tôi chẳng biết là mình sẽ được đón đi với hình thức nào và phải trốn ở đâu để người đón có thể tìm ra. Trong khi vợ chồng chúng tôi lúng túng nhìn nhau vì không biết phải đi hay đứng ở đâu, một giọng nói giục giã vang lên từ phía sau lưng:

"Ê! Vào đây nè! Chạy vào trong này mau lên!"

Quay về phía các bụi cây ở viền núi thoải xuống biển, tôi thấy một người thanh niên đang ngoắc tay với khuôn mặt hớt hãi. Theo hướng chỉ của người thanh niên này, chồng tôi vội vã xách chiếc giỏ lớn chạy vào trong các bụi cây. Tôi vừa cặp Tinô một bên nách vừa mang chiếc giỏ nhỏ bên hông cũng chạy theo, nhanh không kém. Khi đi tìm chỗ núp, tôi thấy vài người đang ẩn mình sau các bụi cây. Có lẽ họ ngồi chờ trước khi chúng tôi đến từ lâu lắm nên mỗi người im lặng ở mỗi nơi cố định.

Nhóm người vừa lên dốc cũng được một thanh niên khác báo cùng thông điệp:

"Đừng đứng ở ngoài đường nữa! Mau tấp vào các bụi cây bên trong này nè!"

Nhóm đến sau, mỗi người mỗi ngã, hấp tấp như tôi, đi tìm các bụi cây cao nhất và rậm nhất để ẩn mình vì nơi đây chỉ toàn những bụi cây lụp xụp và thưa thớt. Ý nghĩ sẽ bị bắt bởi điểm hẹn khá lộ liễu, tôi đã tìm chỗ núp khác chỗ của chồng tôi. Tôi đã chuẩn bị là nếu bị công an phát hiện, sẽ ở lại chịu trận chứ không thể anh liên lụy theo. Vì muốn anh có thể thoát thân một mình mà không phải cáng đáng vợ con, tôi đã chia đều các thứ lương thực kể cả áo quần của Tinô cho hai chiếc giỏ của chồng tôi và của tôi trước khi chuẩn bị hành trang lên đường. Ám ảnh với trường hợp người đi, kẻ ở lại, tôi còn sắp sẵn kế hoạch phải làm gì nếu phải tìm đường trở về nhà một mình. Tôi đã định là sẽ quẳng các thứ liên quan đến chuyện trốn ra khỏi nước rồi giả làm kẻ lỡ đường nếu phải bị trường hợp như thế.

Một người đàn bà dẫn theo một đứa con gái cỡ mười sáu tuổi đến núp cùng một bụi rậm với tôi, hỏi:

"Mình có cần vào trong sâu không?"

"Không!" Tôi đáp nhỏ rồi nói thêm, "Ở chỗ này, mình có thể nhìn ra ngoài đường thăm chừng. Có xe đến rước là mình chạy ra đi ngay."

Người đàn bà chau mày:

"Xe đến rước? Tôi có nghe xe nào đến rước đâu? Tôi nghe là mình phải đi trong rừng để đến bãi mà!"

Nửa tin nửa ngờ với sự tiết lộ tôi vội quay đầu ra phía sau. Hàng hàng lớp lớp cây cối chi chít và thoai thoải theo núi đồi kéo tận dưới sâu khiến tôi không thể nào tin đó là con đường đi đến bãi, nhưng khi tôi đảo mắt về phía đường lộ mà chẳng thấy một chiếc xe nào dừng lại thì tôi chẳng hiểu người tổ chức sẽ đưa mình đi theo hướng nào và bằng phương tiện gì. Bàng hoàng vì không định rõ chuyện thực hư như thế nào và lo lắng vì không chuẩn bị cái địu con như C. Sơn dặn, tôi bỗng nghe Tinô khóc òa trong tức tưởi. Nó mếu máo gọi bố liên hồi khiến người đàn bà ngồi cạnh bên giãy nảy:

"Trời ơi! Chị có bịt miệng nó lại ngay không! Để nó khóc như vầy, lộ ra, công an bắt mình chết."

Không thấy tôi có phản ứng nào đáp lại lời yêu cầu của mình, bà hỏi liên tiếp:

"Chị có cho con chị uống thuốc ngủ chưa vậy? Đem con nhỏ theo như vầy mà chị không cho nó ngủ thì làm sao vượt biên được?"

Vừa dỗ dành Tinô, tôi vừa trả lời: "Tôi đã cho nó uống thuốc ngủ rồi nhưng không hiểu sao đến giờ thuốc vẫn chưa thấm."

Người đàn bà hỏi rất nhanh:

"Chị cho uống bao nhiêu rồi? Chắc chị cho nó uống ít quá nên nó chưa ngủ được chứ gì?"

"Tôi đã cho nó uống gần một muỗng canh rồi."

Những Tấm Lòng Nhân Ái

"Một muỗng canh? Chỉ một muỗng canh thôi thì làm sao đủ đô cho nó được? Chị cho nó uống thêm đi! Ít nhất phải thêm hai muỗng canh nữa! Chứ nó khóc như vậy trước sau gì mình cũng bị công an bắt!"

"Tôi không mang thuốc ngủ theo. Nếu có, tôi cũng không cho con tôi uống."

Tôi nói với giọng gắt gỏng, rồi ôm xốc Tinô đứng lên định tìm lùm cây khác để núp. Đúng lúc ấy, chồng tôi đến:

"Đi mau lên em! Họ nói là mình phải lên đường ngay chứ không kịp."

Ngơ ngẩn vì không hiểu chuyện gì xảy ra và tại sao phải đi sâu vào các lùm cây thay vì chờ xe đón ngoài đường Quốc Lộ nhưng tôi vẫn phải ôm Tinô và kệ nệ chiếc giỏ bên hông chạy theo mọi người. Chồng tôi hiểu sức nặng của Tinô và chiếc giỏ không làm tôi đi nhanh được nên ghé tay xách thêm chiếc giỏ mà tôi đang mang rồi thì thầm bảo tôi bước nhanh hơn. Những người đi trước tôi, không ai nói với ai lời nào, người sau nối đuôi người trước thành một hàng ngay ngắn như đã được căn dặn trước. Đi càng sâu vào các lùm cây thâm thấp mọi người càng đi rất nhanh, không khác nào đoàn lính ào ào tiến về cứ điểm, vì vậy, có lúc tôi có cảm tưởng như mình sắp sửa bị họ bỏ rơi. Chồng tôi cố gắng bước nhanh nhưng phải khệ nệ vì hai chiếc giỏ khá nặng; cho nên, có lúc tôi phải vượt anh, chạy theo sau những người đi trước để khỏi bị mất dấu. Càng đi chúng tôi càng nhìn mọi vật khó khăn hơn. Chẳng mấy chốc, vạn vật chìm hẳn vào bóng tối. Các lùm cây trở thành những bóng đen dị dạng trong không gian lam mờ huyền ảo. Nếu không căng mắt nhìn kỹ những người đi trước để nhận rõ hướng di chuyển của họ tôi sẽ không biết họ ở đâu vì bóng của họ như bị nuốt chứng và hòa lẫn trong những lùm cây đen dầy đặc xung quanh. Thỉnh thoảng người dẫn đường dùng đèn pin rọi đường để ra dấu cho chúng tôi bước theo. Bước đều đặn, không ai nói với nhau lời nào cũng như không hề hỏi người dẫn đường đang dẫn chúng tôi đi đâu. Hình như mọi người đều sợ tiếng nói của mình có thể vang đến một đồn gác nào đó của du kích hay công an biên phòng.

Gió mát của núi làm Tinô ngủ gật trên vai tôi. Ôm chặt nó vào ngực có lúc tôi chạy thật nhanh, nhưng có lúc tôi phải dừng lại phụ chồng tôi xách một quai của chiếc giỏ lớn rồi giục anh đi mau hơn. Dù cố gắng thể nào, vợ chồng chúng tôi luôn cách đoàn người đi trước một khoảng nhất định. Càng lúc, sức mạnh của hai chiếc giỏ càng trì kéo hai bước chân của chúng tôi, thế nhưng, chúng tôi không thể quẳng bớt vài thứ để bước nhanh hơn. Phần lớn trọng lượng của chúng đều từ các bình nước dành cho Tinô bảy ngày ở trên ghe. Ám ảnh chuyện đói khát và chết khô của những chuyến vượt biển bất hạnh được nghe, chúng tôi quyết đem tối đa số lượng nước dành cho con mình cho dù phải vận chuyển khó khăn như thế nào.

Những người đi trước chúng tôi chỉ quan tâm đến hướng tiến đến hơn là nhìn lại phía sau họ xem người theo họ có bị bỏ rơi hay không. Họ, không khác chúng tôi, nếu không đi nhanh, và không nhìn kỹ người đi trước, sẽ mất dấu trong tích tắc và sẽ bị lạc ngay. Cứ thế, chúng tôi cùng lầm lũi bước đi; không ai nói với ai điều gì và cũng chẳng để tâm đến người sau lưng mình. Riêng tôi, là người đi cuối cùng, vì sợ sự truy kích bất thần nào đó của công an, thỉnh thoảng ngoảnh lại nhìn sau lưng. Mỗi lần nghiêng đầu nhìn ra sau, tôi chỉ thấy những đám cây đen và đỉnh núi đá xa mờ trong màn sương. Thất vọng vì sự việc không diễn ra như mình phỏng đoán, tôi canh cánh lo sợ khi nghĩ đến sự chưa chuẩn bị cho đoạn đường phải đi đến đích.

Lúc này, tôi bước vất vả hơn vì Tinô đã buồn ngủ mà không chịu úp mặt vào vai tôi. Nó không thích lối ngủ ngồi nên nhất quyết ngả người ra sau tìm chỗ nằm. Mắt nhắm mắt mở trong trời đen như mực, tưởng cái giường đã chuẩn bị sẵn sàng cho mình sau lưng như bao lần ở nhà, nó nhất định ườn người ra sau đòi nằm dài thoải mái mới thôi. Thua cuộc, tôi chiều nó bằng cách ôm ngửa trên hai cánh tay mình trong khi bước liên tiếp.

Đi thêm một quãng, đoàn người đang đi nhanh đột nhiên bước chậm lại và tản hàng. Một lạch nước ngăn trước mặt khiến cả bọn phải lục tục cúi mình để xăn quần bó vế. Mặc dù con lạch chỉ rộng chỉ khoảng ba sải tay của một đàn ông tầm vóc trung bình nhưng không ai dám lội qua vì chưa biết rõ độ nông sâu của nó như thể nào. Trong khi mọi người đứng thành hàng ngang để chờ lội theo sau người dẫn đường, chồng tôi giục tôi trao Tinô cho anh ẵm qua. Chuyền nó sang cho anh xong, tôi gấp rút kéo lai quần lên bó sát vào đùi rồi vác hai chiếc giỏ hai bên vai lội theo cạnh. Đến giữa dòng, anh bị trượt bởi những hòn đá trơn tuột dưới chân, té ngửa văng Tinô rớt ùm xuống nước. Đang ngủ ngon, bị ngộp, Tinô sặc sụa thét lên kêu mẹ inh ỏi. May là tôi đi cạnh, nên khi nó vừa rơi xuống là tôi phụ chồng tôi vớt nó lên ngay. Sang đến bên kia bờ, chúng tôi vội vàng lấy khăn lau khô rồi thay áo quần cho nó. Khi mọi người quấn quít hỏi han, tôi cất giọng van nài:

"Xin tất cả làm ơn đi chậm lại! Tôi có con nhỏ như thế này mà mọi người đi nhanh quá tôi không theo kịp đâu."

Một người đàn ông nào đó phàn nàn:

"Chẳng cần gì có con nhỏ. Tối đen như vầy mà mạnh ai nấy đi kiểu như hồi nãy thì một hồi không biết ai còn ai lạc."

Nghe lời này, mọi người đồng ý họp lại kiểm đếm số người hiện diện rồi chia hai người dẫn đường một đi trước, một đi sau. Thỏa thuận đâu đó, chúng tôi an tâm tiếp tục lên đường. Mọi người tỏ ra cởi mở và quan tâm với nhau hơn qua những lời đối thoại thì thầm. Còn Tinô, tuy ấm áp trong bộ đồ mới và được ẵm ngửa như mong muốn nhưng không ngủ lại được. Có lẽ vì không tin rằng mình ở trong vòng tay của mẹ, nó mở mắt thao láo nhìn tôi không chớp. Khi chồng tôi giơ tay đòi bế để xin lỗi cái sơ xuất của mình, nó lắc đầu quay đi rồi bá chặt cổ tôi nói "Má! Mẹ! Má! Mẹ!" Thế là tôi lại ôm đầu và mông nó trong thế ngồi như lúc ban đầu trong khi bước đi. Người thanh niên đi sau tôi, hình như ám ảnh cảnh Tinô rơi xuống nước, luôn miệng hỏi thăm sức khỏe của nó. Điều này làm tôi cảm thấy an tâm về tính đàng hoàng và nhân hậu của những người đồng hành với mình và hy vọng rất nhiều về sự thành công của chuyến đi.

Chúng tôi đi rất lâu thì đến một nơi rất quang đãng. Những hàng cây thâm thấp của vùng này mọc rất thưa thớt và thẳng hàng. Những nhánh xòe như dạng cây đu đủ của chúng khiến tôi áng chừng đó là một rẫy khoai mì. Xuyên qua rẫy này, chúng tôi đi vào một khu vườn đầy cây ăn quả. Tại đây, người thanh niên dẫn đường đã dừng lại tại một gốc cây ít cành, thưa lá và bảo chúng tôi nghỉ một chút. Anh với những nhánh cây trên đầu, bứt trái, bỏ vào miệng nhai, rồi nói:

"Anh chị nào muốn ăn chùm ruột cho đỡ khát thì hái đi."

Hai người đàn bà và mấy đứa nhỏ lao xao với cành. Giọng nói của một bà vang lên:

"Để tôi hái ít trái đem theo, phòng khi xuống ghe không có nước uống."

Nghe thế, tôi cũng bắt chước hái vài chùm bỏ vào túi áo của mình.

Những Tấm Lòng Nhân Ái

Những người đàn ông không hề quan tâm đến chuyện đói khát. Họ đặt hàng loạt câu hỏi cho hai người dẫn đường với giọng đầy hệ trọng và nghiêm trang: "Khi nào mình tiếp tục?", "Có kịp giờ không?" và "Còn bao lâu nữa mới đến nơi?"

"Mình nghỉ một chút là phải đi ngay. Bên ghe hẹn mình ở bãi từ một giờ đến ba giờ. Nếu đến ba giờ mà không thấy mình họ sẽ đi luôn." Người dẫn đường đáp bằng một giọng nghiêm trang không kém.

"Vậy thì mình đi ngay đi! Càng sớm càng tốt. Chẳng thà đến trước giờ hẹn còn hơn bị trễ." Một người đàn ông nói.

"Chỉ mong là mình đến đúng giờ hẹn bởi vì đường đi sắp tới rất gập ghềnh." Người dẫn đường đáp lại với giọng hết sức lo âu.

"Hơn nữa, nhóm mình phần đông là đàn bà và con nít không biết có đến bãi kịp không? Các chị các em cố gắng đi theo chúng tôi thật nhanh. Nếu không kịp giờ, ghe sẽ bỏ mình lại đó. Ông chủ ghe đã giao hẹn là không chờ." Người thanh niên đi cuối nhóm sau khi Tinô bị rớt xuống sông, nói thêm.

Không ai đáp trả một lời; mọi người vội vã lục tục đứng dậy chuẩn bị lên đường. Tôi đã rút chiếc đèn pin trong giỏ ra khi đứng lên. Khi thấy tôi mở đèn để thử, người dẫn đường đi đầu cảnh cáo:

"Tôi xin dặn trước là không ai được dùng đèn. Mặc dù chúng ta phải đi trong tối trên con đường gập ghềnh nhưng phải lần bước theo nhau mà đi chứ không được bấm sáng đèn để soi đường. Nếu mà mấy anh chị không nghe lời, bị công an phát hiện thì đừng có trách."

Những Tấm Lòng Nhân Ái

Tôi không hỏi lại mặc dù rất thắc mắc tại sao anh ta bấm sáng đèn pin sau khi cảnh báo chúng tôi như thế. Kiểm số người hiện diện xong, người thanh niên dẫn đường này bảo chúng tôi đi theo.

"Cần phải đi ngay chính giữa để khỏi bị lạc!" Tôi đã nghĩ vậy khi chen vào sau lưng người thứ năm của đoàn người.

Chương Bốn

Những Tấm Lòng Nhân Ái

Khi chúng tôi tiếp tục cuộc hành trình của mình thì Tinô bắt đầu trở lại với giấc ngủ dở dang của nó. Lúc này Tinô đã quen với tư thế ngủ ngồi nên tôi có thể dùng bàn tay mình bọc đầu và ôm mông nó khi xuyên qua những nhánh cây lòa xòa. Đường đi bấy giờ chỉ còn một lối hẹp nên đoàn người chúng tôi hoàn toàn lệ thuộc vào nó khi đi theo sau người dẫn đường. Thỉnh thoảng, người thanh niên đi đầu này dừng lại bấm đèn, quét lớp sáng phớt dài về phía chúng tôi như để kiểm nhanh số mọi người sau lưng hơn là rọi đường. Còn chúng tôi bước thận trọng hơn vì trong tâm trí vẫn còn ám ảnh những lời cảnh cáo của anh. Thực tế, đường đi thỉnh thoảng có những gò đá lổn nhổn trong đất chứ không như chữ gập ghềnh mà anh đề cập trong vườn cây. Tuy nhiên, càng đi, con đường càng quanh co khúc khuỷu và hẹp hơn bởi những bụi cây cao vút và rậm rạp. Những cành lá sum sê không những che cả bầu trời mà còn chắn cả lối đi, cho nên có lúc tôi phải nghiêng mình dùng lưng tém chúng qua một bên để bước qua, cốt không để những nhánh lá đâm chọc vào lưng hay cào xước đầu Tinô. Với cách đi như thế tôi hứng chịu mọi cái va quẹt và cản trở từ những nhánh lá và những bụi gai rừng. Chúng châm vào lưng tôi và thỉnh thoảng kéo rách vài mảnh quần áo của tôi.

Qua đoạn đường ngoằn nghèo và um tùm cây lá khoảng ba mươi phút những người đi trước bước chậm hẳn. Một lúc sau, họ cùng đứng lại và dồn vào một chỗ mà khi đến gần họ tôi cảm thấy như mình vừa mới bước ra khỏi hang động tối tăm. Trước mặt tôi là khoảng không quang đãng mà xa hơn là rừng cây đen dày đặc vừa kéo tận xuống dưới vừa vươn lên tận đỉnh cao. Rất nhiều dải mây trắng bồng bềnh xuyên qua các ngọn cây, chậm chạp trôi về đỉnh núi để hội tụ với muôn vàn cụm mây màu trắng đục cao thấp không đều. Những dải mây bàng bạc đã trang điểm cho đỉnh núi một vẻ non bồng chẳng khác gì cảnh thiên thai trong truyện thần tiên. Không những chỉ tôi, mọi người đều ngơ ngẩn trước vẻ đẹp man dại và bí ẩn của rừng đêm. Tuy nhiên, chưa kịp trọn vẹn thưởng thức tuyệt tác của thiên nhiên, chúng tôi đều phải theo tiếng hối giục giã của người thanh niên đi đầu. Lúc này, chúng tôi phải chờ nhau để tuần tự leo xuống. Trong khi chờ những người đi đầu lom khom tìm lối một cách khó khăn, tôi cảm nhận con đường mình sắp tiếp tục rất hiểm nghèo và trắc trở. Chồng tôi, có lẽ cùng cảm giác như tôi, bảo để anh đi trước thăm lối rồi chỉ đường cho tôi ẵm Tinô theo sau. Nghe lời anh, tôi nhường đường và rồi đứng chờ hướng dẫn. Lúc này chúng tôi không có thể đi lại như trên đường bằng mà phải bò hoặc leo xuống những tảng đá thấp hơn. Chúng tôi di chuyển rất chậm chạp và vất vả để vượt qua con đường gập ghềnh trong màn đêm đen tối. Những người theo sau chúng tôi thường phải chờ rất lâu vì vợ chồng chúng tôi vừa phải chuyển vật vừa phải chuyển người. Những người đi trước chúng tôi cũng chẳng thể bước nhanh hơn vì chẳng ai ý niệm được con đường mình đang bước là con đường như thế nào và nhìn rõ nó ra sao. Mò mẫm theo từng ghềnh đá, chúng tôi, người sau lần theo người trước qua tiếng nói nhắc nhở của nhau mà thôi. Trong lúc chúng tôi ở vào tình trạng khó khăn như thế, người dẫn đường không hề rọi sáng cho chúng tôi một lần nào và cũng chẳng hề hỏi chúng tôi có thấy đường không. Như người mù vô vọng với bóng tối, có lúc tôi ngước mặt lên trời mong có ánh sáng ban ơn, thế nhưng, càng nhìn lên trời cao tôi càng tuyệt vọng hơn. Đêm không trăng mà màu lam trắng của bầu trời đang chuyển dần sang màu xám. Khá nhiều đám mây che kín bầu trời khiến vũ trụ tối sầm hẳn đi. Đã vậy, càng leo xuống càng gặp nhiều ghềnh đá với độ sâu khá lớn cho nên chúng tôi di chuyển rất chậm. Tôi thường phải dò dẫm tìm chỗ an toàn và thuận tiện nhất rồi mới ôm Tinô leo xuống theo sự chỉ dẫn của chồng tôi. Có lúc tôi phải loay hoay với đôi dép trên tay vì sợ bị trượt cả mẹ lẫn con nhưng rồi phải mang trở lại vì mặt đá có khá nhiều chỗ bén nhọn như khảm dao đinh. Khi dừng trên một tảng đá mà bờ vực của nó có khoảng cách khá xa nơi chồng tôi đứng bên dưới, tôi quyết định dùng chiếc đèn pin của mình rọi xem nơi nào là chỗ an toàn để chuyền Tinô xuống cho anh. Ánh sáng vừa lóe lên, hàng khối đá gồ ghề lởm chởm bên dưới hiện ra khiến tôi choáng váng. Trong lúc chưa nhận thức rõ ràng thực tế mình vừa chứng kiến và phân vân tìm nơi an toàn để chuyển Tinô xuống dưới, tôi giật mình bởi tiếng la thất thanh:

"Ai bật đèn đó? Tắt ngay!"

Vội vàng làm y theo lời nhưng tôi không cảm thấy hổ thẹn vì đã vi phạm những quy định mà người dẫn đường yêu cầu trước khi khởi hành. Trái lại, tôi rất tức tối vì sự dẫn đường ngu xuẩn của người đi đầu đối với người có con nhỏ như tôi và những đứa trẻ độ tám và mười tuổi sau lưng tôi. Cùng với cảm giác bực bội trong lòng, tôi cảm thấy uổng công khi vi phạm điều quy định. Bởi vì sự lóe sáng trong chốc lát của cây đèn pin không giúp cho tôi rõ chỗ nào là nơi tôi có thể đưa Tinô xuống an toàn nơi chồng tôi đang đứng. Điều mà tôi nhớ được chỉ là hàng khối đá tảng bên dưới và độ cao từ chỗ tôi xuống chỗ chồng tôi rất là xa.

Những Tấm Lòng Nhân Ái

Từ dưới, chồng tôi nói lên:

"Em chuyền Tinô xuống đây cho anh đi! Khi đón được con rồi anh sẽ báo cho em biết. Lúc đó em hãy thả tay ra."

Nghe lời anh, tôi ngồi xuống cạnh bìa ghềnh, xốc Tinô bằng hai tay ở hai bên nách của nó rồi từ từ chuyền xuống. Chồng tôi phải nhón người với tay lên mới đón được Tinô rồi hướng dẫn tôi leo xuống. Khi xuống đến cạnh anh và bế Tinô lại, tôi nghe những tiếng cằn nhằn của người dẫn đường đi đầu. Có lẽ anh ta muốn đối mặt với tôi để mắng một trận cho hả giận nhưng bởi sự leo trèo không được dễ dàng khiến anh chỉ có thể nói lầm bầm bên dưới mà thôi.

Kéo lết hai chiếc giỏ theo mình để tiếp tục leo xuống, chồng tôi căn dặn:

"Em đừng bật đèn nữa! Người ta đã dặn thế mình đừng nên trái lời. Anh cố gắng dò nơi an toàn rồi hướng dẫn cho em đưa con xuống. Không cần phải hấp tấp làm gì."

Thế là theo cách đã bàn, chúng tôi chậm chạp thực hiện các động tác dò dẫm, trườn bò, chuyền đưa và trao nhau bồng bế con để lần theo những người đi trước. Tuy các bước tiến hành rất khó khăn nhưng đã không có chuyện gì đáng tiếc xảy ra. Mắt của chúng tôi dường như đã quen dần với màu đen của đêm, với những bóng người lờ mờ quanh mình và cả nền đá sắc cứng dưới chân. Sau lưng tôi, thỉnh thoảng vang lên tiếng khóc của hai thằng bé, tiếng dỗ dành của người mẹ, tiếng than van về chuyện mất dép và chuyện tìm kiếm. Tất cả nhắc nhở tôi giữ chặt đôi dép của mình hơn khi trườn bò trong cảnh mù mù tăm tăm. Với những người vượt biển như chúng tôi, chúng là vật tùy thân quý giá cho lúc phải quay trở về. Dù sao, vật bất ly thân này của tôi chỉ bảo vệ phần dưới bàn chân tôi. Mu bàn chân của tôi không tránh

Những Tấm Lòng Nhân Ái

khỏi những vết cứa cắt khi cạ qua những tảng đá lởm chởm trong lúc trườn xuống. Có lẽ mọi người đều có chung tình trạng như tôi nên đã có không biết bao lời than vãn vang lên. Trong khi cùng nhau oán trách người tổ chức ngu si chọn con đường đầy nguy hiểm, chúng tôi phải im bặt vì cơn mưa ập xuống bất ngờ. Như trút từ thác trời, mưa rơi một cách mạnh mẽ và dữ dội. Màn nước dày đặc của nó đã dìm chìm màn đen của tối và hình ảnh mờ mờ của vạn vật xung quanh. Đang ôm Tinô ngồi chờ chồng tôi leo xuống, tôi hốt hoảng cong lưng che cho nó khỏi ướt. Nhiều tiếng kêu trời, tiếng chửi rủa lẫn tiếng kêu giúp vang lên nhưng tất cả đều bị át bởi tiếng mưa rào rào trên lá lẫn không gian. Xối xả trên đầu, trên người chúng tôi rồi ào ạt tuôn tràn xuống dưới, nước mưa tạo thành vô số dòng lênh láng trên mặt đá. Lúng túng, mọi người đều phải dừng các động tác leo, bò, bám hay tuột để tìm cách chống chọi sự ướt át và trơn trượt. Chồng tôi đang định leo xuống phải trườn người ngược lên trên, thụp xuống ngồi sát bên cạnh tôi để cùng che cho Tinô. Dù cố gắng biết bao nhiêu nhưng cả chúng tôi và nó đều bị ướt sũng. Hối hả lục trong chiếc giỏ lớn, chồng tôi rút bộ đồ của Tinô ra và bảo tôi thay ngay cho nó. Tôi làm y lời trong khi vẫn khom lưng cùng anh làm mái che. Bộ đồ vừa thay xong, Tinô ướt chẳng khác nào chuột lột. Còn chúng tôi, vắt tóc, vuốt mặt, giũ áo quần nhiều lần mà nước vẫn ướt đẫm từ đầu đến chân. Tôi chẳng hề dám nhúc nhích để thay đổi tư thế ngồi cho dù đôi chân rất mỏi và đôi dép bên dưới không chịu đựng được sự trơn láng của những dòng tuôn trên mặt đá. Cố gắng lắm tôi mới nghẻo đầu về phía sau và chòng chọc mắt tìm hiểu. Trên cao, vài tia chớp lóe lên rồi lịm vào trong bầu trời đen kịt. Những đám mây trắng đục trở thành màu xám đen dày đặc mang mưa giăng kín khắp mọi nơi. Phỏng đoán những dòng nước đang chảy ròng ròng dưới chân mình do kết quả từ những cơn mưa trên đỉnh, tôi cảm thấy oán giận người tổ chức vô cùng. Tôi không hiểu vì sao họ có thể ngu xuẩn đến độ chọn con đường chỉ toàn đá mà đòi hỏi chúng tôi ra đến bãi đúng giờ. Tệ hại hơn, khi trù tính dùng con đường gập ghềnh này có lẽ họ chẳng bao giờ nghĩ đến chuyện phải đối phó với sự ngập tràn của nước mưa rừng như thế. Trong khi chúng tôi phải khựng lại vì nước mù mịt trong không gian và láng trơn trên đường đi, người dẫn đường đi đầu nhấp sáng đèn về phía sau, hối thúc:

"Cố gắng đi nhanh thêm chút nữa đi anh chị ơi! Nếu mà chậm như thế này, mình sẽ bị bỏ lại vì trễ đó."

Nghe vậy, chúng tôi đành phải cố gắng dịch bước nhanh hơn để tiến theo gót người đi trước. Tôi giận bản thân rất nhiều vì khi chuẩn bị mọi thứ cho cuộc hành trình tôi đã không nghĩ đến chiếc áo mưa. Cũng như tôi, chắc những người trong nhóm không hề nghĩ đến nó vì đài khí tượng chẳng hề nhắc nhở gì đến chuyện mưa gió trong phần dự báo thời tiết hôm qua. Hơn nữa, những ngày này thời tiết nơi địa phương chúng tôi rất đẹp, có ai ngờ sẽ có những cơn mưa lớn xảy ra như thế đâu. "Hay bởi mây trôi về núi vào ban đêm mà nước rơi ồ ạt như thế này?", "Hay là rừng thường có những cơn mưa khi về đêm?" Tôi đặt nhiều câu hỏi trong lúc vừa thay đồ bộ đồ khác cho Tinô vừa ôm nó trườn theo chồng tôi. Lần này chúng tôi không thể dùng phương cách người đi trước, người chuyền sau như đã làm. Trì lưng vào đá trơn láng, tôi ôm Tinô trượt đến nơi chồng tôi vừa leo xuống khi nghe hối thúc của những người đi sau. Trong cái dữ dội của mưa rơi và sự trơn tuột của đường đi, chồng tôi chỉ có thể giúp tôi lấy những bộ đồ cho Tinô và cất những bộ độ ướt của nó vào trong giỏ trong khi khệ nệ khuân chuyển hai chiếc giỏ theo bên mình. Hai cái giỏ nặng trình trịch bởi trọng lượng vốn có lẫn áo quần ướt và nước mưa khiến anh không thể làm hơn thế. Khi bộ đồ cuối cùng của Tinô bị ướt nhẹp mà mưa vẫn chưa ngớt, tôi đành hỏi anh lấy chiếc khăn lông đã sử dụng khi Tinô bị té dưới sông để lau và quấn cho nó. Chỉ trong tích tắc, chiếc khăn ướt sũng chẳng khác gì những bộ đồ trên người chúng tôi. Nước mưa làm Tinô tỉnh ngủ nhưng nó không kêu khóc vì lạnh run. Trong tình thế hiểm nghèo ấy, tôi hoảng loạn bấm sáng đèn để xem xét tình trạng sức khỏe của con mình. Lần này, người dẫn đường đi đầu nhất định không tha tôi nữa. Anh cố gắng leo ngược lại, trực diện với tôi trên tảng đá mà tôi đang đứng, hét lớn:

"Chị có nghe tôi nói mấy lần là không được bấm đèn sáng không vậy?"

Tôi tắt đèn nhưng hét lại, lớn không kém:

"Thế tại sao anh bấm đèn được? Anh đừng ỷ là người dẫn đường rồi muốn làm gì thì làm! Là thanh niên mà bấm đèn để tìm đường an toàn đi, còn tôi có con nhỏ như thế này thì không cho tôi dùng đèn! Nói cho tôi biết cách nào để tôi có thể bồng đứa nhỏ một tuổi rưỡi đi trên đường đầy đá lởm chởm, trong bóng tối mịt mùng và dưới trời mưa lớn như thế này đi!"

Người dẫn đường bấm đèn sáng rọi vào mặt Tinô. Đôi mắt kinh hoàng của nó nheo lại vì nước mưa rơi và ánh đèn chói nhưng đôi môi nó tím ngắt của nó không thể bật nổi tiếng khóc vì cóng. Đôi mắt của người dẫn đường kinh hoàng chẳng khác đôi mắt của Tinô. Tắt đèn, anh chửi đổng:

"Đ. má lũ ngu! Cỡ tuổi này mà tụi nó cũng nhận cho đi! Thằng nhỏ chắc chết thôi!"

Lúc này tôi mới nhớ lời dặn dò của C. Sơn về cái nải, miếng vải địu của những người đàn bà dân tộc thiểu số thường địu con nhỏ sau lưng khi đi lại hay làm việc. Có lẽ nàng chỉ nghĩ là tôi sẽ đem Tinô xuyên qua rừng nên căn dặn kỹ lưỡng về miếng vải địu con chứ không tưởng tượng cảnh tôi mò mẫm trong con đường đầy đá gồ ghề, lởm chởm trong lúc đứng dưới cơn mưa rừng thật lớn. Với miếng nải thượng, dù không bị mưa chăng nữa, tôi cũng không thể địu Tinô như người dân tộc thiểu số địu con bởi vì khi bò trườn tôi có thể gây thương tích cho nó bằng những cái va đầu vào đá. Dù sao thì trí óc của tôi không đủ tỉnh táo để phân tích chuyện phải trái. Tôi chỉ muốn Tinô được khô ráo để không bị rét cóng mà thôi.

Người dẫn đường hạ giọng, nói như tâm tình:

"Sở dĩ em không cho ai bật đèn mà em bật đèn vì em biết cách. Như lúc này, em đứng trước mặt chị, lưng che phía trước thì em có thể bấm đèn. Còn chị đứng trên cao, soi đèn xuống dưới tìm đường bước đi thì không được. Nói tóm lại, nếu bây giờ chị muốn bấm đèn soi lối để ẵm cháu đi thì có thể chấp thuận nhưng chị phải quay ngược lưng lại trước khi bấm đèn và cố gắng che ánh sáng không cho nó lóe xuống dưới."

Nhìn khuôn mặt ngơ ngác của tôi, anh ta nói tiếp:

"Chị nhìn xuống đi! Trước mặt chị, dưới xa ấy là biển. Nếu nhìn kỹ chị sẽ thấy những chấm sáng nhỏ xíu lập lòe. Đó là đèn của những chiếc ghe. Giờ này có rất nhiều ghe tuần tra của công an. Nếu thấy ánh đèn của mình trên này, tụi nó sẽ biết có người vượt biên, và phát hiện địa điểm của mình ngay."

Không nghe tôi nói gì, anh ta nói thêm:

"Đến nước này em không muốn giấu thêm nữa: Chúng ta đang đi theo lòng sông khô để xuống biển. Cuối con đường này là nơi ghe đón mình."

Lòng sông khô?" Tôi kinh hãi kêu lên " Trời đất ơi! Hèn chi ở đây toàn những đá và ghềnh."

Cố căng mắt để nhìn khối đen thùi dưới sâu phía trước mặt, tôi lập bập thêm:

"Cứ nghe anh nói 'con đường, con đường' nên tôi không suy nghĩ gì khác ngoài lối đi. Chả trách sao khi tuột trên đá tôi cứ thắc mắc tại sao đường đi mà cứ xuôi xuống dưới và ở trong rừng sao chẳng có bụi cây cọng cỏ nào dưới chân."

Quay ngược đầu về phía đỉnh núi, tôi nói to hơn, tưởng chừng như át cả tiếng mưa:

"Tại sao mà các anh nghĩ cái lối đi khủng khiếp như thế này vậy hả? Mưa cỡ này thì làm sao lòng sông còn khô được nữa chứ? Nước tràn xuống kiểu này mà mình xuống hạ lưu thì có mà chết chìm!"

Cúi xuống nhìn Tinô run rẩy trong tay, tôi giận dữ nói tiếp:

"Bây giờ ai muốn đi tiếp tục thì đi, tôi không muốn con tôi chết, để mẹ con tôi về!"

Mọi người lắng nghe cuộc đối thoại của chúng tôi từ đầu cho đến lúc tôi la lớn mà không chen lấy một lời. Trong khi người dẫn đường không thể đáp lại lời tôi như thế nào thì họ cũng im lìm như bị điểm huyệt. Sự tiết lộ của người dẫn đường đã là một tin kinh khủng vậy mà lời khẳng định cho việc tiến tới hay thối lui của tôi càng dữ dội hơn. Nếu phải đi theo dòng sông khô xa hơn nữa, bị ướt thêm nữa và tuột đá sâu hơn nữa thì mọi người vẫn còn hy vọng là sẽ được ghe đón, chứ không ai có thể bàn cãi hay khuyên nhủ cho chuyện tôi đòi đem con trở về. Không ai có thể phủ nhận rằng sức khỏe của đứa bé nhỏ nhoi như Tinô không hề thích hợp cho cuộc hành trình nguy hiểm chết người, nhưng không một ai có thể góp ý nên hay đừng khi chúng tôi đã ở ngay giữa con đường đến bãi.

Những Tấm Lòng Nhân Ái

Trong lúc mọi người im thin thít trước tình trạng tiến thoái lưỡng nan của tôi, người dẫn đường đi cuối đến gần tôi giải bày: "Em thường đi lại trong vùng này nên biết rõ lắm. Con sông này dù bị mưa nhiều đến đâu cũng không hoạt động lại được. Với dốc cao như thế này bao nhiêu nước cũng đổ tràn ra biển thôi. Ở cửa sông nước sâu, ghe lớn tấp vào được, mình không cần phải bơi ra. Nếu đi tiếp tục, đến đúng giờ, ghe bốc mình sớm. Được lên ghe thì mình chăm sóc cháu chu tất hơn."

Không được trả lời, anh nói tiếp:

"Bây giờ đã mười giờ, chỉ cần bốn tiếng đồng hồ nữa là đến bãi. Chúng ta đi được nửa chặng đường rồi, chị cố gắng thêm chút đi!"

Mưa vẫn rơi như xối và tôi vẫn ôm Tinô đứng yên giữa hai người thanh niên. Suy nghĩ về thời gian mà người dẫn đường đi cuối cho biết, tôi nhận thấy thời gian trở lại hay tiếp tục chẳng khác gì trong lúc Tinô vẫn phải dầm mưa. Trong khi phân vân với sự lùi hay tiến, đầu tôi ngổn ngang không biết bao nhiêu câu hỏi với chữ nếu. Tôi đã tự hỏi là: Nếu đi trở về liệu Tinô có bớt lạnh không hay vẫn phải chịu lạnh dưới mưa? Nếu đi trở về, ai sẽ là người chịu hy sinh bỏ chuyến vượt biển để dẫn đường cho chúng tôi? Nếu chỉ có vợ chồng tôi trở về thì liệu chúng tôi có thể tìm lối về giữa núi rừng trùng điệp không? Và nếu đến được đỉnh đèo Rù Rì, liệu chúng tôi có thể đón xe trong lúc trời đêm khuya khoắt như vầy không?

Chồng tôi phá tan im lặng bằng câu hỏi đột ngột:

"Nếu tôi dùng đèn soi đường cho vợ con tôi theo cách anh nói là không để ánh sáng tỏa xuống dưới có được không?"

Những Tấm Lòng Nhân Ái

Hai người thanh niên vừa gật đầu ưng thuận, anh bảo tôi trao cho anh chiếc đèn. Rồi anh lục trong giỏ đưa cho tôi chiếc áo len của Tinô bảo thay cho nó và khuyên tôi tiếp tục lên đường.

Những Tấm Lòng Nhân Ái

Chương Năm

Trong khi chúng tôi âm thầm tiếp tục nửa chặng đường còn lại, mưa vẫn không dứt hạt. Chiếc áo len mà Tinô đang mặc thấm nước mau chẳng khác gì những bộ đồ và khăn lông trước đó, ướt sũng như đang ngâm trong chậu nước giặt. Nhìn nó run rẩy trong tay, tôi cuống cuồng lột chiếc áo len ra đưa cho chồng tôi rồi bật hết hàng nút của áo mình và áp nó vào trước ngực. Vài người theo sau ánh đèn của chúng tôi đang ngạc nhiên nhìn Tinô trần truồng như nhộng, càng ngạc nhiên hơn khi thấy tôi bạch ngực ra. Giả tảng như không thấy sự phơi bày này, họ lơ ngơ nhìn quanh quất rồi hay giả lơ tìm chỗ khác để leo xuống. Dù mọi người tế nhị thế nào, tôi không hề quan tâm vì tôi chẳng còn biết giữ kẻ hay e thẹn gì nữa. Đầu tôi lúc đó chỉ có một ý nghĩ là truyền hết mọi nhiệt độ trong cơ thể mình cho Tinô được ấm hơn. Hơn thế nữa, tôi còn muốn dùng cả tính mạng mình đền bù lại tình cảnh không như ý muốn mà đứa con non nớt của tôi đang phải gánh chịu. Trong khi tôi chỉ nghĩ đến sức khỏe của con tôi, thì vùng da thịt trước ngực tôi dần dần ấm lên bởi thân nhiệt của Tinô. Biết nó cũng được ấm như mình, tôi cảm thấy yên tâm nên di chuyển mau hơn theo ánh đèn soi của chồng tôi.

Những Tấm Lòng Nhân Ái

Theo lệ, chồng tôi thường tìm chỗ nào tốt nhất để leo xuống, rồi chuyển hai chiếc giỏ xuống và rọi đèn cho tôi. Tuy nhiên, đến một tảng đá quá cao so với bên dưới, anh đã quăng hai chiếc giỏ xuống xem độ sâu nó là bao, rồi bám vào đường hở giữa hai tảng đá để leo xuống dưới. Lúc này Tinô đã say trong giấc ngủ, nên tôi không thể xách nách nó đưa xuống như lúc ban đầu, cũng như không thể ẵm nó bên hông bò theo chồng tôi như lúc được sử dụng đèn pin. Đặt Tinô ngang bụng, cuộn tròn đầu và mình nó trong vòng tay, tôi lết đến nơi mà chồng tôi vừa leo xuống, rồi kê lưng sát vào đường kẽ và buông mình tuột xuống. Việc làm không báo trước của tôi khiến chồng tôi kinh hoảng, la lên:

"Em làm gì vậy? Sao không nói không rằng mà tuột xuống như vậy?"

"Em phải làm như thế thôi! Chứ vách đá cao như thế chuyền con xuống, lỡ tuột tay, đầu nó va vào đá thì khổ." Tôi trả lời với giọng hài lòng mặc dù toàn thân rất ê ẩm không thể đứng lên được. Đỡ tôi dậy, chồng tôi lo lắng hỏi:

"Xem người có sao không? Kiểm lại chân coi có bị trặc 'sơ mi' không!"

Cử động cả hai chân để khám xét, tôi lắc đầu:

"Em không bị trặc chân nhưng em rớt dép hết rồi!"

Nghe lời này, chồng tôi quay quắt mò mẫm xung quanh tìm kiếm khiến tôi phải gàn ra ngay:

"Nhưng em nghĩ là không cần dép nữa đâu. Đi chân không thấy vậy mà không bị trượt."

Dứt lời, tôi lom khom tìm đường đi xuống. Tôi biết là nếu không có đôi dép, chân tôi sẽ bị cứa cắt nhiều hơn nhưng tôi không muốn làm trì trệ lộ trình mà nhóm chúng tôi đang gần đến đích. "Sá gì chuyện chân bị cắt hay chảy máu nếu được đến điểm hẹn đúng giờ, và được lên ghe an toàn. Nếu không phải quay trở về thì cũng không cần dép làm gì." Nghĩ thế, tôi cố gắng di chuyển nhanh hơn và không nghĩ đến đôi dép hay độ chênh lệch cao sâu của những tảng đá nữa.

Chẳng hiểu vì tâm lý được an ổn hay vì đã gần đến hạ lưu của lòng sông khô mà càng xuống dưới tôi càng thấy mình đi nhanh hơn và thuận tiện hơn. Đoạn đường không còn sự chênh lệch của những ghềnh đá cao sâu nên chúng tôi không còn phải bò trườn. Bước lên vài mô đá thấp hay len qua những khóm cây mọc mất trật tự giữa đường, chúng tôi có thể đi thẳng người như đi trên đường bằng. Thêm một quãng chúng tôi phải bước trên đoạn đường nhiều sỏi đá rồi đi lên những mô đá nổi lổm chổm nơi đoạn đường có nhiều bụi cây mọc trong những vũng nước để bước qua. Tràn trề hy vọng với ý nghĩ sắp được ghe vớt, chúng tôi đồng bước thật nhanh. Lúc này bầu trời quang đãng hơn vì mưa đã hoàn toàn dứt hạt. Nhìn về trước chúng tôi thấy rất nhiều lùm cây thâm thấp xen lẫn những bụi cỏ cao. Chi chít như đám rừng thấp, chúng kéo dài tận về phía trước nơi thấp thoáng màu xanh của biển. Tiếng sóng nước hòa lẫn tiếng gió vọng từ xa đến. Giọng nói hân hoan của một người đàn ông nào đó chợt vang lên. Anh ta báo cho mọi người biết chỉ còn mười lăm phút nữa sẽ đến một giờ. Chúng tôi đang vui mừng với ý nghĩ sẽ được ghe đón, bỗng thấy hồi hộp khi nhìn thái độ kỳ quặc của hai người thanh niên dẫn đường. Sau khi căn dặn chúng tôi đứng yên một chỗ hai người đi thẳng về phía trước ngó quanh quất khắp nơi như đang kiếm tìm vật gì. Một hồi sau, hai người trở lại và người thanh niên dẫn đầu nói với giọng áo não:

"Bãi bị bể rồi!"

Những Tấm Lòng Nhân Ái

"Gì mà mới đến đã nói là bãi bể?", "Tổ chức làm ăn cái kiểu gì kỳ vậy?", "Bắt người ta lội núi non hiểm trở mấy tiếng đồng hồ rồi nói khơi khơi là bãi bể, ai mà tin được chứ!" Nhốn nháo trong bất bình, chúng tôi không hề nhích bước. Cảm giác vui mừng vì đã đến đích vẫn còn lan tỏa trong thân thể chúng tôi khiến cho ai nấy không tin lời thông báo khá tàn nhẫn của người dẫn đường.

"Tôi nói thật là bãi mình bị bể rồi. Mình phải đi trở lại ngay!"

Người thanh niên lập lại lời cảnh báo của mình với giọng đầy thuyết phục. Rồi bất kể chúng tôi cằn nhằn thế nào, anh ta chen ngang giữa nhóm người, vừa bước vừa nói với giọng thiếu bình tĩnh:

"Tụi mình phải đi ngược trở lại ngay! Đi càng xa nơi đây càng tốt. Nếu không, sẽ bị bắt hết cả lũ."

Vẫn không nhúc nhích, mọi người nhìn anh ta chằm chằm. Chồng tôi hỏi với giọng bực bội:

"Mấy anh chơi cái trò gì đây? Mới vừa đưa xuống đã nói đi về. Lấy lý do gì anh nói bãi bị bể?"

Người dẫn đầu khựng lại, nói một cách hấp tấp:

"Chúng tôi có tín hiệu riêng nên biết ghe bị động. Nếu mình còn ở đây trước sau gì cũng bị bắt."

Người đàn ông, thường kè kè bên mình một chiếc giỏ to gấp đôi chiếc giỏ lớn bình thường, dàn hòa:

"Nếu ghe bị nghi ngờ không đón mình lúc một giờ được thì nó sẽ tìm cách đón vào giờ khác trong khoảng từ một đến ba giờ. Mình cố gắng chờ thêm chút nữa xem sao."

Những Tấm Lòng Nhân Ái

Người thanh niên đi cuối nói:

"Thời gian từ một đến ba chỉ là giờ trừ hao thôi, thực sự nếu chúng ta không bị lộ thì ghe đã có mặt ở đây từ lúc mười hai giờ khuya rồi. Tưởng đâu ông chủ ghe bốc vợ con ổng ở chỗ nào khác rồi nên họ không đến điểm hẹn. Thì ra, họ đã biết động nên không đi.

Bí mật được tiết lộ nhưng không một ai chịu tin. Chúng tôi vẫn khăng khăng với sự trừ hao và gắn chặt với giờ dây thun cố hữu của người Việt.

Không thấy ai phản ứng trước điều tiết lộ, người dẫn đầu nói:

"Nếu mấy anh chị muốn ở lại chờ thì ở, còn chúng tôi phải đi về. Tụi công an mà tóm, các anh chị chỉ bị tù vài tháng chứ tụi tôi mọt gông vì tội tổ chức."

Vẫn không một ai nhúc nhích nên hai người dẫn đường đành quay lưng bước đi. Họ bước thêm độ dăm bước, tôi vội lên tiếng:

"Các anh làm ơn đưa vợ chồng tôi đi với!"

Hai người dẫn đường khựng lại, đưa mắt nhìn nhau. Một hồi, người dẫn đường đi đầu bước xuống chỗ tôi, nói:

"Nếu chị muốn đưa cháu về chúng tôi có thể hướng dẫn đường cho chị nhưng chúng tôi không thể đưa cả chồng chị đi. Lên trên Quốc Lộ, người ta thấy anh là nghi ngay."

Vừa liếc ngang khuôn mặt căng thẳng của chồng tôi, tôi vừa hỏi vặn:

"Nói vậy sao anh bảo chúng tôi đi về? Đi về cả đoàn hay ba người cũng vậy thôi. Không lẽ để cả đoàn giải tán kiểu mạnh ai nấy đi?"

"Tôi nói về cả đoàn có nghĩa mình phải rời xa cái chỗ này kiếm chỗ nấp đâu đó rồi dò la động tĩnh trước khi tìm xe về thành phố. Còn chị muốn cháu nhỏ sớm về nhà lại muốn về cả gia đình thì chúng tôi không thể tìm phương tiện chuyên chở cho cả ba cùng một lúc được. Nếu chỉ mỗi mình chị với cháu thì may ra."

Trong khi tôi và hai người dẫn đường đôi co thì người đàn ông có chiếc giỏ kềnh càng nài nỉ:

"Chị ở lại đi chị! Bãi này phải có ít nhất mười hai người thì tụi ghe mới bốc. Nếu chị về, không đủ trả chi phí, họ không chịu bốc chúng tôi và chồng chị đâu. Đâu dễ gì đến được chỗ này. Để hai anh này về coi tình hình và báo cho chủ ghe biết mình đã đến nơi. Biết đâu vì bị điều gì đó, ghe không thể vào đón mình đúng như qui định nhưng sẽ đón sau đó một vài ngày."

Lời nói của người đàn ông này đúng một phần nào vì tôi biết có nhiều chuyến đi có những trục trặc gì đó mà người phải nằm bãi một vài ngày ghe mới đến đón đi được, nhưng tôi không biết trả lời ra sao trước cảnh tình của con tôi. Chắc chắn là tôi sẽ không bao giờ bỏ chồng tôi ở lại và cũng không đi với hai thanh niên lạ trong rừng với hàng nút áo bật mở, nhưng tôi phải làm sao nếu Tinô có mệnh hệ nào. Bối rối trước ánh nhìn chờ đợi của mọi người, tôi cúi đầu nhìn xuống. Tinô im lìm trong vòng tay ôm của tôi, ngủ một cách ngon lành và an ổn. Hơi thở của nó bình thường và đều đặn. Sờ đầu và lưng để kiểm tra nhiệt độ nó kỹ hơn, tôi vẫn không thấy một dấu hiệu nào của cảm lạnh hay nóng sốt. Khép hai vạt áo của mình để che kín thêm cho nó, tôi nói:

"Thôi các anh đi đi. Tôi ở lại."

Chương Sáu

Chúng tôi đều bất động nhìn theo hai người dẫn đường khi họ quay gót bước đi. Có lẽ mọi người, cũng như tôi, đang chịu cảm giác bị bỏ rơi lan tràn trong cơ thể nên đều hy vọng họ quay trở lại. Bởi vì dù được ghe đón đi hay phải trở về, chúng tôi vẫn cần có người hướng dẫn như rắn cần đầu. Niềm hy vọng mong manh của chúng tôi tan biến trong phút chốc khi hai cái bóng ẩn ẩn hiện hiện một lúc rồi biến mất. Con đường họ đi qua chỉ còn lại một luồng đá lam xám giữa hai rừng cây đen thẫm, kéo dài từ đỉnh núi xuống tận chỗ chúng tôi đang đứng và tôi đã rùng mình khi tưởng tượng khoảng không của con đường lam xám ấy được ắp đầy bởi nước. Nếu thế, nó thực sự là một dòng sông lớn với hàm lượng nước kinh hồn đổ xuống biển mà trung lưu của nó sẽ có những con thác cao nghều với sức nước vô kể. Tôi không biết vì sao hai người dẫn đường phát hiện được lòng sông khô này cũng như không hiểu vì sao họ chắc chắn là nó không còn hoạt động được. Tôi không biết tên của họ là gì và cũng không biết họ phải đích thực là người tổ chức chuyến đi không; nhưng họ đã để lại cho tôi một ấn tượng rất sâu sắc về chuyện dùng lòng sông khô để định hướng ra đến bãi. Nếu không phải đi cùng trẻ con, cách đi này thực sự tuyệt diệu cho việc thoát khỏi sự phát hiện của công an.

Nghĩ đến công an, tôi vội hối chồng tôi đi lên cao thêm chút nữa để tìm chỗ an toàn hơn. Mọi người đã họp thành nhóm riêng nhưng vẫn quây quần gần kề nhau. Trong khi chờ đợi, chúng tôi đã vắt khô áo quần và phơi chúng trên những cành cây. Chúng tôi không ở xa bờ lắm vì hình như ai cũng tin rằng vùng đất lầy đầy cây thấp trước mặt là khoảng cách đủ để chạy thoát khi thấy công an cập bờ. Thực sự là tôi không nghĩ nhiều đến điều tệ hại ấy. Mong tưởng trong tâm trí tôi vẫn là một chiếc ghe nào đó cập bờ rồi vài người bì bõm chạy vào với những cánh tay vẫy và những tiếng gọi í ới rộn ràng. Đã quá ba giờ mà không gian vẫn yên tịnh. Không một tiếng người kêu gọi cũng không có chiếc ghe nào xuất hiện từ vùng biển xa xa ở trước mặt. Thỉnh thoảng chúng tôi mới nghe được những tiếng sóng rì rào và tiếng gió vi vu đâu đó. Bầu trời càng lúc càng sáng trưng và mặt trời đã xóa hết niềm hy vọng của chúng tôi. Từ xa, màu xanh của mặt biển hiện rõ ràng và rất nhiều chiếc ghe qua lại ngoài khơi xa. Lúc ấy, mọi người đều hiểu chẳng có ghe nào dám rước người vượt biển trong thời điểm như thế nên tất cả đều đồng lòng cuốn xếp rồi lặng lẽ đi thành đoàn trở lên con đường cũ.

Cũng trong lòng sông khô này, nếu tối hôm trước, chúng tôi vất vả vì bóng tối và nước mưa khi đi xuống biển thì sáng hôm ấy chúng tôi chật vật khá nhiều với độ cao và sức nóng của không khí khi leo lên núi. Những khối đá cao nghều là những bức vách chắn tàn nhẫn đối với những đứa thiếu niên và người đàn bà mang theo con nhỏ như tôi. Lúc này hàng nút áo của tôi đã được cài kín và Tinô cũng có bộ đồ khô ráo nhờ gió biển và không khí ấm áp. Những tia nắng của mặt trời càng lúc càng nóng dần lau sạch các mặt ướt của đá tảng và làm ráo hoảnh cả lòng sông. Mọi người chuyện trò thân mật hơn vì nhìn thấy mặt nhau rõ ràng khi kề cận.

Những Tấm Lòng Nhân Ái

Tôi có thể đếm được những người còn lại trong nhóm như người đàn ông với chiếc giỏ khổng lồ, người đàn bà và đứa cháu gái mười sáu, người đàn bà với hai đứa con trai tuổi thiếu niên, người đàn ông với đứa con trai nhỏ, một thanh niên trạc hai mươi lăm tuổi và ba người trong gia đình chúng tôi. Những người đàn ông thay nhau cõng những đứa nhỏ và cùng giúp chúng chuyền lên phía trên trong khi người thanh niên đi một mình thường xuyên giúp tôi cõng Tinô leo lên những khối đá. Trên đường đi tôi đã may mắn tìm được đôi dép rớt của mình. Vì đã quen đi chân không, tôi giữ nó trong giỏ như báu vật phòng khi phải quay trở về. Nghĩ thì nghĩ vậy, nhưng tôi vẫn hy vọng là ghe sẽ ra đón chúng tôi vào khuya ngày hôm sau như người đàn ông có chiếc giỏ khổng lồ nói. Càng leo lên cao, mồ hôi của chúng tôi đổ ra như tắm. Khi biết mình đã xa bờ biển khoảng sáu tiếng đồng hồ và đồng thuận là công an không thể nào đuổi bắt được nữa, chúng tôi bảo nhau tìm chỗ thuận tiện để nghỉ chân và ăn uống. Vợ chồng tôi đã chia thức ăn cho vài người trong nhóm và người thanh niên giúp tôi vận chuyển Tinô nhưng không hề cho ai một giọt nước nào. Vì vận động nhiều, hơn nữa trời khá nóng nên chúng tôi đều khát khô cuống họng nhưng vợ chồng tôi nhất định dành hai chiếc bình nước cho Tinô. Để chống khát, chúng tôi chỉ bỏ vài miếng chanh tẩm đường vào miệng. Tinô thì vẫn được ăn uống như yêu cầu.
Ăn uống xong, mọi người trong nhóm quyết định đi lên cao hơn. Khi tôi ẵm Tinô đứng dậy định theo mọi người, nó đã ré lên kinh hãi và đấm thình thịch vào ngực tôi. Lo lắng, tôi vội ngồi xuống khám toàn thân nó xem có bị hề hấn gì không. Mặc dù đã mười tám tháng tuổi, Tinô không phải là đứa nói thạo nên mỗi lần nó khóc tôi đều phải làm như thế. Tôi chưa kịp mở áo Tinô ra để kiểm tra, nó đã im phăng phắc nên tôi yên tâm ẵm nó đứng lên định bước đi tiếp. Tuy nhiên, chưa kịp bước được bước nào, tôi lại bị nó đánh thùm thụp vào ngực trong khi la hét kịch liệt. Chưa bao giờ Tinô có lối khóc và hành động kỳ lạ như vậy cho nên chồng tôi ngạc nhiên lắm. Anh cố gắng tìm hỏi nguyên nhân mà không thể tìm ra

giải đáp, nên đành vò đầu bứt tai nhìn mọi người leo xa. Dù là thế, anh đã kiên nhẫn bảo tôi ngồi xuống an ủi, vỗ về xem Tinô muốn gì. Lạ lùng thay, giống như lần trước, hễ chúng tôi ngồi xuống là nó im như người đá. Đoán được là Tinô quá sợ hãi khi cảm nhận sự nguy hiểm của đường đi, nhưng tôi nhất định ẵm nó đi theo mọi người vì sợ lạc. Và như thế, đoàn người chúng tôi phải mang theo tiếng la khóc của nó trong lúc lần lượt theo nhau leo lên cao. Khi chúng tôi lên chóp núi, mặt trời vừa ngay trên đỉnh đầu. Trong lúc vừa lau mồ hôi vừa tìm bóng mát, chúng tôi phát giác là người đàn ông có đứa con trai và người thanh niên không còn ở trong nhóm. Biết mình lạc tận trên cao trong khi ba người kia đã tẽ vào con đường nào đó bên dưới, chúng tôi rất hoang mang nhưng chẳng ai nghĩ đến chuyện đi xuống lại để tìm đường về. Trên đỉnh cao chót vót của núi, chúng tôi thấy rõ ràng những chiếc ghe có cờ đỏ đang luẩn quẩn qua lại quanh cửa biển của con sông khô. Thì ra bãi của chúng tôi đã bị động như sự loan báo của hai người dẫn đường. Sợ hãi, mọi người quyết định tìm chỗ núp trên cao chờ đến chiều tối mới tìm đường về.

Quá trưa, trời càng lúc càng nắng chang chang. Sức nóng của không khí làm ai cũng rát khô cuống họng. Vợ chồng tôi, vẫn như lần trước, chỉ dùng chanh tẩm đường để cầm khát chứ nhất định không dám uống một giọt nước nào. Những trái chùm ruột mà tôi để dành trong túi không còn nữa. Có lẽ do tôi bị té nhiều lần mà chúng đã rơi rớt lúc nào từ đêm hôm qua. Tinô đòi uống nước nhiều hơn thường ngày vì la hét quá nhiều và vì đầu trần ngoài nắng khá lâu. Sau khi nó uống xong bình nước nhỏ, chúng tôi đành phải lấy bình lớn ra cho nó uống luôn cho dù chúng tôi vẫn nghĩ đó là số nước dành dụm cho nó trên biển nếu còn được ghe bốc đi vào tối hôm ấy. Khi thấy Tinô tu nước, hai đứa con trai của người đàn bà kêu khóc đòi bà xin cho. Cầm lòng chẳng đặng tôi đã chuyển chiếc bình sang chỗ bà ngồi và căn dặn chỉ cho hai đứa nhỏ uống mỗi đứa hai hớp thôi. Người đàn bà không hề giữ lời hứa; bà đã nốc ừng ực sau khi cho hai đứa con bà uống thoải thích. Nhìn bình nước chẳng còn được là bao, chồng tôi bất bình ra mặt. Anh đã cằn nhằn là tôi không biết giữ của cho con. Tôi không phản ứng gì trước thái độ giận hờn của anh vì tôi hiểu sự lo lắng của anh là chính đáng; tuy nhiên, tôi cũng có lý do riêng của mình khi làm ngược lại điều lo toan của anh. Tôi biết là nhiều người lạc trong rừng đấu tranh với sự khát chẳng khác nào những người không có nước khi lênh đênh trên biển nhưng tôi không thể nào làm ngơ trước cảnh hai đứa nhỏ khóc la xin xỏ khi mình có bình nước trong tay. Càng nghĩ, tôi càng lo lắng chuyện không tìm được đường và tình trạng không còn bao nhiêu nước cho Tinô, rồi rủa thầm người đàn bà đoảng vị, có con nhỏ mà không chuẩn bị gì cho chuyến đi. Giận người thất hứa và giận mình quá tin người, tôi ngồi im, không hề đáp lại lời trách cứ nào của chồng tôi.

Người đàn ông có chiếc giỏ lớn, có lẽ đã quan sát mọi chuyện, lân la đến chỗ chúng tôi ngồi. Ông nói:

"Tôi thấy tham gia những cuộc mạo hiểm như vầy cần có tinh thần tương trợ và đoàn kết thì mới thành công được. Tối hôm qua thấy chị ẵm cháu lội mưa vượt núi tôi phục lắm. Thực tình là lúc đó tôi muốn giúp anh chị phần nào nhưng kẹt là tôi phải mang chiếc giỏ nặng quá."

Đến ngồi gần chúng tôi hơn, ông rất nhỏ:

"Thú thực với anh là trong giỏ tôi chứa toàn hải bàn và hải đồ. Nhờ biết sử dụng mấy thứ này mà nhiều người tổ chức vượt biển cần tôi lắm. Tôi đã hợp tác với một tổ chức vượt biển khác rồi nhưng vì chuyến đó tính 'đánh' vào tuần tới lận nên tôi nhận lời chuyến này ai dè ra nông nỗi như vầy. Chuyến này về, nếu anh chị muốn đi tiếp thì cho tôi địa chỉ liên lạc. Tôi nghĩ anh chị muốn đem theo thằng nhỏ của anh chị cũng không sao vì người tổ chức chuyến đó cũng lo mấy đứa con của họ đi."

    Chồng tôi nghe vậy thì mừng lắm. Sau khi nói chuyện với nhau một lúc, cả hai người kéo ra một chỗ riêng biệt để tâm tình thêm.

Chương Bảy

Chiều vừa nhạt nắng chúng tôi đã lục đục đi xuống tìm đường về. Lần này, không khác gì lúc đi lạc lên tận đỉnh, tôi phải chai lì chịu những cái đấm đá kịch liệt của Tinô cũng như phải chịu đựng những tiếng la khóc om sòm của nó. Đi khoảng ba mươi phút chúng tôi gặp một thằng bé độ mười bảy tuổi đi lên. Nó tự giới thiệu là người dẫn đường đưa chúng tôi về rồi nói là nhờ tiếng khóc của Tinô nên tìm ra chỗ của chúng tôi. Sau khi hỏi tên tôi, nó kể là C. Sơn hết lòng tìm người đưa mẹ con tôi về khi nàng nghe báo chúng tôi bị lạc trong rừng. Nó đã đưa nhóm chúng tôi vào một khu vườn có nhiều cây mít lớn rồi bảo chúng tôi giữ im lặng trong khi chờ người đến đưa về. Tại nơi đây, vợ chồng tôi đã chia hết thực phẩm trong hai chiếc giỏ để thủ tiêu những chứng vật của cuộc vượt biển.

Đêm xuống rất nhanh và cây cối trở thành những bóng đen thùi nhưng Tinô nhất định không chịu ngủ. Có lẽ vì ám ảnh hành trình quá nguy hiểm, nó trở nên thận trọng với cảnh vật man dại và tò mò với sự im lặng khác thường của mọi người xung quanh. Hơn thế nữa, nó tỏ ra ương bướng và phản đối kịch liệt khi tôi ghìm nó trong người để ru ngủ. Tôi càng dỗ dành chiều chuộng nó bao nhiêu, nó càng vùng vẫy, gượng đầu lên la khóc inh ỏi bấy nhiêu. Tiếng khóc vang lừng của nó trong vườn cây làm chồng tôi kinh đảm, hét to:

"Nín! Nín ngay! Có nín được không hả thằng kia? Cứ như vầy, mày giúp công an bắt bố mày rồi đó con ạ!"

Mọi người nghe Tinô khóc thì hoảng vì nghĩ rằng vườn cây chẳng xa đường Quốc Lộ là bao nhưng không ai lên tiếng than trách một lời nào vì nghe chồng tôi la nó. Tan nát tim gan, tôi ôm chặt nó mà nước mắt tuôn không ngừng. Đau khổ vì đã để cho con mình chịu hoàn cảnh nghiệt ngã, tôi không ngừng nói xin lỗi trong khi vuốt ve khuyên nhủ nó. Dường như vừa sợ bố vừa hiểu chút ít nỗi lòng của mẹ, Tinô tấm tức khóc một lúc rồi nằm yên ngủ. Lúc ấy, tôi hứa với lòng là khi về nhà tôi sẽ không bao giờ đem nó đi vượt biển nữa.

Khoảng mười hai giờ đêm, chúng tôi ra đường Quốc Lộ. Mọi người được chia thành từng nhóm nhỏ để chờ người chở xe máy về. Chồng tôi và người đàn ông có chiếc giỏ lớn được chở chung một xe đi trước trong khi đàn bà, con nít phải chờ đi những chuyến sau. Tôi và Tinô được người chở theo sau xe chồng tôi khoảng năm phút. Tưởng được chở thẳng về Nha Trang, chúng tôi được đưa vào khu Ba Làng. Đến chiếc cầu nhỏ không biết tên, người chở bảo tôi ôm Tinô xuống gầm cầu nơi mà người đàn ông có chiếc giỏ lớn và chồng tôi đang núp ở đó. Gầm của chiếc cầu nhỏ chẳng cho được bao nhiêu chỗ núp nên tôi đành nép tạm một bên chồng tôi. Cũng may là người đàn ông có chiếc giỏ lớn đã nhờ những người lái xe chuyển chiếc giỏ của ông giấu ở nơi nào và Tinô đã ngủ im lìm nên tôi cảm thấy an tâm phần nào trong khi chờ người đến đưa đi nơi khác.

Khi những người còn lại được đưa về cùng một điểm thì những người chuyên chở quyết định chuyển những đứa con nít và đàn bà vào các khu nhà dân ở. Sau khi phân công, một thanh niên bảo tôi ôm Tinô đi bộ theo anh vào làng. Giả như người trong xóm, vô tình đi chung đường, chúng tôi người đi trước, kẻ đi sau. Qua khỏi con đường đất giữa hai cánh đồng khô, chúng tôi dừng lại căn nhà ngay ngoài bìa làng. Gõ cửa và thầm thì với bà chủ nhà một lúc, người thanh niên bảo tôi vào ngủ tạm trong căn nhà ấy và căn dặn đúng năm giờ sáng hôm sau anh sẽ đến đưa tôi ra lộ để đón xe về. Bà chủ nhà rất tử tế với mẹ con tôi. Trao cho tôi tấm chiếu, bà nói tôi hãy yên tâm ngủ cạnh bồ lúa và hứa sẽ đánh thức tôi dậy khi người thanh niên trở lại. Sáng hôm sau, chưa đến năm giờ, người thanh niên đã trở lại. Anh ta dẫn tôi và Tinô ra đường Quốc Lộ và chờ đến khi chúng tôi đón được xe mới quay lưng đi. Người dẫn đi, người đón lại, người đưa về nói làm sao tôi theo y vậy chứ chẳng hề hỏi thăm họ là ai, quan hệ như thế nào với người tổ chức, tên gì hay đang làm gì. Họ, một chuỗi người bí mật, giúp chúng tôi, những kẻ đào thoát, một cách kín đáo và âm thầm mà không hề đòi hỏi một sự đền trả nào. Điều bí ẩn này đã khiến tôi vừa thắc mắc vừa cảm kích không nguôi trên đường về nhà. An lành trên chiếc xe xích lô, tôi thầm cảm ơn trời phật đã cho tôi gặp những người từ tâm nên đã thoát cảnh điều tra và bắt bớ.

Khi chiếc xích lô vào trung tâm thành phố thì tôi không còn lo sợ sự tra xét của công an nữa. Ngang qua Ngã Sáu, tôi thấy chồng tôi và người đàn ông có chiếc giỏ lớn trong lòng sông khô ở núi Rù Rì đang đi bộ trước nhà thờ núi. Lúc này người đàn ông có chiếc giỏ lớn không phải kè kè chiếc giỏ lớn của ông nữa nhưng tướng đi của ông khệnh khạng và chàng hảng như đang khiêng vật gì nặng ghê gớm lắm. Chồng tôi đi bên cạnh ông ta, tướng đi của anh chẳng khá gì hơn. Xe xích lô chở Tinô và tôi qua mặt họ rồi mà tôi còn ngoái đầu nhìn lại. Lòng thắc mắc không hiểu sao họ không chịu đón xe về tận nhà trong khi tướng đi dị kỳ của họ khó được bỏ qua bởi những cặp mắt tò mò của những người đi đường.

Những Tấm Lòng Nhân Ái

Tôi về nhà khoảng sáu giờ rưỡi sáng. Hôm ấy là ngày gia đình chồng tôi có giỗ nên tất cả các thành viên trong gia đình đã tụ tập trong nhà từ đường từ sớm để góp sức mình. Vừa trông thấy mẹ con tôi, mẹ chồng và các cô chồng tôi bỏ dở công việc đang làm, đến tụm quanh rồi ôm Tinô vào nhà chăm sóc. Mẹ chồng tôi đi ra đi vào, tíu tít căn dặn mấy đứa em họ:

"Tụi mày lo nấu nướng giúp chị mày nhá! Trông nó phờ phạc, xác xơ như thế thì còn làm được gì!"

Dù thể nào, tôi cũng phải đến trường để chứng tỏ mình không vắng mặt một ngày nào ở địa phương. Tắm rửa xong, tôi vội vã dắt xe đạp ra khỏi nhà ngay. Vừa thót lên xe tôi thấy chân mình như đang mang đá tảng. May là tôi chỉ phải đạp xe trong vòng năm phút vì trường tôi chỉ là một điểm phụ trong xóm ga xe lửa gần nhà. Giáo viên của trường cấp hai mà tôi dạy thường lên lớp theo tiết học nhưng nếu chúng tôi có tiết dạy sáng thứ hai thì tất cả đều phải dự lễ chào cờ. Thường thường sau lễ chào cờ, chúng tôi, học sinh và giáo viên đều phải ngồi nghe thầy phó hiệu trưởng nói chuyện. Dĩ nhiên, giáo viên được ngồi trên ghế băng dài trong khi học sinh ngồi dưới đất. Hôm đó chẳng hiểu vì lý do gì mà trong lúc ông hiệu phó phát biểu, một số học sinh nhạo ông với những lời nhại rất vô lễ. Bốc lửa đến quên bài dạy dưới cờ, và cả thông điệp hàng tuần của ông hiệu trưởng, ông hiệu phó nói một cách giận dữ:

"Tôi nói thật với các em là bao nhiêu năm tôi chưa từng ăn sáng. Tôi đã chiến đấu cực khổ đến ngày hôm nay để mong thấy thế hệ sau tiến bộ hơn mình thế mà các em lại hư đốn đến như thế."

Đám giáo viên chúng tôi ngơ ngác nhìn nhau, phân vân không hiểu sao ông nhạy cảm đến độ đem chuyện riêng tư nói trước học sinh. Tôi cảm thấy tội nghiệp khi nhìn cánh tay cụt của ông, nghe chuyện không ăn sáng của ông và chứng kiến sự thua cuộc của ông trước học sinh. Còn đang phân vân, tôi thấy ông cho học sinh giải tán. Nhìn các hàng học sinh lủi thủi bước về lớp lòng tôi chợt nhói lên khi tưởng tượng một ngày nào đó Tinô sẽ là một trong những đứa học trò như thế. Nó sẽ là những đứa cúi đầu tuân phục hay ương bướng thì tôi chẳng thể nào đoán được nhưng với lý lịch của mình, nó sẽ không tránh khỏi tình trạng bị liệt hạng với cái nhãn hiệu "tư tưởng chính trị không tốt" như bố của nó. Dù sao tôi cũng hiểu dạy học vốn dĩ là nghề có nhiều thử thách. Đối đầu với học sinh cứng đầu cứng cổ ở tuổi vị thành niên quả là khó, đối đầu với những học sinh khá thông minh càng khó hơn. Tôi đã từng chứng kiến nhiều thái độ khinh thường của học sinh khá giỏi. Những thái độ khinh thường này không phải do ảnh hưởng bởi sự bất toàn của giáo dục gia đình mà bởi sự thông minh vượt bậc. Tôi chợt nhớ những câu hỏi móc méo của những đứa học trò lớp tám và lớp chín trong những giờ học lịch sử mà tôi thường nghe: "Cô nói mọi người sẽ được sung sướng khi đất nước tiến lên chủ nghĩa Cộng Sản mà sao em thấy dân mình không chịu ở lại để chờ sống sung sướng lại ùn ùn kéo nhau đi vượt biển vậy hả cô?", "Sao tụi Đế Quốc Tư Bản bóc lột nhân công một cách dã man mà sao nhiều người liều mạng đến mấy nước Tư Bản chi vậy?" và "Chẳng lẽ những người vượt biển dùng sanh mạng để đánh bạc với tử thần chỉ vì vật chất thôi sao cô?" Thật đáng buồn là tôi đã phải chịu những câu hỏi châm chọc như thế. Thực tế thì chẳng oan ức gì! Cũng bởi tôi không dám giải thích hết tất cả các sự kiện lịch sử thế giới và các mặt ưu và khuyết của từng chủ thuyết xã hội với kiến thức đã có trong trường trung học của miền Nam trước 1975; mà phải dạy rập khuôn theo những điều trong sách giáo khoa. Chán chường với những ý nghĩ đang có, tôi chợt cảm tưởng mình và các giáo viên miền Nam trong trường chẳng khác gì hai người dẫn đường trong đêm tối trên đèo Rù Rì hôm trước: không thể bật đèn, bị phản đối mà vẫn phải dẫn người bước đi. Những ánh sáng nhập nhòe bất chợt giống như những kiến thức đã có nhưng phải quên đi khi chiếc nút đèn pin tắt sáng. Tôi không rõ vai trò của ông hiệu phó ở vị trí nào trong sự so sánh của mình, nhưng cảm thấy áy náy khi đặt mình vào cương vị của ông. Tôi nhớ những cái đánh đấm của Tinô khi đưa nó đi trên con đường đầy nguy hiểm. Một ngày nào đó khi Tinô lớn khôn, liệu những cái đấm đánh của nó sẽ là những phản kháng bất trị như những đứa học sinh kia không? Những ý nghĩ dằn vặt trong đầu khiến tôi cảm thấy mệt; cho nên, tôi đã đứng dậy một cách uể oải khi đi theo mọi người vào văn phòng.

Vừa thấy chúng tôi, ông hiệu phó than:

"Học sinh thời này như thế đấy!"

"Cũng tại lý thuyết trong sách vở không hề giống với thực tế ngoài cuộc sống mà ra!" Tôi định đáp lại như vậy nhưng nghĩ chẳng ích lợi gì nên thôi. Tướng mạo của tôi lúc này không được bình thường, tốt hơn hết là im lặng nếu không muốn ai để ý đến mình. Các giáo viên khác, toàn là giáo viên lưu dụng và sinh quán tại miền Nam, như thường lệ, chỉ cười chứ không hề trả lời tiếng nào. Chán nản sự tình, ông hiệu phó lấy xe đạp bỏ đi. Hôm đó, ông về điểm chính sớm hơn mọi hôm; còn chúng tôi nấn ná ở văn phòng nói chuyện trời đất nắng mưa một lúc mới bảo nhau đến lớp sớm để giữ trật tự. Vì không muốn bị chú ý từ phía sau lưng, tôi chờ mọi người rời văn phòng xong mới thủng thỉnh đứng lên. Trong phòng vẫn còn hai giáo viên nữ là chị T. Phương và chị T. Hồng đang tiếp tục câu chuyện dang dở cho nên tôi phải vừa nhìn mặt họ vừa trao đổi vài câu vớ vẩn với họ trong khi dịch từng bước nhỏ lui về phía sau. Lối đi giật lùi để tỏ ra lịch sự là không quay lưng khi còn đang đối thoại nhưng thực tế tôi không muốn họ phát hiện dáng đi không bình thường của tôi. Vừa nói, vừa đi lui dần về phía cửa ra vào, tôi nói chào cả hai rồi vội vã bước ra khỏi văn phòng. Tôi đã thở phào nhẹ nhõm vì không thấy một bóng người nào trong sân trường, nhưng vẫn cố gắng bước ngay ngắn khi dọc theo hành lang để tránh những đôi mắt ngờ vực từ trong các cửa sổ của lớp học và nhất là chuẩn bị qua cái ải quan sát của học sinh lớp mình sắp dạy. Quả như tôi đoán, khi đi ngang những đứa học sinh đứng chào mình, tôi bắt gặp vô số ánh nhìn kinh ngạc. Hiểu được nguyên do của sự kinh ngạc ấy, tôi cố gắng giữ dáng đi ngay thẳng hơn khi bước đến bàn giáo viên. Tôi đã giữ nụ cười trên môi để che giấu vẻ mệt mỏi trên khuôn mặt của mình khi tiến hành các bước điểm danh, kiểm tra bài và ôn bài cũ. Dù cố gắng thế nào, tôi cũng không qua những cặp mắt tinh tường của học sinh. Chúng chẳng ngừng trao nhau những ánh nhìn ngạc nhiên khi tôi ghi đề bài mới trên bảng. Lo sợ tướng đi đàng sau lưng của mình thố lộ bí mật, tôi bảo đứa trưởng lớp chép phần mà tôi ghi trong giáo án lên bảng để cả lớp chép vào vở. Phớt lờ những ánh mắt ngạc nhiên, tôi giữ thế ngồi ngay ngắn trong khi môi vẫn giữ nụ cười thân ái và bình thản. Những đứa học sinh lớp bảy, vừa học môn Sử Địa do tôi phụ trách vừa được tôi chủ nhiệm, rất ngoan ngoãn. Tất cả cùng im lặng chép bài. Những lúc không thể nhìn rõ chữ trên bảng chúng khèo lưng nhau chỉ trỏ với nhau hoặc khẽ khàng hỏi nhỏ đứa ngồi trước nhờ hỏi giùm đứa lớp trưởng.

...

Tôi đã gục xuống bàn sau khoảng thời gian đóng vai cô giáo ngồi nghiêm trang theo dõi học sinh chép bài. Đứa trưởng lớp hốt hoảng chạy đến văn phòng báo cáo tình trạng của tôi và cầu cứu hai cô giáo không có tiết dạy đến giúp cho tôi. Khi họ đến lớp là lúc tôi vừa tỉnh dậy. Tôi nói là tôi thức khuya lo cho Tinô nên đã ngủ gục trong lớp mà không hay. Hai cô giáo T. Hồng và T. Phương nhất định không tin lời tôi nói. Chị T. Hồng thì quả quyết là tôi chưa ăn sáng nên bị trúng gió, còn chị T. Phương một mực bảo tôi về văn phòng để chị cạo gió cho. Vì không muốn khuấy động thêm sự tò mò của học sinh, tôi nói với chúng là tôi lên văn phòng nghỉ một chút rồi về lớp ngay. Tôi đã cố gắng tạo ra vẻ bình thường khi bước ra khỏi ghế nhưng khi tôi vừa bước vài bước toàn thân của tôi loạng choạng như sắp ngã khiến chị T. Phương và T. Hồng phải chụp lấy tay tôi dìu đi. Nhìn tôi như thế, học sinh kinh ngạc lắm nhưng chúng không dám ồn ào vì vốn sợ cái oai của chị T. Phương, cô giáo dạy toán của chúng.

Vừa đến văn phòng, chị T. Phương bảo tôi vén áo đưa lưng để chị cạo gió cho. Tôi một mực từ chối với lý do ghét cách chữa trị này, rồi nói là chỉ cần nghỉ một chút là sẽ đỡ ngay thôi. Xui cho tôi, chị T. Phương là người tin chứng trúng gió có thể gây chết người nên luôn luôn chứa đồ nghề trị bệnh trong chiếc ví xách đi làm của chị. Lăm lăm đồng bạc cắc và chai dầu gió trên tay, chị bảo tôi phải để chị cạo vài đường nếu không tôi sẽ bị kiệt thêm. Lằng nhằng giải thích về tác dụng của những đường cạo gió, và sự luân chuyển điều hòa của máu huyết, chị nói là nhất định chữa cho đến khi nào tôi tỉnh táo và linh hoạt lại mới thôi. Trước sự tình nguyện làm thầy lang không công của chị, tôi đành vén lưng mình lên.

"Em làm gì mà lưng bị trầy trụa dữ vầy nè?"

Giọng nói thảng thốt của chị T. Phương làm tôi giật mình. Thì ra cái lưng của tôi đã ghi lại dấu tích sau một ngày leo núi mà khi tắm vội tôi chẳng hề biết. Hồi hộp, tôi hỏi:

"Ủa? Lưng của em bị trầy dữ lắm hả chị?"

"Chứ còn gì nữa! Bị đến như vầy mà không biết sao?"

"Tại em mới bị té xe hôm qua thôi."

Chị T. Hồng ghé mắt nhìn sau lưng tôi một lúc rồi

nhìn thẳng vào mặt tôi, ôn tồn hỏi:

"Lan té xe ở đâu mà lưng nát bươm nát bét vậy hả?"

"A...à... ở dốc Hòn Chồng đó mà!" Tôi ngập ngừng trả lời khi lục trong trí lần bị té nặng nhất trong đời, rồi tả thêm những gì xảy ra trong lần ấy "Em bị lộn mấy lần khi té lăn xuống dốc vì xe đứt thắng hãm không được."

"Vậy mà cũng ráng đi làm!"

Chị T. Hồng phàn nàn với tiếng thở hắt đầy nghi ngờ trong lúc chị T. Phương hỏi với giọng nghi ngại:

"Còn thằng bé thì sao?"

"Thằng bé nào? A...à...Tinô đó hả? May là nó ngồi trên xe với bố và chú nó ở một xe khác nên không bị gì cả."

"Bận rộn vậy mà cũng ráng đi chơi tận Hòn Chồng lận ha!"

Lời ca cẩm đầy móc méo của chị T. Hồng khiến tôi chưa biết trả lời ra sao thì chị T. Phương kéo áo tôi xuống, bảo:

"Lưng như vầy chị muốn cạo gió cũng cạo không được. Thôi để chị nhờ đứa học trò nào ở xóm em chở em về giùm rồi chị coi lớp cho. Còn dạy lớp nào nữa thì để hết giáo án lại đây. Nếu lỡ ông hiệu phó trở lại thì chị nói em bị trúng gió cần về."

Chương Tám

Những Tấm Lòng Nhân Ái

Những vết cào xước bất thường trên thân thể của tôi không thể nào qua những cặp mắt tinh tường của chị T. Phương và T. Hồng nhưng họ không phải là những người thích tố khổ chuyện người khác cho nên chẳng làm nguy hại gì đến vai trò giáo viên tiên tiến của tôi ở trường Phước Tân. Trong buổi họp hội đồng giáo viên chiều thứ năm hôm ấy, khi nghe ông hiệu trưởng ca ngợi tôi cả hai đều kín đáo trao cho tôi những ánh nhìn câm lặng chứ không hề chọc ghẹo "Siêng cho cố!" như những lần trước. Có lẽ sau khi phát hiện bí mật của tôi, họ đã đoán được phần nào sự khác biệt giữa đam mê công việc và lý tưởng của tôi. Mê hoặc với môn Địa Lý và những phương pháp đặc biệt giúp cho học sinh tiếp thu bài ngay trong tiết dạy, tôi đã ghi danh thi giáo viên dạy giỏi thành phố và đạt danh hiệu này trong ba năm liền. Vốn siêng năng, lại đạt danh hiệu giáo viên giỏi thành phố, tôi đã được bầu là giáo viên tiên tiến của trường và thường được ông hiệu trưởng coi là biểu tượng tốt.

Các giáo viên lưu dụng trong trường thì trái lại. Những câu nói xa gần của họ cho tôi biết những thành tích của tôi chỉ là vật tế cho thành quả của ông hiệu trưởng mà thôi. Tôi còn biết là chẳng ai ưa sự làm việc thái quá của tôi nhưng làm sao tôi có thể nói cho họ hiểu là những việc tôi làm chỉ do đam mê và phục vụ cho học sinh chứ không phải vì thành tích lập công với người lãnh đạo. Tôi nhớ rất rõ năm đầu tiên tôi thi giáo viên giỏi thành phố. Buổi sáng, sau khi dạy bài Biển và Đại Dương lớp sáu do ban giáo dục chỉ định, tôi xách hành trang đi vượt biển ngay chiều hôm ấy. Ra đến bãi, nhìn biển và sóng tôi ngậm ngùi nhớ đến học sinh, các giáo viên dự giờ và những lời khen ngợi về bài giảng của mình. Làm sao tôi có thể giải thích cho mọi người hiểu được việc làm đầy mâu thuẫn của tôi khi mà phục vụ, hay "bon chen" không thể thay đổi được hoàn cảnh sống của gia đình tôi. Hơn thế nữa, tôi chỉ có một ước vọng là khi có con, các con của tôi không bị phân biệt đối xử và quyền công dân của chúng được tôn trọng tuyệt đối như một thời tôi đã từng sống trong đời.

Trong buổi họp ngày hôm đó, có lẽ hai người duy nhất không còn nghĩ tôi "bon chen" hay "lấy điểm cấp lãnh đạo" là chị T. Hồng và chị T. Phương. Chuyện "vạch áo cho người xem lưng" của tôi đã làm họ đoán được cái danh hiệu giáo viên tiên tiến mà tôi đạt được là kết quả của sự cần mẫn trong nghiệp vụ chứ không ngoài mục đích gì khác. Dù sao thì tôi cũng không lo lắng gì nhiều về thái độ giễu cợt hay khích bác của đồng nghiệp. Điểm tập trung của đôi mắt tôi lúc này là khuôn mặt hớn hở của ông hiệu trưởng. Ông đang vui vẻ báo cho mọi người biết là tôi sẽ có số tiền thưởng khi đạt danh hiệu tiên tiến năm này. Nghe ông nói mà lòng tôi thắt lại vì nghĩ đến chuyến vượt biển tại đèo Rù Rì. Nếu chuyến đi không bại lộ, và tôi đã ra khỏi nước, chắc chắn những lời tốt đẹp của ông sẽ trở thành những lời oán trách và nguyền rủa ghê gớm lắm. Nếu là thế tôi cũng chẳng oan uổng gì khi chính tôi là nhân tố làm ông bị kiểm điểm và khiển trách. Giờ đây, tôi vẫn còn được xưng tụng, và đón nhận những ánh nhìn thiếu thiện cảm vì danh hiệu giáo viên tiên tiến. Nếu số phần của tôi vẫn còn ở trong nước như hiện tại thì tôi phải đành là thế mà thôi. Suy nghĩ như vậy nhưng tôi không hề có một chút vui nào khi đạp xe trên đường về nhà. Nhớ đến lời hứa của mình với Tinô trên núi tôi bỗng thấy lòng bứt rứt, không yên. Sau chuyến vượt biển trên đèo Rù Rì, vì nhận khá nhiều thông tin xoay quanh chuyện đi và ở, tâm trí của tôi không thể tập trung như trước đây. Càng nhớ lại những điều được nghe và nghe kể lại, tôi càng cảm thấy bần thần hơn.

Trước đó ba hôm, vợ chồng C. Sơn đến nhà để thăm hỏi sức khỏe con trai tôi, đồng thời trả lại cho số vàng mà chồng tôi nhờ giao cho người tổ chức mua dầu trước khi lên đường. C. Sơn tỏ vẻ rất ân hận khi thấy những dấu cào xước trên đầu và cánh tay của Tinô. Vuốt ve nó, nàng phân bua là nàng chỉ nghe chuyến đi theo đường rừng chứ không hề biết đường đi ra sao và bãi ở chỗ nào. Nàng còn nói là nếu biết chuyến đi nguy hiểm như vợ chồng tôi kể lại thì nàng đã cản không để tôi đem Tinô đi. Tôi nói là tôi hiểu sự bí mật của các chuyến đi như thế nào nên khuyên nàng đừng lo âu gì đến chuyện cũ. Tôi cũng đã bày tỏ lòng biết ơn về chuyện nàng chạy đôn chạy đáo tìm người dẫn đường đưa chúng tôi về khi nghe báo chúng tôi bị lạc. Sau một hồi, tôi lãng sang đề tài về những chuyện xa xưa trong thời trung học. Càng tâm tình, tôi càng cảm thấy xót xa nhận ra rằng hơn mười ba năm C. Sơn và tôi đã không hề có thì giờ trò chuyện lâu như thế. Trước khi dạy trường Phước Tân, tôi đã từng dạy trường Vĩnh Thọ, nơi xóm Cù Lao mà C. Sơn cư ngụ. Tại đó, tôi đã gặp lại Trang, em Út của C. Sơn và đã nghe rất nhiều về sự thay đổi trong đời sống của gia đình C. Sơn cũng như chuyện bôn ba mua bán hàng hải sản của nàng. Ngậm ngùi với những câu chuyện được nghe, tôi vừa thương thân phận của C. Sơn vừa thương thân mình nhưng chẳng bao giờ có thì giờ để nghĩ đến chuyện gặp nhau. Điên cuồng mưu sinh kiếm sống, tôi không còn chút thời gian để nhớ đến bạn hay nghĩ đến thời hồn nhiên đã qua. Những tà áo trắng, những chiếc nón lá, những xe đạp mi ni và những khuôn mặt tươi vui trong khi cười nói vô tư tinh nghịch của những ngày thân ái xa xưa như là những huyền thoại mà giờ đây khi nhắc lại chuyện cũ, tôi tưởng như nói về một chuyện cổ tích nào đó. Làm sao tôi có thể tin được người đàn bà với biết bao đường nhăn trên trán và bộ đồ không ủi là cô bé nữ sinh C. Sơn ngây thơ trong áo dài tơ trắng năm nào. Còn trong ý nghĩ của C. Sơn, có lẽ tôi thảm hại chẳng khác gì hơn.

Chồng C. Sơn trông rất chán nản. Trầm ngâm một hồi, anh nói là vợ con ông chủ ghe quá bất cẩn nên bị công an bắt ngay trên đường đi lên đèo Rù Rì, và là cũng vì bà ta tiết lộ bí mật khi bị tra hỏi nên công an đã cho tàu lùng sục đúng ngay bãi bốc người. Nhỏ giọng hơn, anh kể là ông chủ ghe đã khá may mắn khi được người quen lái ghe ra tận khơi báo tin. Vì ông không đưa ghe vào bãi bốc người, và vì công an không bắt được đám người lạc trên núi Rù Rì để làm bằng chứng nên ông vẫn chưa bị bắt. Sau một hồi im lặng, anh nói thêm là cho dù ông chủ ghe có còn bị công an theo dõi hay xét hỏi không, ông ta cũng sẽ không bao giờ dám tổ chức vượt biển nữa. Để giải thích điều mình vừa nói, anh nói cho chúng tôi biết là chẳng còn ai ở xóm Cù Lao còn ý định tham gia vượt biên vì chỉ còn mười một ngày là các trại tị nạn đóng cửa. Sau khi hoàn tất cuộc độc thoại, chồng C. Sơn bất động với khuôn mặt ủ dột như thể anh là người thất bại sau chuyến lạc trên núi về và đắng cay vì không đi được. Điều này khiến tôi nghĩ rằng những người tổ chức có mối quan hệ rất thân thuộc và gần gũi với anh hoặc là anh ta cũng định tham gia chung với chuyến vượt biển ấy mà không được. Chồng tôi im lìm và trầm mặc không kém chồng C. Sơn. Suy nghĩ một hồi, anh đưa cho vợ chồng C. Sơn năm phân vàng để bù vào số thất thiệt của chuyến đi sau khi bị bại lộ. Nhìn C. Sơn cầm chiếc nhẫn với khuôn mặt xúc động mà tôi cảm thấy rưng rưng. Thời trung học, chủ nhật nào mấy đứa nữ sinh trong lớp học Pháp văn của chúng tôi cũng được ba mẹ C. Sơn mời đến nhà chơi. Trong những ngày chủ nhật ấy, chúng tôi thường hồn nhiên trên những chiếc xe đạp mi ni nối đuôi nhau qua cầu Xóm Bóng, lên Tháp Bà, đến Hòn Chồng rồi vòng lại nhà C. Sơn ở xóm Cù Lao để ăn uống vui chơi từ trưa đến tận chiều tối mới về. Lúc ấy, tính tình phóng khoáng của ba mẹ C. Sơn và sự thết đãi bạn bè đầy thịnh tình của nàng có thiết tha gì với chiếc nhẫn vài phân vàng y như thế. Phải chăng sự cơ cực của hiện tại đã nâng quá cao giá trị của loại vật chất này?

Vợ chồng C. Sơn chào từ giã chúng tôi chỉ vài phút, anh Thảo, người đàn ông có chiếc giỏ lớn trên đèo Rù Rì, đến thăm chúng tôi. Giống như thông tin từ chồng C. Sơn, anh báo cho chúng tôi là ngày 1 tháng 4 năm 1989 sẽ là ngày đóng cửa của các trại tị nạn ở các đảo trong vùng Đông Nam châu Á. Ngoài ra, anh còn báo thêm là người chủ ghe của chuyến vượt biển mà anh tâm sự với chúng tôi trên đỉnh núi Rù Rì, sẽ khởi hành vào tuần sau. Sau buổi tối hôm ấy, anh thường tới nhà chúng tôi cập nhật những tin tức mới nhất với sự tin tưởng tuyệt đối. Thực ra, đối với chúng tôi, anh chính là người mà chúng tôi tín nhiệm nhất trong những người mà chúng tôi đã tham gia vượt biên chung trước đây. Ngoài khuôn mặt vuông vắn và cái mũi thẳng của người trung trực, những vật cần thiết cho hành trình vượt đại dương của anh khiến chúng tôi kỳ vọng anh sẽ là người hoa tiêu dũng cảm, vừa có tâm vừa có tài. Chúng tôi không hề hỏi quá khứ của anh, nhưng nghe anh nói về số tuổi và thời gian học tập cải tạo hơn mười năm của anh thì đoán là anh đã từng phục vụ trong quân đội Việt Nam Cộng Hòa như ba chồng của tôi.

Vài ngày sau, mỗi khi anh Thảo đến nhà là tôi phải đi dạy. Tuy nhiên, qua những lời kể lại của chồng tôi, tôi tưởng như mình thực sự nghe những lời thông báo của anh:

"Chị Hạnh bạn tôi đã bỏ tiền ra mua ghe và tổ chức mọi thứ cho chuyến đi này để cho ba đứa con chị sớm qua Mỹ gặp ba của tụi nó. Chỉ phải hy sinh ở lại để thanh toán

chi phí cho chuyến đi, cho nên nếu anh muốn tham gia chuyến đi này thì không cần phải giao vàng trước."

"Chị Hạnh nói là nếu gia đình anh muốn tham gia cả ba người, thì chỉ chi hai lượng rưỡi vàng. Anh chỉ phải giao năm chỉ còn hai lượng kia chỉ sẽ đến nhà anh nhận sau khi người nhà anh nhận điện tín của anh từ trại gửi về. Theo dự tính, chuyến đi của mình chỉ có chừng mười bốn người. Bên mình một nửa, bên ghe một nửa."

"Bãi đánh sẽ ngay cầu Xóm Bóng chứ không leo rừng leo núi như lần trước đâu. Anh không phải lo lương thực, nước uống vì chị Hạnh đã tính toán kỹ lưỡng cả rồi. Nếu anh còn muốn mang theo vật dụng gì nữa thì bỏ vào giỏ xách đưa cho tôi nhờ chuyển xuống ghe trước. Khi đi mình không mang giỏ xách gì cả."

"Anh em mình sẽ giả làm dân đánh cá ra ghe nằm từ chiều chờ đến khuya đón đàn bà và con nít rồi đi luôn."

"Luật Quốc Tế như đinh đóng cột vậy anh à! Cao ủy Tị Nạn Liên Hiệp Quốc đã quyết định đóng cửa các trại thì chẳng bao giờ có chuyện du di đâu. Nếu mình không đi chuyến này thì không còn dịp nữa vì chỉ còn vài ngày nữa là đến tháng tư rồi. Tôi nghĩ chuyến đi lần này có thể là chuyến đi cuối cùng của những người vượt biển ở thành phố Nha Trang!"

"Đi hay ở?" Tôi đã câu hỏi này không biết bao nhiêu lần khi đạp những vòng xe. Nghĩ đến lời hứa của mình và tình trạng nguy hiểm và khổ sở của Tinô trên núi, tôi cảm thấy lòng mình bị dằn vặt đến cực cùng. Thế nhưng vài phút sau, các vấn đề lý lịch, tình trạng cư trú, và việc làm bấp bênh của chồng tôi hiện rất rõ trong từng ý nghĩ của tôi. Chúng đã hoàn toàn chế ngự những điều bận tâm xâu xé trong ý tưởng của tôi trước đó và thôi thúc tôi nên chụp ngay cơ hội ngàn năm một thưở để đưa con tôi vượt khỏi cái hoàn cảnh cơ cực và bấp bênh mà cả gia đình chúng tôi đang phải chịu đựng. Hơn thế nữa, khi nghĩ đến những mâu thuẫn và bất công của một chủ thuyết chính trị và thực tế xã hội đang diễn ra trên đất nước mình, tôi cảm thấy ngao ngán và tuyệt vọng. Mười bốn năm trải nghiệm với cuộc sống xã hội Cộng sản đủ để tôi quyết định đưa con mình ra khỏi nơi đây. Nhớ lại vẻ mặt thông minh và thành thật của anh Thảo, tôi hoàn toàn tin tưởng anh ta sẽ là người hoa tiêu tài tình đưa cho con tôi đến một tương lai xán lạn trong những ngày sắp đến. Tin vào chuyện ở hiền gặp lành, sự ban ơn của thượng đế, và số phận của con người trên thế gian đều được xếp đặt dưới bàn tay của Người, tôi quyết định ra đi. Dứt khoát với sự lựa chọn này, tôi đã đạp vòng xe lại, quay về phía nhà mẹ ruột của tôi thay vì về nhà chồng. Tôi muốn gặp mọi người trong gia đình mình để chào từ giã, đồng thời mượn chiếc áo khoác có hai cái túi thật lớn của em gái ruột tôi trước khi lên đường.

Những Tấm Lòng Nhân Ái

Chương Chín

Có lẽ chuyến vượt biển thất bại của chúng tôi trên đèo Rù Rì đã khiến cho ông nội chồng tôi không còn tin vào sự thành công của chuyến đi mới. Không nói một lời, ông chỉ thở dài khi nghe tôi thưa là chồng tôi đã rời khỏi nhà và tôi sẽ đưa Tinô đi khi có người đến đón. Những cái lắc đầu nhè nhẹ trong sự im lặng dài vô tận của ông như ngầm tỏ rằng việc làm của chúng tôi sẽ hoài công như lần trước và có nghĩa là chúng tôi sẽ trở về với người đầy thương tích nếu may mắn không bị bắt. Mẹ chồng tôi lăng xăng muốn tìm một việc gì làm để giúp dâu và cháu trước khi lên đường; nhưng hành trang của tôi chỉ có cái túi vải nhỏ xíu nên bà loanh quoanh một lúc rồi lặng lẽ vào phòng thờ thắp hương cầu nguyện. Tôi trở về phòng mình chứ không chào chia tay với những người bà con trong đại gia đình chồng. Cảnh bịn rịn chia tay rồi thất bại trở về của lần trước khiến tôi chán ngán sự tái diễn. Làm ra vẻ bình thản với sinh hoạt thường lệ, tôi bỏ mùng cho Tinô ngủ trưa. Tôi đã ngồi trong giường lâu hơn thường lệ khiến Tinô chăm chăm nhìn tôi với đôi mắt lạ lùng và nghi ngại khi nó nằm ôm con gấu vải. Thường thường, chẳng cần có tôi, con gấu vải do tôi chắp vải vụn may cho, cũng có thể đưa nó vào giấc ngủ dễ dàng. Tôi biết là tối nay khi không có mùi quen thuộc của con gấu và khung cảnh xa lạ ở nhà người lạ thể nào Tinô cũng sẽ phản ứng kịch liệt như lần ở trên núi. Và như thế, tôi lại phải cho nó uống thuốc ngủ trước khi đi. Nghĩ đến chuyện thuốc ngủ ảnh hưởng đến thần kinh của con mình, tôi cảm thấy rất xốn xang nhưng chẳng nghĩ cách nào hơn.

"Tôi với ảnh giả làm ngư dân ra ghe nằm trước, chiều nay chị Hạnh sẽ đến đưa chị và cháu ra sau. Nhớ trang phục như dân biển để khi xuống bãi khỏi bị công an hay du kích để ý!"

Ôn lại lời dặn của anh Thảo, tôi hứa với lòng là dù sao cũng phải hết sức cẩn thận để không làm ảnh hưởng chuyến đi. Hôm qua, anh ta báo cho chúng tôi biết là chiếc xách tay lương thực và áo quần của Tinô đã được chuyển đến tay người chủ ghe và ông ta đã giấu giùm ở dưới ghe rồi. Theo ước đoán của anh, chỉ cần tám ngày là ghe có thể đến đảo Phi nhưng tôi chuẩn bị các gói lương khô, đường tầm chanh, sâm, nước và áo quần cho Tinô khoảng hai tuần trong chiếc giỏ xách ấy. Nhìn Tinô ngon giấc, tôi ngồi cầu xin trời phật ban ơn hồng cho nó và nguyện sẽ ăn chay một tháng khi chúng tôi đến bờ bình an.

Khoảng năm giờ rưỡi chiều một người đàn bà đến trước cổng nhà tìm tôi. Chị có vóc người nhỏ nhắn và khuôn mặt hiền lành bình dân khiến tôi không thể nào tin đây là chị Hạnh, bạn anh Thảo và là người lo toan mọi chuyện cho chuyến vượt biển mà mình sắp tham gia. Khi chị giới thiệu là Hạnh, tên gọi theo tên đứa con đầu của chị, với giọng từ tốn như chẳng có chuyện gì quan trọng sắp xảy ra thì tôi khâm phục và tin tưởng lắm. Dặn chị đứng chờ xong, tôi lật đật chạy vào phòng ẵm Tinô, lấy xách tay, chào mẹ chồng, rồi trở ra cổng ngay. Vừa thấy tôi, chị vội đội nón lên đầu, xoay đầu xe ra phía đường rồi nhón người lên yên và bảo tôi mau ngồi lên yên sau. Khi chiếc xe lăn bánh, tôi có linh cảm vài cặp mắt của những người hàng xóm đang nhìn chúng tôi, hai người với hai sắc phục dị kỳ và thảm thượng bởi cái nón lụp xụp và hai bộ đồ mặc không đúng lối. Chị Hạnh mặc bộ đồ bông xám và dùng vành nón che nửa khuôn mặt có lẽ để ngăn ngừa sự nhận diện của ai đó, còn tôi phải mặc cái quần vải thô và cái áo khoác có túi để có thể chứa thêm những thứ cần thiết trong lúc không thể mang chiếc xách lớn; cho nên, trang phục quái lạ này không thể nào tránh khỏi sự chú ý của những người ở hai bên đường trong xóm. Ra đến đường Phước Hải, chị Hạnh vừa đạp xe vừa than là chị đã phải đạp xe đến rất nhiều nơi trong ngày hôm ấy. Ngồi sau, nghe lời than van hòa trong tiếng thở hổn hển trong lúc nhìn cái lưng cong đang cắm cúi lái xe của chị, tôi cảm thấy rất xốn xang. Tôi không phải là người nặng cân nhưng cả tôi và Tinô với sức người nhỏ bé và ốm yếu của chị thì thật là quá đáng. Đến nhà thờ núi, chị Hạnh đạp nhanh hơn một chút và không còn thở ì ạch như trước. Để tỏ ra không quan tâm đến sức nặng của chiếc xe mà mình đang phải gồng chở, chị vừa đạp, vừa kể cho tôi nghe chuyện đã và sắp xảy ra. Chị kể tỉ mỉ là chị đã đưa ba đứa con của chị và người bạn gái của chị tên Phú đến chợ Cù Lao rồi và là khi gặp họ, tôi sẽ cùng đến tá túc tại nhà quen của ông chủ ghe để chờ người đưa ra bãi lúc nửa đêm.

Từ ngã ba Tháp Bà rẽ xuống dốc Cù Lao, chị Hạnh không nói gì nữa. Tôi cũng lặng yên rất lâu, sau đó gật đầu khi nghe chị dặn đứng chờ ở một góc đông người. Sau khi dắt xe len lỏi qua những người đang mua bán xôn xao trong chợ, chị Hạnh trở lại với một người đàn bà có thân hình tròn trịa và khuôn mặt phúc hậu. Khuôn mặt của người đàn bà này làm tôi nhớ mài mại đến người đàn bà trên dốc đèo Rù Rì với đứa con gái độ mười sáu tuổi có tên Hạnh. Sau khi chị Hạnh giới thiệu chị tên Phú và sẽ là người giúp đỡ ba đứa con chị trong chuyến đi lần này thì tôi nghĩ chị Phú đã từng đi cùng con chị Hạnh trong chuyến vượt biên trên đèo Rù Rì. Thì thầm xã giao với nhau một lúc, chị Phú dặn tôi đứng chờ chị ngay tại nơi tôi đang đứng và nhắc nhở nhiều lần là không đi bất cứ nơi nào trong chợ. Chị nói là chị phải tìm ba đứa nhỏ con chị Hạnh vì chúng đi ăn hàng mỗi đứa một nơi và nếu tôi còn đi nữa thì chẳng biết bao giờ chúng tôi mới họp nhau lại một lúc để đến cùng điểm hẹn. Sau khi chị Phú bỏ đi và chị Hạnh chào từ giã, tôi tuân theo lời dặn dò. Không dịch một bước ở cái góc đông người qua lại rất lâu để chờ mà không thấy chị Phú trở lại, lòng tôi rất hoang mang, lo lắng. Chiều tối, dân biển thích tụ họp ở các hàng quán để ăn hàng cho nên thật là bất tiện cho tôi khi phải đứng ở một nơi có quá nhiều người qua lại. Điều mà tôi sợ nhất là phải gặp lại những đứa học trò cũ vì Cù Lao Vĩnh Thọ Xóm Bóng là nơi mà tôi đã từng dạy học vài năm. Nếu chúng thấy tôi ở nơi này với trang phục mùa đông trong lúc hè thì chắc chắn chúng sẽ nghi ngờ về chuyện vượt biển của tôi. Ngoại trừ hình ảnh Tinô, đứa bé mười tám tháng, có thể làm giảm đi phần nào hoặc phá tan hết những thắc mắc và nghi ngờ của chúng. Dù sao tôi đã ở thế chẳng đặng đừng, nên phải ghé vào một xe nước mía gần đó gọi cho Tinô một ly. Tinô uống hết sạch ly nước mía xong mà chị Phú vẫn chưa trở lại nên tôi đành phải gọi thêm một trái trứng vịt lộn của người ngồi bán gần đó cho nó. Tinô ăn trứng xong, tôi nấn ná ngồi ở quán thêm khá lâu mà vẫn không thấy bóng dáng của chị Phú đâu nên tôi đành ẵm Tinô đi lên dốc ngã ba Tháp Bà để đón xe về. Lên đến đầu dốc, tôi nghĩ sự trở về là việc sáng suốt cho tính mạng của Tinô và của chính mình. Nếu chồng tôi được đến bờ tự do thì sau này anh sẽ bảo lãnh mẹ con chúng tôi đi một cách an toàn hơn. Trời tối, không có xe lam nên tôi đành phải gọi xe xích lô. Khi người lái xe xích lô vừa dừng trước mặt thì hình ảnh của chồng tôi hiện ra rất rõ trong đầu tôi. *"Nếu như anh không đến được bờ bên kia thì mình sẽ ra sao?"* Câu hỏi này lóe lên trong ý nghĩ khiến tôi đã khựng lại. Đứng im một chỗ, tôi ngượng ngập xin lỗi người lái xe với cớ gọi nhầm. Rồi bất kể đôi mắt bực tức và giận dữ của ông nhìn tôi như thế nào, tôi đã nhanh chóng quay lưng, đi trở lại con dốc. Càng bước đi tôi càng nhớ đến những lần chồng tôi từ chối tham gia vượt biển cùng bạn bè. Thấm thía với câu "Đồng vợ, đồng chồng sướng khổ có nhau" tôi nhất quyết là sẽ không dựa vào sự liều mạng của anh để chờ hưởng lộc. Ôm chặt Tinô thay cho lời xin lỗi, tôi bước xuống dốc thật nhanh. Vừa đến góc chợ, tôi gặp chị Phú đang đi hớt ha hớt hãi từ hướng ngược lại. Chị hỏi với giọng đầy trách móc:

"Nãy giờ Lan đi đâu vậy? Làm mình tìm gần chết! Mình đã đưa mấy đứa nhỏ tới chỗ ở rồi. Đi theo mình mau lên!"

Theo chị, tôi đến căn nhà lợp tôn rộng rãi cách chợ bởi một con hẻm nhỏ. Căn nhà có nhiều người ra vào nhưng mọi người chỉ chào nhau lấy lệ chứ không ai hỏi han ai. Ngồi một hồi tôi mới biết đó là nhà buôn bán cá và mực cả sỉ lẫn lẻ. Bởi có nhiều người buôn bán ra vào nên chẳng ai buồn để ý đến ai. Một lúc sau, một cô gái nhỏ đến chào tôi:

"Em chào cô."

"Chào em."

Tôi lúng túng chào lại, vì ngượng nghịu với bộ y phục đang có của mình nhưng con bé dường nh? chẳng để tâm. Nó giới thiệu tôi với ba mẹ của nó rồi nhắc lại những kỷ niệm trong giờ dạy địa lý của tôi. Tôi chỉ cười khi nghe nó nói rồi giả tảng hỏi liên tục những người đang có mặt tại đó về chuyện mua bán những thứ hải sản với giá sỉ và lẻ. May mắn là tôi đổi được đề tài nên con bé chỉ huyên thiên thêm một tí nữa là xin ba mẹ cho đi xem phim. Chúng tôi ở lại đến khoảng hơn mười giờ đêm thì có một người đàn bà trẻ đến dẫn đi xuống xóm chài. Len qua con hẻm đầy cát biển giữa những căn nhà tôn ván lụp xụp cận kề nhau khoảng mười phút, năm người chúng tôi được đưa vào ở một căn nhà rất nhỏ mà giường ngủ là ván cây. Tôi và Tinô được phân ngủ tại chiếc giường sát cạnh lối ra vào mà cánh cửa của nó là một liếp ván, đóng mở chỉ cần kê bên hoặc kéo ra một cách dễ dàng. Sau khi lo cho ba đứa con chị Hạnh chỗ ngủ xong, chị Phú căn dặn:

"Lan nhớ cho cháu uống thuốc ngủ!"

Tôi làm theo lời chị nhưng chỉ cho Tinô uống một muỗng cà phê. Thuốc này tôi bỏ vào chiếc xách tay rất nhỏ với đường tầm chanh, bánh đậu xanh, sâm, một bộ đồ của Tinô và vài cái bao ni lông. Tôi thường có chứng say xe và e rằng mình sẽ bị say sóng nên phải mang theo những chiếc bao ny lông này.

Sau khi cho Tinô uống thuốc xong, tôi đặt lưng nằm với nó chỉ vài phút thì chị Phú đến giường kề sát tai tôi căn dặn:

"Ráng thức nghe Lan! Đừng ngủ quên mà họ bỏ mình lại đó."

Nói xong chị kê người nằm chung ván với chúng tôi, đầu ngược lại. Tôi thường ngủ say khi nghe những tiếng khò khò của Tinô bên tai nhưng lúc đó vì tôi quá lo cho chuyến đi, nằm ở chỗ lạ và bị bọ chét biển cắn liên hồi nên không thể nào chợp mắt. Liên tục gãi những chỗ bị cắn chích trong người, tôi lo lắng cho Tinô lắm nhưng không thể nào kiểm được xem nó có bị tình trạng như mình không.

Khoảng nửa đêm, khi người đàn bà trẻ trong căn nhà đáp lại tiếng gọi nho nhỏ ngoài tấm liếp, chị Phú vùng dậy gọi tôi ngay "Mau lên Lan! Đừng để bị mất dấu!" Nói xong chị kêu ba đứa con chị Hạnh đi theo. Những đứa con chị Hạnh có lẽ cũng bị bọ chét biển cắn không ngủ được nên vừa nghe kêu là dậy ngay trong tích tắc. Trong khi chúng tôi sẵn sàng, người đàn bà trẻ trong nhà lật đật chào mẹ rồi ôm theo đứa nhỏ khoảng hai tuổi chạy ra trước nhà. Người báo tin cũng là đàn bà trẻ và cũng kè theo bên nách một đứa nhỏ cỡ tuổi với đứa con người đàn bà trẻ trong nhà, thì thầm bảo chúng tôi đi theo trong im lặng.

Chúng tôi bước nhanh theo họ xuyên qua những con hẻm loằn ngoằn và vắng tanh. Len lỏi giữa những căn nhà tôn chi chít một lúc chúng tôi đi đến những căn nhà sàn thưa thớt gần sát biển. Tại đây chúng tôi phải đứng im dưới những cây cột dưới nhà sàn để núp vì có tiếng chó sủa vang to gần đó. Nhìn hai người đàn bà xăn quần đến tận háng, chị Phú kêu mấy đứa nhỏ bắt chước làm theo. Tôi đã ngồi bệt xuống cát vừa đỡ Tinô đang nằm dài trên cánh tay vừa cố gắng xăn hai ống quần chặt trên bắp vế. Khi tiếng sủa dịu đi chút ít, hai người đàn bà trẻ ẵm hai đứa nhỏ chạy lom khom ra biển. Vội vã, chúng tôi cũng khom lưng chạy theo, bám sát, không rời. Không ai nói ai lời nào, cả nhóm chúng tôi âm thầm chạy xuyên qua các cọc phơi lưới và vài chiếc ghe đậu trên bãi cát rồi cùng hướng về phía hai chiếc ghe thúng đang bồng bềnh đưa người ra ghe lớn. Hai người đàn bà hối hả réo tên hai người thanh niên đang chèo hai chiếc ghe thúng trong khi lội rất nhanh ra biển. Là dân biển đích thực cho nên bất kể nước cao, sóng lớn thế nào, chân trần của họ đạp nước như đi trên mặt đất. Bắt chước họ, chị Phú và tôi bỏ dép trên bờ cát ướt, lõm bõm đạp nước bám theo ráo riết. Chúng tôi, dù đã cố gắng hết sức vẫn là những người đi sau vì chị Phú phải chăm Hoan, đứa con trai Út của chị Hạnh và tôi còn phải ké né tránh những đợt sóng lớn vì sợ Tinô bị ướt. Hai người đàn bà trẻ tiếp tục lội ra xa trong khi vẫy tay gọi hai người lái ghe rối rít.

Trong lúc lái hai chiếc thúng tiến về phía của họ, hai người thanh niên nói vọng về phía chúng tôi:

"Các chị phải chờ đến phiên vì mấy chiếc ghe nhỏ này không thể chở tất cả cùng một lúc."

Tiếp tục dắt ba đứa nhỏ lội đến sát hai chiếc ghe, chị Phú cứng cỏi trả lời:

"Vậy thì mấy anh phải chở mấy đứa nhỏ này trước. Tụi nó là con của chị Hạnh. Má nó đã trả tiền mua hẳn chiếc ghe và lo tất cả chi phí cho chuyến đi này, cho nên không thể bỏ chúng lại hay để chúng đi sau được."

"Tụi em không bỏ ai lại hết cả. Nhưng ai cũng đòi đi trước thì làm sao chở hết được?"

"Mấy anh phải chở người có chi phần đi trước chứ đừng có dựa vào sự quen biết mà chở những người 'đi hôi'. Để chúng tôi ở lại chờ, lỡ bị công an phát hiện ghe các anh bỏ chúng tôi chạy luôn hả?"

Trong khi cuộc tranh cãi chưa được ngã ngũ ra sao, người đàn bà trẻ đến báo tin cho chúng tôi đã ôm con thót ngay lên một chiếc ghe và được đưa ngay ra khơi bởi sức đẩy của người thanh niên bơi đằng sau. Người thanh niên đang tranh cãi với chị Phú phải điều đình với người đàn bà trẻ cho chúng tôi tá túc chờ đến phiên rồi giúp ba đứa nhỏ con chị Hạnh leo lên ghe. Giống như chiếc ghe trước, người lái này chỉ dùng sức đẩy chiếc ghe thúng khi bơi sau chúng chứ không ngồi hay đứng chèo với cái dầm như khi họ lái vào bờ.

Từ xóm chài, tiếng chó sủa vẫn tiếp tục vang lên dữ dội khiến chúng tôi, những người còn ở lại, nôn nóng lội nước ra xa hơn. Chỉ được thêm một vài bước chúng tôi phải dừng lại một chỗ để nhón người cao lên vì nước biển đã chấm đến ngực và vì có quá nhiều cơn sóng lớn đang tấp vào bờ. Tưởng phải ngâm trong lòng nước đen lạnh và đối phó với những cơn sóng lâu lắm, chỉ phút chốc chúng tôi đều mừng rỡ khi thấy cả hai chiếc ghe thúng quay trở lại. Hai người thanh niên chia cho hai mẹ con người đàn bà trẻ cho chúng tôi tá túc lên một ghe còn tôi và chị Phú lên cùng một ghe. Người thanh niên được phân chở chị Phú và mẹ con tôi có dáng người cao gầy và cử chỉ rất nhanh nhẹn. Sau khi leo ra khỏi chiếc thúng và nằm bên vành nghiêng xuống một bên, anh hối chúng tôi leo vào. Dù cố gắng trèo lên ghe thật nhanh, chúng tôi khá vất vả với sự chập chênh của chiếc thúng trên những cơn sóng tấp ngược. Một hồi sau chị Phú trèo lên trước, giúp tôi ôm Tinô để tôi leo vào theo. Vào được trong lòng ghe, tôi đón Tinô lại, ôm nó vào lòng và xoay người ngồi đối diện với chị Phú, cốt để giữ chiếc thúng thăng bằng. Người thanh niên chờ chúng tôi vào cả trong ghe, đẩy nó thật mạnh về phía trước rồi bơi theo sau. Anh phải dùng sức rất nhiều trong lúc vừa bơi vừa đẩy chiếc ghe chúng tôi vượt qua những ngọn sóng ồ ạt và liên tiếp. Để ngăn chiếc thúng tròn khỏi bị đổ nhào và dìm chìm bởi vô số đợt sóng tới tấp, người thanh niên không hề rời tay khỏi khoảnh vành thúng khi bơi. Anh đã không ngừng trườn người về phía trước để ra sức đẩy chiếc thúng vượt qua các ngọn sóng tấp ngược trong lúc đạp nước về phía sau.

Tinô thức dậy ngóc đầu nhìn quanh sau những lần bị chuyền sang đưa lại. Cố tình không để nó thấy những cơn sóng đang dập dềnh xung quanh vành ghe, tôi ghì đầu nó vào bên ngực phải và ra sức ru nó ngủ lại. Tôi, chẳng dỗ dành được bao nhiêu câu, đã phải há hốc vì trông thấy một ngọn sóng lớn đang chuẩn bị tạt nước chiếc ghe thúng của chúng tôi. Người thanh niên có lẽ đoán được hướng đi của ngọn sóng, ấn mạnh vành thúng nơi tay nắm xuống trong tư thế sẵn sàng. Vì lòng thúng trở thành một khoảnh tròn thẳng đứng nên chị Phú và tôi đều bị trượt xuống mạn thuyền, chập chênh như sắp rơi xuống biển. Người thanh niên, không để tâm xem chúng tôi thể nào, chờ đầu ngọn sóng vừa ập xuống là đẩy chiếc ghe thúng bơi vượt qua. Khi đáy thúng rớt mạnh trên mặt nước biển, chị Phú và tôi lăn cù từ mạn vành vào lòng ghe. Chưa hoàn hồn, chúng tôi bị tuột xuống trở lại mạn vành vì cái dựng đứng của chiếc ghe thúng. Vẫn như lần đầu, người thanh niên ấn một bên vành ghe xuống đón đầu sóng để tiếp tục vượt qua. Lần này, vì ngọn sóng cao hơn lần trước và vì người thanh niên chếch chiếc ghe hơi nghiêng về sau nên cả Tinô và tôi đều ở tư thế sắp bật ngược ra đằng sau. Hốt hoảng, tôi bíu Tinô chặt vào lòng, rồi ép người mình sát vào đáy thúng đang ở thế dựng đứng, hét to:

"Phật bà Quan Thế Âm ơi cứu con của con với!"

Hốt hoảng, chị Phú vừa xua tay vừa ta thán:

"Lan ơi là Lan! Lan la kiểu này là Lan giúp cho công an bắt cả bọn mình đó!"

Tôi không hề đáp lại cũng như không quan tâm chút nào đến lời trách móc của chị bởi chưa hoàn hồn với ý nghĩ Tinô rớt xuống biển vì ngọn sóng cao úp ngược. Run lẩy bẩy, tôi ôm chặt nó vào lòng hơn rồi tiếp tục cầu xin trời phật ban phước lành. Người thanh niên không nói không rằng, bình tĩnh lèo lái chiếc ghe vượt qua những đợt sóng cao còn lại và tiếp tục đưa chúng tôi ra khỏi vùng có nhiều ngọn sóng. Tôi cảm thấy an tâm hơn vì chiếc ghe đã vượt qua hẳn vùng có nhiều sóng và đang an bình lướt êm trên mặt biển; tuy nhiên, tôi đã phải chịu đựng tiếng khóc la dữ dội của Tinô và những tiếng kêu trời của chị Phú. Chị Phú than vãn liên hồi rằng:

"Trời ơi là trời! Đi với hai mẹ con hai người này trước sau cũng bị đi tù. Lan có làm ơn dỗ nó nín ngay đi không! Làm cho nó nín ngay chớ đồn công an ở ngay đàng kia kìa!"

Theo cái chỉ tay của chị, tôi quay đầu nhìn lại làng chài. Một điểm canh cao nghều và chênh lệch khá lớn với những chiếc nhà lụp xụp bên dưới, chắc hẳn phải có vài người du kích hay công an canh phòng Duyên Hải ở đó. Tôi không biết họ có nghe tiếng chó sủa, tiếng la tiếng khóc của mẹ con tôi không nhưng tôi không còn lo lắng nữa vì chiếc ghe thúng cách ra xa bờ khá nhiều.

Những Tấm Lòng Nhân Ái

Chương Mười

Chẳng mấy chốc chiếc ghe thúng đưa chúng tôi đến một chiếc ghe đang lặng lờ trên mặt biển. Một vài cái đầu thò ra đưa cánh tay kéo chúng tôi lên. Tinô vẫn khóc vì lúc này bị chuyền sang một người khác mà trong bóng tối nó không nhận ra đó là bố của nó. Khi được kéo lên ghe tôi hết sức bàng hoàng vì kích thước quá nhỏ của vật sắp đưa mình vượt đại dương. Lúc đó tôi hiểu vì sao những người gác ở cái điếm canh cao nghều trong xóm chài kia không quan tâm đến tiếng chó sủa và tiếng kêu la ở ven biển. "Đi vượt biển trên chiếc ghe nhỏ như thế này trước sau cũng phải làm mồi cho hà bá, chứ làm sao vượt đại dương được! Hèn chi những người canh phòng không bỏ công ra lùng bắt những người liều mạng như mình!" Tôi đã nghĩ như thế nhưng ngay sau đó biết là mình đã hiểu sai vì những tiếng suyt nho nhỏ của những người nằm im thin thít trên sàn ghe đang cảnh cáo tôi khi tôi lồm cồm len qua người họ.

"Đi lại đàng kia, rồi chui xuống hầm mau đi em!"

Chồng tôi nói khe khẽ khi anh chuyền Tinô lại cho

tôi. Vui mừng vì sự trùng phùng, tôi lần theo những cánh tay dẫn dắt để bước xuống hầm ghe. Tôi đã dẫm lên rất nhiều người trong khi lom khom ẵm Tinô chui sâu vào phía trong cùng của đuôi ghe. Chệnh choạng trong bóng tối một lúc tôi chen được một chỗ giữa chị Phú và những tảng nước đá lớn bên hông. Co ro ngồi bó chân trong lúc ôm Tinô trên bụng tôi cảm thấy chóng mặt. Cố gắng nhìn về phía cửa hầm, tôi lờ mờ thấy vài bóng người leo xuống. Tiếng than vãn lẫn tiếng khóc của trẻ con vang lên rất nhiều nhưng chỉ một lúc bị ém chặt khi nắp hầm đóng kín mít. Ngột ngạt vì mùi dầu máy, mùi cá tanh, và mùi ẩm mốc, tôi nôn khan. Biết chứng bệnh của mình, tôi rút chiếc bao ny lông từ trong túi áo ra chuẩn bị. Tinô đã ngưng khóc có lẽ vì ngạc nhiên với bóng tối và những tiếng khóc của trẻ con gần đó. Ngơ ngác lắng nghe trong vài giây nó chợt ho dữ dội rồi ói thốc ói tháo ra. May là tôi kê được chiếc bao ni lông ngay miệng nó nên không bị ướt bởi các chất nhầy nhụa của thức ăn và nước dãi. Dù sao thì tôi chẳng được khô ráo chút nào. Từ lúc lội xuống biển và qua hai ngọn sóng lớn áo quần của tôi đã bị ướt đẫm, nay ngồi tại một nơi mà dưới đáy là nước ấm và bên cạnh là khối đá lạnh, thân thể của tôi càng lúc càng lạnh hơn. Cảm giác khó chịu không ngăn được cơn ói mà tôi đang kềm chế nên tôi đã ói ngay sau khi Tinô vừa ói xong. Chúng tôi thi nhau ói cho đến lúc tưởng như không còn thức ăn gì trong bụng để ói được nữa. Dù mệt lả, tôi cố gắng lục túi lấy chai dầu xanh xoa trên trán và cổ cho Tinô, tôi xoa vào mũi mình và cho một chút vào lưỡi. Mùi dầu làm tôi thấy dễ chịu vì nó giảm bớt được những mùi khó chịu xung quanh. Tinô có lẽ cùng có cảm giác như vậy nên ngưng hẳn những cơn ói khan. Sau khi gút chiếc bao ni lông và lần tay trong những tảng nước đá bên cạnh tìm chỗ đặt nó phòng cho những cơn ói tiếp, tôi áp đầu Tinô vào ngực mình rồi xoa bóp nhè nhẹ trên đầu và trán của nó. Biết Tinô thường rơi vào giấc ngủ dễ dàng khi được vuốt ve nên tôi đã dùng ngón tay làm lược xới chải đầu tóc của nó rồi liên tục vân vê hai vành tai của nó. Dễ chịu với sự âu yếm êm dịu, Tinô thở đều đều một lúc rồi im lìm ngủ. Khi nó ngủ yên lành, tôi lần bàn tay phải vào trong những cây nước đá lạnh cạnh bên để khám phá tiếp. Sau khi biết những cây nước đá này được phủ bởi trấu, lưới câu và những chiếc bố rách, tôi đã rút một chiếc bố rồi từ từ đẩy dưới chỗ mình ngồi để không phải bị thấm ướt thêm bởi nước ở bên dưới. Mặc dù chiếc bố đã bị ướt lạnh nhưng nó đã tăng được độ cao của chỗ tôi ngồi như một vật đệm và giúp tôi không phải bị thấm nước thêm. Trước khi đi, tôi được biết là chủ ghe sẽ dùng nước chảy tan từ những cây nước đá cho nước uống trong khi đóng kịch dùng chúng cho việc ướp cá dưới hầm khi đi chài. Sự tính toán có vẻ có lý nhưng không hiểu ông ta đã tính toán chuyện chứa nước tan như thế nào khi lượng nước ở dưới chỗ tôi ngồi càng lúc càng tăng nhiều hơn thêm vì những cây nước đá hình trụ vuông dài đang tan chảy ra. Mọi người dưới hầm, có lẽ cùng ở tình trạng, ngồi trên chỗ ướt át như tôi nên rúc vào nhau tìm hơi ấm. Một lúc sau, tiếng khóc, tiếng than, tiếng dỗ dành và tiếng ói từ từ lắng dịu đi và tôi chỉ còn nghe tiếng rè rè đều đều của máy ghe. Chiếc ghe lúc này có lẽ đang lướt trên mặt êm của biển nên không còn bị chòng chành nghiêng ngã như trước đó. Tôi cảm thấy đỡ chóng mặt nên không còn buồn nôn nhưng bị lạnh toàn thân nhất là hông bên phải. Lần tay phải sâu vào các khối đá lạnh để khám phá thêm, tôi mò được một cục đá có hình tam giác độ hai nắm tay và rút thêm được một tấm bố nhỏ. Chèn tấm bố bên hông phải mình xong, tôi bỏ cục đá vào một chiếc bao ni lông, cột chặt lại rồi nhét vào trong túi áo. Hai túi áo khoác của em gái tôi có hình vuông cạnh dài đến mười bảy xen ti mét nên chứa được nhiều thứ như chai dầu xanh, gói chanh đường, vài gói sâm nhỏ, và vài chiếc bao ni lông. Những thứ này không hề bị thất thoát sau những lần tôi leo lên trượt xuống ở mạn ghe khi vật vã bởi những ngọn sóng lớn. Ngay cả chiếc giỏ vải bé xíu mà tôi tròng vào cổ, đang ở dưới người Tinô vẫn còn nguyên các thứ.

"Anh kia gửi cho chị gói này nè."

Tôi giật mình đón gói đường tắm chanh từ tay người ngồi trước mặt. Thì ra chồng tôi đã xuống hầm ghe từ lúc nào nên nhờ người ngồi cạnh chuyển gói đường này cho tôi để bày tỏ sự quan tâm. Vài giọt nắng xuyên qua các kẽ hở của những tấm ván trên hầm cho tôi biết trời đã sáng. Lúc này có lẽ ghe chúng tôi đang trôi giữa các chiếc ghe đánh cá khác nên ông chủ ghe bắt tất cả tất cả thanh niên xuống hầm. Chắc chắn là ông đang rất căng thẳng vì nghĩ đến tiếng la khóc bất chợt của mấy đứa trẻ trong lúc gặp ghe tuần của công an biên phòng hay những chiếc ghe đánh cá khác cạnh kề. May mắn là dưới hầm ghe đã trở nên yên tĩnh hơn. Những tiếng khóc, ho khan, nôn oẹ, ói mửa, và cằn nhằn từ từ giảm dần và mất hẳn đi. Mấy đứa trẻ có lẽ mệt mỏi đã chìm trong giấc ngủ, còn những người lớn đã quen với môi trường ẩm ướt và hôi hám nên im lặng với ý nghĩ riêng của mình. Tôi không biết những người khác nghĩ gì; còn tôi thì nhẩm tính đến khi nào ghe sẽ ra hải phận Quốc Tế. Tôi nhớ như in là chiếc thúng chở chúng tôi ra ghe lớn khoảng hai giờ sáng và chúng tôi đã xuất phát sau đó khoảng nửa giờ. Nếu căn cứ theo sự tính toán của anh Thảo và chồng tôi trước ngày đi thì phải đến ngày hôm sau ghe chúng tôi mới ra khỏi hải phận Việt Nam. Hôm nay là thứ năm ngày 30 tháng 3 năm 1989. Sáng thứ năm nào tôi cũng có hai tiết địa lý lớp sáu tại điểm chính. Nhìn ánh nắng sáng qua khe hở trên sàn, tôi đoán lúc ấy khoảng mười giờ và nghĩ rằng học sinh của lớp học mà tôi đảm trách giảng dạy hôm nay đang xôn xao vì sự vắng mặt của tôi. Ông hiệu trưởng chắc hẳn đang thắc mắc vì sự vắng mặt không lý do một cách bất thường này. Ông có biết là tôi đi vượt biển chưa thì tôi chẳng thể nào đoán được nhưng tôi chắc rằng cư dân ở xóm Cù Lao đã bàn tán sự vắng mặt của nhiều người trong xóm và chắc chắn công an biên phòng đã phát hiện chuyến vượt biển của chúng tôi. Tin tức trong thành phố biển Nha Trang thường được loan truyền rất nhanh cho nên chẳng mấy chốc nó sẽ lan đến trường tôi dạy. Hình dung cảnh các giáo viên trường xì xầm như những khi có tin người trong thành phố vượt thoát, tôi cảm thấy tim mình bồi hồi xúc động. Rồi tôi đã lo lắng hồi hộp khi nghĩ đến cảnh ông hiệu trưởng tức giận vì bị khiển trách, và sự kém may mắn của chuyến đi của tôi khi bị công an tuần tiểu bắt đưa về đất liền. Đầu tôi liên tục vang lên những lời phê bình của cấp trên của ông: *"Đồng chí làm hiệu trưởng như thế nào mà không quản lý được tư tưởng chính trị của giáo viên đồng chí? Một giáo viên có tư tưởng phản động đến thế mà đề cử danh hiệu giáo viên tiên tiến của trường mấy năm liền như thế à?"* Sau đó là những câu biếm nhẽ của những người cán bộ dành cho những người trốn ra khỏi nước mà tôi thường nghe: *"Sau chiến tranh, đất nước khó khăn không góp sức góp phần trong việc xây dựng đất nước lại trốn ra nước ngoài! Vinh hạnh gì loại người bám theo ngoại bang để chực bơ thừa sữa cặn!"*, *"Đấy là bọn vong bản, bám đít ngoại lai! Chúng chỉ muốn làm tôi mọi cho bọn Tư Bản nước ngoài nên phải trốn đi!"* và *"Chết chìm, chết biển cũng đáng cho lũ phản bội tổ quốc!"* Càng suy nghĩ, tôi càng cảm thấy rất buồn tủi và đau lòng. Chua xót nhất là tội danh phản bội Tổ Quốc mà mình đang bị gán ghép. Thật là chua xót cho một người bị mang tội phản quốc như tôi lại là người mơ ước được sống và chết nơi chôn nhau cắt rốn của mình. Ước mơ này đã khảm trong tiềm thức của tôi ngay từ thời thơ ấu và có lẽ nó sẽ theo tôi đến cuối cuộc đời cho dù tôi chẳng hiểu mình sẽ còn sống được bao lâu trên chiếc ghe lênh đênh chưa đến bến bờ và không biết sẽ chết ra sao. Nghĩ đến chuyện ra đi không bao giờ được trở lại, tôi tự hỏi không biết giờ này trên sàn tàu, ông chủ ghe và những người phụ lái có còn được nhìn lần cuối những viền đất xanh rì cây cối của những đảo xa của Nha Trang không; nhưng khi ý thức là mình thật sự xa bà con thân thuộc và xóm giềng, tôi đã âm thầm rơi nước mắt. Tôi đã khóc rất nhiều khi nghĩ đến sự phiêu lưu của mình không biết sẽ ra sao trong lúc ông nội chồng và mẹ chồng lọm khọm nhang đèn cầu nguyện trời phật ngày đêm. Càng nghĩ, tôi càng nhớ đến sinh hoạt thường ngày của gia đình chồng. Trưa nay không có tôi chắc mẹ chồng tôi sẽ tự làm lò trấu để đun hay chỉ dùng vài bã mía khô để nấu qua loa cho bữa ăn chỉ còn hai người. Mà có thể là họ không nấu nướng hay ăn uống gì vì đang lo lắng và nóng lòng chờ tin của chúng tôi. Tôi chợt nhớ đến khuôn mặt kinh hãi của bác gái dâu của tôi khi tôi thành thực nói cho bà biết là tôi sẽ đưa Tinô đi vượt biển. Lúc ấy, hình như tâm trí bà chứa đầy hình ảnh hiểm nguy mà mẹ con tôi sắp chuốc nên ánh mắt bà đã toát ra sự lo âu đến cực cùng. Ngày hôm đó, khi về thăm nhà, tôi đã tâm sự với bà một cách thành thật như với mẹ ruột mình vì tôi không gặp được mẹ ruột của tôi. Mẹ tôi đang bận mót lúa tại quê ngoại nên không hề hay biết chuyện tôi mang con dại đi vượt biển. Khi tôi mượn chiếc áo khoác của cô em gái, cô ta đã nói với tôi là: *"Chị sẽ trả nó lại cho em thôi!"* Giờ này, chắc em gái tôi vẫn còn tin là tôi sẽ quay trở về như lần trước chứ chẳng bao giờ ngờ là tôi đang lênh đênh trên biển trong tình trạng chưa biết sống chết ra sao. Chị em tôi, cùng là cô giáo nhưng chẳng hề giúp được gì cho mẹ ruột của mình. Trong khi tôi phải làm bao nhiêu việc mà không đủ nuôi con của tôi thì em gái tôi vừa dạy, vừa bán bánh, vừa bán thuốc lá lẻ ở chợ vẫn không đủ nuôi con của cô ấy. Tôi không hiểu mức độ chua xót của mẹ tôi đến dường nào đối với hoàn cảnh của chúng tôi, nhưng khi nghĩ đến bà, tôi hình dung rất rõ những nét nhọc nhằn trong đôi mắt sâu, trong từng nếp nhăn trên trán và trong những đường khô nứt trên môi. Kèm theo nỗi khổ sở hằn sâu lên khuôn mặt ấy, sự vất vả cơ cực đã chồng chất trên tấm lưng còng của bà liên tiếp theo tháng ngày mà không biết đến bao giờ mới ngơi. Sau năm 1975, vì không còn vốn để buôn bán bà đã xoay đến chuyện lượm từng hạt gạo rơi ở những chỗ buôn gạo ngoài chợ nay lại lam lũ mót từng hạt lúa ở những cánh đồng vừa gặt xong. Nghĩ đến đời sống tần tảo khổ nhọc của bà, lòng tôi trĩu nặng. Chưa bao giờ tôi khao khát được sống và được đến bờ tự do. Hết lời kêu gọi tấm lòng từ bi của trời phật, tôi cầu xin cho ghe chúng tôi được thuận buồm xuôi gió và đến bến bình yên. Những người ngồi gần, có lẽ cùng chung tâm trạng như tôi, tựa vào nhau cầu nguyện theo tôn giáo riêng của mình trong

Những Tấm Lòng Nhân Ái

những tiếng thì thầm. Thời gian trôi qua tưởng chừng như vô tận. Rồi chúng tôi đã thiếp đi, và ngủ gà ngủ gật lên nhau.

Đột ngột, chúng tôi được đánh thức bởi tiếng gọi của những người trên sàn. Họ chuyền cơm nước xuống và gọi chúng tôi đón lấy. Những chén nhựa chứa cơm và những ca nước được chuyền tới tay từng người. Chúng tôi nhận cơm lại thành nắm để ăn trong khi chuyền nhau uống chung một ca nước. Cho Tinô ăn xong, tôi ăn phần thừa của nó rồi cất phần mình vào túi ni lông để dành. Tôi không thấy đói vì cảm thấy vui với niềm hy vọng đang nhen nhóm trong lòng. Những tia nắng nhạt nơi khung cửa của nắp hầm báo hiệu trời đã về chiều. Ghe chúng tôi đã đi hơn nửa ngày; chắc chắn là chúng tôi đã thoát được sự đuổi bắt của công an. Vài người đàn ông, có lẽ có cùng ý nghĩ với tôi, nài nỉ ông chủ ghe cho lên sàn cho thoải mái nhưng ông ta một mực từ chối với lý do vẫn còn nhiều tàu Quốc Doanh đánh cá ngoài khơi đang trên đường quay về đất liền. Ông nói là nếu những chiếc tàu ấy thấy ghe chúng tôi có nhiều người sẽ nghi ngờ và gọi báo công an thì cuộc đuổi bắt không thể nào tránh khỏi. Nghe những lời đối thoại của họ, những người đàn bà không nói gì. Riêng tôi, tôi lại rơi vào tình trạng bất an vì hiểu là ghe của chúng tôi vẫn chưa đến hải phận Quốc Tế. Trong khi mọi người trong hầm ngột ngạt vì không khí im lặng nặng nề, một tiếng khóc rất non nớt của một đứa trẻ sơ sinh vang lên. Ông chủ ghe lại thò đầu xuống cửa hầm, với khuôn mặt đầy lo lắng. Ông gợi ý với người đàn bà đang vỗ về đứa nhỏ là hãy thăm chừng nhiệt độ của nó và nên cho nó bú thường xuyên hơn. Giọng nói đầy lo lắng của ông khiến tôi nhớ đến lời kể của anh Thảo. Thì ra ông chủ ghe đã đưa vợ con ông đi cùng và đang lo lắng tình trạng sức khỏe của đứa con sơ sinh của ông. Tôi không đoán được là ông có bao nhiêu đứa con và có tất cả bao nhiêu đứa trẻ đang ở dưới hầm nhưng khi nghe những đứa trẻ khác khóc hòa theo tiếng khóc của đứa con Út của ông bà chủ ghe, tôi hiểu được là số con nít trong hầm ghe không ít hơn số tham gia của người lớn. Vì chúng khá đông nên cùng thi nhau khóc dai dẳng mà không một người lớn nào có thể làm ngưng được. Ngay cả Tinô, vừa mới ăn ngủ no nê, cũng hòa với chúng la khóc inh ỏi như bị ai nhéo. Bất lực với chứng khóc bất trị của chúng, chúng tôi đành chịu đựng ngồi yên. Độ nửa giờ sau, khi tiếng khóc của những đứa trẻ được giảm đi thành những tiếng ri rỉ thì những tiếng kêu trời kinh hãi của chúng tôi vang lừng trong hầm ghe. Lúc này, chiếc ghe nghiêng qua lại với độ chênh khá lớn nên tất cả mọi người dưới hầm đều bị lăn từ bên nọ sang bên kia, lộn xộn không theo vị trí nào nhất định. Sau một hồi xoay quần các chỗ, tôi bị tống vào giữa. Tại đây tôi lãnh hầu hết thức ăn và nước dãi từ những cái nôn oẹ xung quanh. Mọi người chẳng khác gì tôi; người nọ xả lên người kia hàng hà chất nhầy nhụa đầy thức ăn lẫn các thứ nước khác trong khi hứng lại hầu hết những thứ cùng như thế. Hòa với tiếng la, tiếng khóc, tiếng ói mửa là tiếng đập rầm rầm của nước. Những tiếng đập hung tợn làm tôi liên tưởng đến những cơn sóng cao ở gần bờ và cảm thấy sợ hãi khi tưởng tượng các miếng ván gỗ xung quanh chiếc ghe đang long ra và như sắp sửa vỡ tung ra. Lần này, những tiếng cầu nguyện không còn thì thầm như trước. Tất cả tên các vị thượng đế trên trời đều được gọi thật to. Chỗ thì gọi Chúa, chỗ thì gọi mẹ Maria, chỗ thì gọi Phật Tổ, phật bà Quan Thế Âm Bồ Tát rồi cả phật Di Lạc. Tuy nhiên, chúng tôi có kêu gào các đấng từ bi bao nhiêu, chiếc ghe vẫn không ngừng lắc lư nghiêng ngã. Dồn cục vào nhau, chúng tôi cùng lăn qua lộn lại. Có lúc tôi cảm thấy như được đưa bổng lên cao, rồi bị lăn xuống theo những cái đánh rầm của khoang ghe. Có lúc vừa bị nghiêng sang phải lại ngã ngay sang trái, sau đó vừa bị trượt ra góc sau cùng lại bị tuột trở lại vào trong. Tinô vừa khóc, vừa ói, vừa kêu mẹ rồi rít mặc dù nó đang ôm chặt cổ tôi và ngồi ngay trên bụng tôi. Tệ hại chẳng kém gì tôi, đầu tóc, áo quần, chân tay của nó không một chỗ nào khô ráo.

"Đưa con đây cho anh!"

Những Tấm Lòng Nhân Ái

Quay sang người vừa nói, tôi nhận ra chồng tôi đang ngồi cách tôi chỉ một người. Chuyền Tinô sang cho anh xong, tôi tìm cách lết gần anh hơn.

"Em bị ngộp quá!Chắc con cũng vậy. Mình tới xin ông chủ cho lên 'boong' ngay, nếu không, trước sau mình cũng chết ở đây thôi."

Nói xong, tôi nhất định lần đến chỗ cửa hầm van nài ông chủ ghe kéo lên cho bằng được. Vợ ông chủ ghe cũng kêu tên ông nhưng ông không thò đầu xuống như những lần trước. Một người phụ lái thò đầu xuống báo là ông chủ đã đồng ý cho những người muốn leo lên sàn.

Chương Mười Một

Vừa nhô đầu lên khỏi cửa hầm, tôi đã bị nước biển tạt vào ướt nhẹp. Xung quanh chiếc ghe là một quang cảnh hết sức kinh hoàng mà tôi đã không hề mường tượng ra khi còn ở dưới hầm: Trong khi hàng vạn con sóng xám đục đang hung tợn vồ dập vây quanh mạn, vài ngọn sóng lớn đập nước tung tóe, văng khắp nơi trong lòng ghe. Kèm với những ngọn sóng bọt trắng, những đợt gió mạnh tốc bụi nước bay tứ tán khắp nơi. Run lẩy bẩy vì bị ướt nhẹp, tôi cố gắng nhích từng bước theo chồng tôi đến đuôi ghe. Khi cùng nhau dí chặt người vào cái góc chẹt, tôi có cảm tưởng chúng tôi chẳng khác gì những con kiến trên chiếc lá mỏng manh đang bị chao động mãnh liệt trên mặt nước. Lờ mờ trong màn nước văng tung tóe, tôi thấy vài cái đầu nhô lên rồi thụt xuống từ chỗ buồng máy. Nhiều tiếng kêu la inh ỏi vang lên nhưng đều chìm vào trong tiếng sóng và tiếng gió. Ba người phụ lái bị trượt nước té nhiều lần trong khi lính quýnh hò nhau làm theo điều gì đó mà ông chủ đang gào thét. Tiếng quát đầy kinh hãi của ông chủ ghe, tiếng gọi thiếu bình tĩnh của những người phụ lái, tiếng kêu giúp tuyệt vọng của những người còn ở dưới hầm và tiếng ầm ầm liên tục của những ngọn sóng trên các mạn thuyền khiến tôi hiểu rằng chiếc ghe sẽ không thể nào thoát khỏi cảnh chìm trong biển nước. Chồng tôi, có lẽ cùng có ý nghĩ này, xiết chặt cánh tay tôi trong lúc tôi cuộn chặt Tinô vào trong lòng. Tôi nhắm ghiền mắt vì không muốn chứng kiến cảnh đau lòng mà nước mắt cứ ràn rụa ứa ra. Ý nghĩ do mình và vì quyết định của mình mà con mình phải đến chỗ chết, cảm giác có tội tràn ngập trong lòng tôi. Hết lòng cầu xin trời phật đổi lấy sinh mạng mình cho con, tôi chỉ biết khóc ròng và không hề tin là chiếc ghe của chúng tôi được phù hộ. Hình dung cảnh thân xác từng người tách rời khi chìm xuống biển, tôi đau đớn nhận ra cái giá trả cho sự tự do rất đắt: Nó không những là vàng bạc, tinh thần hay sức lực mà cả tính mạng của con người. Tim tôi tan nát ra từng mảnh và tôi thật sự nghĩ là nó chết trước khi sinh mạng tôi bị thủy thần lấy đi.

Tiếng ầm ầm của sóng và gào thét liên tục của gió vang lên như kéo dài thời gian hồi hộp của chúng tôi trước khi gặp thần chết. Trong khi trời vẫn còn giông, bão vẫn còn rít, tiếng người chợt ngớt đi dần dần rồi im bặt. Hé mắt để tìm hiểu, tôi thấy mũi ghe vẫn lướt trên những lớp sóng cuồn cuộn và bình lặng lao về phía trước. Vui mừng lẫn hy vọng, tôi tin là nó đã được sự phù hộ vô hình nào của thượng đế. Chòng chọc nhìn về phía buồng lái, tôi cầu nguyện trời phật tiếp tục giúp cho ông chủ ghe có đủ sáng suốt và tài trí để đưa chiếc ghe mỏng manh của chúng tôi vượt được chặng bão biển trước mặt. Cầu nguyện chẳng được lâu, tôi đã rú lên kinh đảm vì trông thấy một ngọn sóng cao như tòa nhà hai tầng, hoặc có thể cao hơn khi chiếc ghe của chúng tôi như bị tuột xuống sâu hơn, đang đổ đầu về phía chiếc ghe. Vòm cong đen ngòm của sóng như hàm trên của miệng con quái vật đang mở to chực nuốt chửng chúng tôi. Rùng mình, tôi gập đầu ôm chặt Tinô trước khi tai họa khủng khiếp xảy ra. Trong lúc tưởng tượng cảnh bị cuốn chìm trong nước, tôi chợt cảm thấy thân thể mình nhẹ bổng lên. Mở mắt ra, tôi thấy chiếc ghe của chúng tôi đang ở trên miệng hàm của con quái vật. Thì ra chiếc ghe đã vượt lên trên ngọn sóng từ lúc nào. Chẳng được bao giây, nó rơi xuống, rồi rớt lên trên mặt nước nơi mà ngọn sóng vừa trụt xuống. Mọi người trên sàn lăn bịch, té nhào, la ôi ối khi rớt lên nhau và cố gắng bám víu vào nhau. Trong lúc còn đang loạng choạng uốn mình ra khỏi thân đè của ai đó, tôi lại thấy cái vòm đen ngòm của ngọn sóng cao tầng khác hiện ra và rất nhiều tiếng kêu khiếp đảm vang lên. Lần này, tôi không cúi đầu và cũng không nhắm mắt. Chòng chọc nhìn thẳng về trước, tôi thấy chiếc ghe rướn thẳng mũi như chực đầu sóng vừa đổ xuống là vượt lên trên. Thực là thế, nó đã lướt theo nước cưỡi ngay lên đầu ngọn sóng, chót vót trên đỉnh cao rồi rớt xuống trượt theo ngọn sóng đổ sụp. Tôi không biết đã bao nhiêu lần ghe chúng tôi bị nâng lên cao, lơ lửng trong không trung rồi rơi xuống mặt nước; nhưng cứ mỗi lần như thế, tôi có cảm tưởng là những sợi thần kinh trong óc mình đứt ra thành từng mảnh vụn và đầu tôi như tê liệt hẳn đi. Tôi nhớ đến chữ *"Không"* của mình cho câu hỏi của một anh đồng nghiệp khi anh ta hỏi tôi là trong đời có bao giờ tôi có cảm giác kinh hoàng đến độ tưởng như tất cả mọi dây thần kinh của mình đứt thành từng mảnh sau khi kể cho tôi nghe cảm giác kinh hãi là anh xém té bật ngửa xuống đất trong lúc anh ngồi ngay cửa của chiếc trực thăng đang cất cánh bay. Nếu câu hỏi được đặt ra trong lúc này thì tôi không ngần ngại trả lời đây là giây phút kinh hãi nhất trong cuộc đời mà tôi trải nghiệm. Sự kinh hoàng mà tôi đang có không phải chỉ một cái xém bật ngửa từ trên cao như của anh bạn đồng nghiệp kia. Những cái vòm miệng hả rộng, những bức tường cao nghều của sóng, những cái vụt lên cao, chơi vơi trong không trung và đập rầm trên mặt nước liên tiếp hù dọa tinh thần của tôi rất nhiều lần. Chúng đã làm tôi không tin mình sẽ còn sống được để kể lại nỗi kinh hãi mà tôi đã trải qua như người bạn đồng nghiệp của tôi.

Nhưng rồi nỗi sợ hãi của tôi đã được trôi đi. Chiếc ghe của chúng tôi như một chiếc lá nhỏ trong sóng nước dữ tợn, bị vồ dập liên hồi bởi cơn thịnh nộ của bão biển mà không bị chìm. Sự bồng bềnh trên mặt nước của nó sau bão táp như một sự mầu nhiệm khó có thể giải thích. Lúc này, chiếc máy ghe tiếp tục rè rè chạy và càng lúc càng lớn tiếng hơn tiếng sóng và tiếng gió khiến tôi ước đoán là ghe đã đi qua nơi có bão hay có lẽ bão đã trốn mất sau khi hiếp đáp tinh thần chúng tôi. Trên sàn ghe lúc bấy giờ mọi người đều ướt sũng, và vẫn còn run rẩy trong sợ hãi. Một số còn bám víu dưới hầm, đang lóp ngóp leo lên. Tất cả đàn ông, đàn bà, và con nít, đều thất thần và nhếch nhác. Không ai nói với ai lời nào, chúng tôi cùng chìm trong sự im lặng nặng nề. Có lẽ bị sóng dập nhiều lần và phải lóp ngóp trong những thác nước nên mấy đứa trẻ đờ đẫn đến không còn khóc được nữa. Nhìn Tinô run rẩy trong tay, tôi hiểu là nó đã thấy hết cảnh hù dọa của những cơn sóng lớn vừa qua. Sự khiếp đảm đã làm cho nó không còn khả năng chống cự hay đập vào ngực tôi như lần ở ghềnh đá của lòng sông khô trên núi Rù Rì. Bế xốc nó lên để xem xét, tôi nhận ra là nó bị ướt sũng và dơ dáy tệ hại hơn tôi tưởng. Nhớ đến chiếc giỏ lớn mà vợ chồng tôi nhờ anh Thảo đưa cho ông chủ ghe để chuyển xuống ghe trước ngày khởi hành, tôi hỏi chồng tôi và tôi được biết là ông chủ ghe vẫn còn để nó ở nhà của ông. Vì sợ công an phát hiện kế hoạch của mình, ông không chuyển bất cứ chiếc giỏ nào xuống ghe kể cả những chiếc giỏ chứa đầy vật cần thiết của ông. Tôi đã khá thất vọng khi nghe điều này; cho nên đành dựa vào bộ đồ duy nhất của Tinô trong túi vải tí tẹo của mình. Mặc dù bộ đồ mà tôi đem phòng hờ cho Tinô trong cái túi vải nhỏ xíu chẳng được khô ráo gì cho cam nhưng vẫn còn đỡ hơn bộ đồ dính đầy phân, nước tiểu, nước biển và nước ói mà Tinô đang mặc. Thay đồ cho Tinô xong tôi lấy phần cơm để dành cho nó ăn rồi lấy dầu xanh xoa khắp người nó. Lần vượt biển nào tôi cũng mang theo loại dầu xanh hiệu con ó vì sự công dụng đa dạng của nó. Nó không những khử được mùi hôi hám, làm nóng người, mà còn trị được các chứng đau nhức nhất là đau bụng gió. Mỗi khi chân tay hay toàn thân bị lạnh, tôi thường bị chứng đau bụng này vì vậy xoa dầu cho Tinô xong tôi xoa vào bụng mình để giảm được cơn đau.

Càng về khuya, sóng tương đối bình lặng và dịu hiền hơn đôi chút nhưng ông chủ ghe không ngớt tay. Sau khi lục đục với những thứ gì đó, ông gọi vợ chồng tôi đem Tinô leo trên buồng lái ngồi với vợ con ông. Tôi vô cùng cảm kích quyết định công bình của ông. Bởi Tinô là đứa bé nhỏ tuổi thứ hai sau con Út của ông cho nên chuyện ông cho tôi đưa Tinô ngồi trên buồng lái cùng vợ con ông là chính đáng; duy một điều tôi không hiểu là tại sao ông gọi cả chồng tôi cùng đến ngồi chung một chỗ với tôi trong lúc còn nhiều người đàn bà đang ôm con nhỏ nằm ngổn ngang trên sàn. Sau một hồi nhìn khuôn mặt thất thần của ông qua ánh đèn pin mờ mờ, tôi đọc được ẩn ý về sự không chia cách này. Tôi hiểu là mặc dù đã lèo lái chiếc ghe vượt qua cơn bão biển ông đã không tin mình có thể tiếp tục vượt qua những cơn giông khác trong chặng đường kế tiếp. Và nếu thế, ông để cho vợ chồng con cái chúng tôi ngồi gần bên nhau để chết cùng nhau vẫn hơn. Buồng lái, nơi mà trước đó ông chủ ghe đứng hàng giờ để cầm tay lái, là nơi vuông nhỏ trống trải chỗ cửa hầm có mái che cao hơn sàn ghe độ nửa mét và cách đuôi ghe khoảng một mét rưỡi cho nên từ đuôi ghe tôi chỉ bước vài bước đã lên tới nơi ngay và khi nằm trên ấy tôi phải nằm ép mình vào người bên cạnh để khỏi phải rơi xuống biển. Để tránh cho mẹ con chúng tôi bị tình trạng này, chồng tôi đã nằm ngoài bìa. Tôi co ro sát chỗ bà chủ ghe nằm đến độ cảm nhận được hơi ấm của bà chuyền cho mình thế mà bà chẳng nói năng gì khiến tôi đành im lặng theo. Chìm trong ý nghĩ, tôi hiểu bà cùng mang tâm trạng như mình: Tuy đã qua được cơn nguy hiểm nhưng còn biết bao nhiêu hiểm họa như thế đang chờ chực chúng tôi. Trong lúc này chúng tôi còn ôm con vào lòng nhưng vài giờ sau chẳng hiểu chuyện gì sẽ xảy ra. Tôi không biết ghe có cả thảy bao nhiêu người mẹ cùng tâm trạng như mình nhưng tôi không thể nào ngờ có quá nhiều người cùng cảnh ngộ và gan liều đem con mạo hiểm như thế. Từ cửa hầm, vài tiếng khóc vang lên hòa theo những tiếng khóc trên sàn tàu nhưng chúng không át lại được tiếng hét lớn của ông chủ ghe đang vang lừng trong gió. Tò mò nhìn qua màn sương mờ, tôi thấy những bóng người đang lui hui làm gì đó. Một lúc sau, khi một cây cột được dựng thẳng trên nóc buồng lái và một cánh buồm được rộng ra, tôi mới hiểu là họ đã hợp sức dựng buồm. Nhờ dây căng đúng độ, cánh buồm no gió phần phật đưa chiếc ghe chúng tôi chạy nhanh vùn vụt. Chúng tôi vui mừng khôn tả khi nghe anh Thảo, người đang ở vai trò hoa tiêu, báo rằng ghe vẫn đi đúng đường theo hướng Đông và nếu được tốc độ như thế chẳng mấy chốc chiếc ghe sẽ đến hải phận quốc tế. Từ khuya thứ năm ngày 30 tháng 3 đến rạng sáng thứ sáu ngày 31 tháng 3 chiếc ghe của chúng tôi chạy chẳng khác gì tàu thủy vì nó vừa chạy bằng máy vừa chạy bằng buồm. Nhìn quanh biển nước, tôi vui mừng thấy những chiếc thuyền lớn ở xa. Lời đối thoại của anh Thảo với ông chủ ghe và chồng tôi kèm theo bốn chữ Hải Phận Quốc Tế đã nhen nhúm trong đầu tôi một niềm vui khó tả. Hân hoan với ý nghĩ là sẽ không bị công an bắt đưa về đất liền chưa đưa được bao lâu, tôi bàng hoàng vì tiếng lạch cạch đứt quãng của động cơ. Ngơ ngác theo cái thinh lặng của máy ghe, tôi lắng nghe tiếng bàn tán của những người đàn ông:

"Coi thử có phải cạn dầu không anh?"

"Gì chớ cái này tôi kỹ lắm! Nếu không châm dầu liên tục ghe không chạy lâu như vậy đâu!"

"Chắc là ghe chạy hết ga mà không được nghỉ nên máy có vấn đề."

"Tôi cũng nghĩ vậy. Để mở ra xem chuyện gì."

Vì cũng nghe những lời này, chồng tôi leo xuống, xúm đến chỗ của ông chủ ghe và người hoa tiêu đang đứng.

Còn tôi tiếp tục nghe họ nói:

"May là tôi đã cho tu sửa toàn bộ chớ cái máy cũ của chiếc F8 này làm sao vượt nổi trận bão biển vừa rồi!"

"Có mới gì thì mới, chạy một hồi cũng cho phải máy nghỉ anh ơi! Tại sợ bị hốt xác nên đành phải chạy suốt vậy thôi!"

"Ác nghiệt chưa! Nó gãy ngay cái móc này mới chết chớ."

"Chạy quá mạng mà oan uổng gì nữa! Để tui lấy mấy sợi dây kẽm kẹp lại thử xem.

"Vậy được rồi đó. Nổ máy lại thử coi anh!"

"Mở máy rồi đó mà có nghe nổ gì đâu."

Tiếng của chồng tôi vang lên:

"Anh có đũa tre và dây thun không? Mình dùng thử xem sao."

Sau một hồi im lặng tôi nghe tiếng máy nổ cùng với tiếng nói xôn xao vui mừng của những người đàn ông vang lên. Chồng tôi leo về chỗ cũ và kể cho bà chủ ghe và tôi nghe là máy ngừng chạy do "cái cò xú bắp" bị gãy. Anh chép miệng với chữ oái ăm khi tả cái cò xú bắp gãy ngay cái móc chữ L rồi cho biết là ông chủ đã dùng dây kẽm để kẹp chỗ gãy nhưng máy trơ trơ không chịu nổ. Anh nói là anh nghĩ đến chuyện dùng đũa tre và dây thun để cột lại chỗ gãy thử xem sao vậy mà không ngờ máy hoạt động trở lại. Nghe anh nói, tôi không hiểu cái cò xú bắp là cái gì, chỉ lờ mờ với ý niệm là một con ốc của bộ phận máy. Nghĩ đến các bộ phận máy thường làm bằng kim loại, đáng phải được hàn nối nếu bị gãy ngang, nay chỉ được kẹp lại tạm thời bằng đũa tre và dây thun, tôi không còn chút hy vọng là ghe của chúng tôi sẽ cập đến đất Phi. Nhìn những chấm thuyền đàng xa, tôi thầm mong có được sự cứu vớt nhiệm mầu nào đó cho dù những tin tức về sự đóng cửa của các trại tị nạn và sự ngoảnh mặt làm ngơ của chiếc tàu lớn vẫn còn ấn dấu trong trí nhớ của tôi.

Những Tấm Lòng Nhân Ái

Chương Mười Hai

Càng về trưa, biển càng êm nên hầu hết mọi người đều lên trên sàn ghe ngồi. Tôi không thể nào dùng chữ boong thay cho chữ sàn bởi vì chiếc ghe quá nhỏ. Là chiếc F8, như lời ông chủ nói, bề dài của nó chỉ khoảng bảy mét và ngang khoảng hai mét rưỡi mà thôi. Loại ghe F này thường tụ rất nhiều ở chân cầu Xóm Bóng, không bị công an để ý vì máy ghe chỉ có thể dùng di chuyển loanh quanh đánh cá trong hải phận chứ không thể ra khơi xa như những chiếc ghe lớn có máy lực mạnh mà dân biển thường gọi là lốc (Bloc). Tôi không biết những chiếc tàu lớn đàng xa có thấy được chiếc ghe chúng tôi trong một sự vô tình nào đó hay không. Nhưng khi nghĩ đến những lời bàn tán của một số người trong thành phố biển trước khi đi như: *"Lòng nhân ái của con người đã kiệt cạn rồi! Bây giờ không còn chiếc tàu nào muốn cứu thuyền nhân nữa đâu!"*, *"Trại Tị Nạn còn đóng cửa mà huống hồ gì các thuyền trưởng của các chiếc tàu! Họ cứu mình rồi đưa đến chỗ nào? Không lẽ đưa về nhà họ?"* hay *"Nếu muốn vượt biển, phải cập đến bờ Phi và khai là đi trước ngày một tháng tư, ngày Cao Uỷ Tị Nạn ban hành luật đóng cửa, thì may ra các trại Tị Nạn ở đó còn nhận mình vào!"* thì lòng tôi chùng xuống hoàn toàn.

Những Tấm Lòng Nhân Ái

Ông chủ ghe lặng lẽ đến bên vợ ông và xoa đầu đứa con Út của ông khiến tôi nghi ngờ là chuyện đến bờ Phi là một điều không thể nào thực hiện, cho dù tiếng máy ghe vẫn còn đang nổ và chiếc ghe vẫn lướt sóng băng băng trên mặt biển. Nhìn kỹ khuôn mặt người điều khiển chiếc ghe qua trận bão biển vừa qua, tôi cảm thấy có một điều gì sâu kín dằn vặt nội tâm ông. Mặc dù đầu tóc bờm xờm, râu lởm chởm hai bên mép và vài chỗ lỗ rỗ trên khuôn mặt nám đen tạo cho ông cái vẻ hung dữ, những câu hỏi ân cần mà ông dành cho vợ con ông cho tôi thấu được tình cảm nồng nàn của ông dành cho họ. Qua đối thoại của hai người, tôi biết được là họ có tất cả bảy đứa con và cùng đem chúng theo. Những đứa nhỏ đang nằm la liệt trên sàn được chăm sóc bởi những người đi cùng mà hầu hết là bà con của ông và vợ ông. Tôi không thể đoán được ông là ai và đã làm gì trước ngày ba mươi tháng tư năm một ngàn chín trăm bảy mươi lăm, nhưng không tin ông là ngư phủ bình thường khi nghĩ đến cách ông điều khiển chiếc ghe mỏng manh vượt qua những ngọn sóng khổng lồ và sự tính toán kỹ lưỡng của ông trong chuyện vá những miếng vải bố lát của những chiếc bao gạo cũ thành một cánh buồm cân đối cho chiếc ghe. Chiếc buồm này có lẽ đã được cuốn trong sàn như những mảnh giẻ bừa bộn để tránh khỏi sự kiểm soát nếu có. Sự thông minh và tài trí của ông có thể xem như bù lại số người mà ông cho đi theo ngoài giao kèo. Và có lẽ cũng nhờ số người nhiều hơn số mười bốn người theo qui định mà chiếc ghe của chúng tôi đã tạo được sức cân bằng khi đối chọi với cơn sóng to gió lớn vừa qua. Dù sao thì chẳng ai hiểu được số phận lành dữ như thế nào trong những ngày sắp tới. Khi tiếng máy ghe bất thần ngừng lại thêm một lần nữa thì mọi người đều hiểu là tử thần đang chờ đợi mình dù chẳng hiểu bao lâu. Vẫn như lần trước, tất cả đàn ông con trai chui xuống hầm máy, loay hoay tìm đũa tre và dây thun nối chỗ bị đứt lại. Nhờ cách này, ghe chúng tôi đã đi được gần mười tiếng đồng hồ kể từ lúc máy ngưng chạy lần đầu tiên. Khi đũa tre và dây thun trên ghe cạn kiệt, máy ngừng chạy hẳn. Lần này không phải chỉ vì cái "cò xú bắp" mà cái béc dầu máy bị hư nên thời gian ghe ngừng chạy rất lâu. Ông chủ ghe không hề chuẩn bị phụ tùng sửa máy nào trên ghe nên chồng tôi đã phải lấy chiếc dao xếp mà anh bọc kín trong túi quần để cho ông mở ốc các bộ phận máy. Lần nào ôm Tinô đi vượt biển, vợ chồng chúng tôi cũng lận theo chiếc dao xếp loại nhà binh này theo. Nó là kỷ vật của cha chồng tôi sau khi ông tử trận và là vật mà chúng tôi bí mật cất giấu để bảo vệ tính mạng cho Tinô khi chúng tôi vượt biển với những người không hiểu gốc gác ra sao. Từ những nguồn tin đồn về những đứa nhỏ bị xẻ thịt và chia phần bởi những người đói lâu ngày trên ghe, chúng tôi đã giao hẹn với nhau là giấu kín chuyện đem dao theo và chỉ sử dụng nó khi buộc phải bảo vệ cho Tinô thôi. Khi thấy chồng tôi trao con dao cho ông chủ ghe, tôi lo lắng vô cùng; tuy nhiên, tôi hiểu là anh không thể làm khác hơn khi vận mệnh của chiếc ghe là vận mệnh chung cho tất cả những người đang ở trong lòng của nó.

Mỗi lần máy ngưng, ông chủ ghe thường hối những người phụ lái cố sức chèo dầm đồng thời kêu gọi hai thanh niên còn lại là Thiện, cháu anh Thảo, và Hùng, cháu ông xuống khoang múc nước tạt ra khỏi ghe vì ông nói là nước theo chân vịt vào khoang rất nhiều. Bởi không tin vào tướng "bạch diện thư sinh" của hai người thanh niên này nên ông chủ ghe phải kêu Tài, đứa bé độ mười hai tuổi, phụ thêm tay vào. Tài có khuôn mặt tròn trĩnh, cử chỉ nhanh nhẹn, và thái độ tươi vui. Nhìn nó ngóc cao đầu nhìn tứ phía trong khi ngồi cạnh mạn gần mũi ghe mà chẳng ai la bắt vào ngồi sát vào trong sàn, tôi đoán nó là đứa bơi thạo. Sự phỏng đoán có đúng không thì tôi không chắc, còn thực tế tôi biết rõ Tài là đứa có đôi mắt tinh tường như đeo ống nhòm ngay ở trong con ngươi. Hễ mỗi lần nó kêu "Có tàu! Có tàu!" mọi người tưởng bị lừa vì nhìn quanh chẳng ai thấy một điểm gì trên mặt nước xanh mênh mông; thế mà chỉ nửa giờ sau một chiếc tàu thủy lớn hiện rõ ra. Từ lúc ở dưới khoang cho đến lúc lên trên sàn ghe, nó thường kết nhóm với đám con ông bà chủ ghe, những đứa cùng trang hay nhỏ hơn, và giúp những đứa này di chuyển từ nơi này đến nơi khác khá nhiều lần. Bởi không nề hà bất cứ chuyện sai bảo nào nên vừa nghe ông chủ ghe kêu là nó thoắt ngay xuống hầm máy, lấy cái gàu cạnh đó, lật đật tạt nước ra khỏi khoang ghe ngay. Có lẽ vì quá lo lắng đến sự sống còn của chiếc ghe mà nó không ngừng cúi, múc, đổ, tạt nhanh nhẹn chẳng khác gì các thanh niên trưởng thành. Trong khi nó tạt nước ào ào ra ngoài thì anh Thảo và chồng tôi hỏi ông chủ ghe cái gàu mà họ đã đặt tất cả những con ốc vít và các bộ phận khác của máy vào vì sợ chúng lăn lóc lung tung. Khi lục soát hết tất cả những chiếc gàu trên ghe, họ mới hỡi ôi rằng tất cả những bộ phận quan trọng của máy đều bị trút xuống lòng đại dương từ nơi cái gàu mà Tài đang dùng. Biết mình bất cẩn Tài tiu nghỉu một cách thảm thương. Nó không hề đáp lại một lời nào khi nghe những lời than van của những người đàn ông. Nhìn nó tạt nước với khuôn mặt buồn xo, không một ai nỡ la trách.

Chồng tôi leo trở lại chỗ chúng tôi ngồi với khuôn mặt thiểu não. Anh nói là dù Tài không đổ những con ốc xuống biển thì máy cũng không thể nào hoạt động lại được vì béc dầu đã hư toàn bộ, không phun được nữa. Ông chủ ghe kêu gọi tất cả các đàn ông thanh niên trên ghe thay phiên cầm lái và chèo trong khi dựa vào sức gió để chạy bằng buồm. Anh Thảo nói là gió vẫn đưa buồm đi đúng hướng và ghe đã đi được nửa chặng đường. Những người đàn bà nghe những người đàn ông nói sao thì nói, không hỏi han hay bàn luận gì. Còn tôi, tôi chẳng hiểu nửa chặng đường là đã được bao hải lý nhưng nhìn cách chèo uể oải của những người thanh niên, mức di chuyển ì ạch gần như bất động của chiếc ghe và sự vô tận của mặt nước biển, đoán là phải đến một năm tròn ghe chúng tôi mới đến bờ Phi được, nếu không bị giông tố. Những người phụ lái, có lẽ cũng cùng ý nghĩ như tôi, không hề tỏ ra sốt sắng đẩy mái chèo như trước đó. Có lẽ vì tuyệt vọng trước sự mênh mông của đại dương cộng thêm sự mệt mỏi của thân thể, họ không muốn phí sức cho việc làm vô ích và vô vọng này. Tôi đã cố gắng động viên họ bằng cách chia sẻ đường chanh và sâm nhưng họ chỉ nhận chanh đường vì không quen vị đắng của sâm. Bất kể lời hối thúc của ông chủ ghe uy quyền thế nào, không còn tác dụng với họ như lúc ban đầu. Nhìn thái độ im lặng với vẻ bất tuân và bất cần của họ, tôi chợt nhớ đến con dao bấm của chồng tôi. Hỏi anh nhiều lần tôi mới biết là con dao đã bị mất sau khi nhiều người chuyền nhau mở các bộ phận của máy. Nhớ đến cái mũi nhọn hoắt, cái lưỡi sắc lẻm và sự gặp gọn của con dao, tôi lo lắng hỏi anh hoài về sự thất thoát kỳ lạ ấy. Với khuôn mặt ưu tư chẳng kém gì tôi, chồng tôi nói là không hiểu lý do gì và cho mục đích gì mà người nào đó đã giữ luôn con dao xếp trong khi anh chắc chắn rằng nó không ở trong cái gàu nước mà Tài tạt xuống biển. Rụng rời tay chân, tôi cuống cuồng lo lắng khi liên tưởng đến vật mình mang đi phòng thân trở thành vật công kích mình trong những ngày lộn xộn trên ghe.

Khoảng từ mười hai giờ trưa đến bốn giờ chiều ghe chúng tôi gặp rất nhiều tàu lớn qua lại khiến tôi nghĩ nơi đây là dòng nước chính của đại dương hay "ngã tư" của Hải phận quốc tế. Sự xuất hiện của những chiếc tàu lớn thường gieo cho tôi nhiều hy vọng nhưng chúng đã lần lượt để lại trong tôi nỗi buồn lo, thất vọng và tuyệt vọng vì sự làm ngơ, tảng lờ và khuất bóng của chúng. Dường như đối với người trong những chiếc tàu lớn ấy, ghe chúng tôi là một cánh buồm du ngoạn trên mặt biển bất kể hình dạng quái đản của chiếc buồm như thế nào và những đứa con nít trên ghe bơ phờ thảm hại ra sao. Vì quá thấm thía với sự lạnh lùng và dửng dưng của những chiếc tàu lần lượt ngang qua trước mặt mà chẳng một ai trong chúng tôi, kể cả những đứa con nít, vẫy tay xin xỏ hay kêu gọi lòng từ tâm. Tôi thường chỉ các lá cờ trên các chiếc tàu để nói cho bà chủ ghe biết đó là cờ của những nước nào rồi nói thêm về các ngôi sao trên các lá cờ có màu đỏ của các nước Xã Hội Chủ Nghĩa. Tôi nói, dù biết bà đã biết khá rõ, là nếu chẳng may gặp các chiếc ghe của khối Cộng Sản thì họ sẽ kéo ghe chúng tôi về đất liền và giao cho công an ngay. Bà chủ ghe chăm chú nhìn tôi khi nghe tôi nói mà không hề hỏi gì và cũng chẳng hề cắt ngang một lời nói nào. Một lúc sau, tôi nói là chiếc tàu đang đi ngang trước mặt là tàu Nhật vì tôi rõ lá cờ trắng có vòng tròn đỏ của nước này. Sau đó, tôi đã kể cho bà nghe về tin mà tôi nghe được vài hôm trước đó: Chiếc tàu vượt biển xuất phát tại Long An bị sóng đánh lật úp vào chiếc tàu lớn của Nhật nhưng đến hai giờ sau thủy thủ của chiếc tàu ấy mới được lệnh thả phao vớt người lên. Chiếc tàu Nhật mà chúng tôi đang chăm chú nhìn chắc cũng lớn như chiếc tàu mà tôi đang kể nhưng nó không làm lật chiếc ghe nhỏ của chúng tôi vì lúc ấy không có sóng lớn và ghe chúng tôi không gần sát nó; tuy nhiên, sự lãnh đạm của nó đã xóa hết sự khao khát và niềm hy vọng trong lòng chúng tôi khi nó phớt lờ ngang qua trước mặt chiếc ghe của chúng tôi rồi từ từ đi mất. Trong khi những người lớn chúng tôi khóc thầm trong lòng thì những đứa con nít thi nhau la khóc dữ dội. Đến lúc đó, tôi mới nhớ ra là hơn một ngày trời, chúng tôi, những người lớn, vì no liên tục với sợ hãi, tính toán, vui mừng, hy vọng và thất vọng mà quên cả việc ăn uống. Ông chủ ghe chịu không nổi với những tiếng khóc la vang khắp biển trời của những đứa nhỏ, hò người phụ ông tìm vật dụng nấu cơm. Tuân theo lời yêu cầu của ông, hai thanh niên phụ lái chia nhau tìm nồi, củi và gạo trong lúc để lại chỉ một người cầm chèo. Người chèo này là một trong ba người phụ lái và là một trong hai người dùng ghe thúng đón chúng tôi ra ghe. Vốn không hề nghe anh ta nói gì trong suốt thời gian ở trên ghe nay thấy thái độ lặng lặng khó hiểu của anh trước sự len lỏi qua lại của hai người thanh niên đang đi tìm kiếm đồ vật, tôi để tâm quan sát anh ta rất kỹ. Đứng trong tư thế trầm ngâm và chán chường, người thanh niên này khoát mái chèo một cách chậm chạp và miễn cưỡng. Theo ánh nhìn buồn bã đang trải dài trên mặt biển của anh, tôi chợt rùng mình vì sợ. Màu tím thẫm của nước cho tôi có ý nghĩ là mình đang ở trên mặt đại dương mà đáy của nó thăm thẳm đến vô tận. Quanh quất nhìn khắp nơi mà không tìm thấy một chiếc tàu nào, nỗi lo sợ của tôi càng lớn hơn. Linh tính rằng biển sắp có chuyện chẳng lành nên các chiếc tàu đã tránh đi nơi khác, mũi tôi nồng lên. Tôi muốn ứa nước mắt cho sự đơn côi và trơ trọi của chiếc ghe của mình. Sự bơ vơ đơn lẻ này chắc chắn sẽ không được cứu giúp và cũng sẽ không thoát được hiểm họa khi biển động trời giông. Còn đang bần thần với những hình ảnh chết chóc trong trí, tôi bỗng thảng thốt giật mình bởi cái nhảy ùm xuống nước. Mọi người trên ghe, chẳng khác gì tôi, đều kinh hoàng dồn mắt xuống chỗ nước đang bắn tung tóe. Trong khi chúng tôi không hiểu nguyên nhân nào khiến người phụ chèo rơi tõm xuống nước thì tiếng la oai oái của ông chủ ghe vang lừng khắp biển:

"Mày làm gì vậy Châu? Bơi đi đâu vậy? Bộ muốn chết hả mày! Bơi trở lại ngay không?"

Châu, người thanh niên đứng một mình chèo ghe trước đó, bơi mãi về phía trước chứ không trở lại. Dồn mắt nhìn theo hai cánh tay quạt nước, và cái đầu trồi lên trụt xuống của anh, mọi người lo lắng không biết anh đang làm trò quái gì dưới làn nước tím rịm chết người như vậy. Tôi hồi hộp không hiểu có phải do quá tuyệt vọng mà anh định tự tử không, nhưng đã hoàn hồn ngay khi thấy anh bơi ngược trở lại. Vài người ngồi cạnh mạn thuyền hè nhau kéo anh lên khi thấy anh bơi đến mạn ghe. Phóc lên sàn, Châu rùng mình, lắc đầu qua lại liên tục theo những tiếng cầm cập trong răng "Ừ hừ hừ hừ hừ... Ừ Hừ hừ...hừ hừ hừ hừ ...!"

Đàn ông, đàn bà, và thanh niên thay phiên hỏi:

"Bơi xuống đó làm gì vậy mậy?"

"Bơi đi đâu vậy ông?"

"Bộ muốn bắt cá ăn cho đỡ đói hả?"

Những Tấm Lòng Nhân Ái

Chìa một trái đỏ tròn ra trước mặt, Châu nói:

"Bơi theo trái này nè! Thấy mấy đứa nhỏ khóc quá chịu không nổi nên mới bơi theo để vớt cho tụi nó không ngờ nhảy xuống nước lạnh mới nhớ đến mấy 'ổng' Ứ hừ hừ... Ừ hừ... Phải mà có ông cá mập nào thì tui mất cặp giò chứ chẳng chơi Ứ hừ hừ... Ừ Hừ hừ..."

Trong khi người lớn dồn mắt nhìn trái táo trong lòng bàn tay Châu, vài đứa nhỏ lết đến gần bên anh để nhìn cho kỹ loại trái mà chúng chẳng bao giờ nhìn thấy trong đời. Phút chốc, chiếc ghe của chúng tôi náo nhiệt bởi những lời bàn tán về xuất xứ và nguyên nhân của trái táo. Mỗi người góp một giả thuyết nhưng cuối cùng đều đồng ý là có lẽ một người nào đó trên một trong những chiếc thuyền lớn ban sáng chê trái táo quẳng xuống nước nên nó bồng bềnh trên mặt nước. Vài người khen Châu có con mắt tinh tường nên mới có thể nhận ra trái táo trong làn nước thẫm đen của đại dương như thế. Hòa với sự xôn xao của mọi người, tôi hồi hộp khi nhìn màu đỏ tươi của loại trái mà gần mười bốn năm tôi mới được nhìn lại. Bồi hồi gặp lại vật mình đã từng thấy và từng có, tôi nuôi hy vọng là sẽ gặp lại thêm những gì đã mất. Châu yêu cầu đếm số người trên ghe để cắt táo chia phần. Khi nghe điều này, tôi hy vọng người nào đó sẽ đưa chiếc dao xếp bấm của ba chồng tôi ra nhưng tôi đã thất vọng khi thấy Châu dùng loại dao bình thường mà ông chủ ghe có trên ghe. Trái táo đã được cắt ra làm ba mươi mốt phần theo số hiện diện mặc dù có người đề nghị chỉ cắt mười bốn phần theo số hiện diện của những đứa con nít. Tinô được hai miếng táo mỏng nhưng nó không biết ăn. Vừa nhai một miếng là nó nhè hết ra. Tôi đã cố gắng ép nó ăn để cầm đói nhưng nó nhất định phun ra chứ không chịu nuốt. Cuối cùng tôi đành nhặt các mảnh táo lẫn trong nước miếng của nó ăn lại cho khỏi phí. Những đứa trẻ khác, chẳng khác gì Tinô, khóc la kêu đói chứ nhất định không chịu ăn vật lạ. Phần lớn mấy đứa trẻ này là con ông chủ ghe cho nên khi nghe chúng khóc, ông ráo riết sai người châm dầu vào củi nhóm lửa nấu cơm. Bếp lửa được đặt trên sàn ngay trước buồng lái dưới chân chúng tôi ngồi. Nơi đây có nhiều người ngồi tựa vai nhau quây tròn như thể che gió nhưng thật là chăm chú theo dõi từng động tác của người nấu cơm. Chúng tôi đã hồi hộp nhìn những ngọn lửa thoi thóp bởi những cơn gió tạt bất chợt trong khi quan sát người thanh niên phụ lái đang trút nước biển vào nồi. Ngồi trên đùi của chồng tôi, Tinô không bỏ sót một động tác nào của những người đang xúm xít nấu cơm. Nó dán chặt mắt vào nắp nồi một cách chăm chú rồi lâu lâu đặt ánh nhìn lên mặt người nấu với sự mong mỏi chờ đợi. Khoảng mười phút sau, khi người thanh niên mở nắp nồi ra khuấy đũa thăm chừng, nó cầm bàn tay của bố nó, mở từng ngón ra rồi nắm bàn tay anh chìa trước mặt người nấu để xin cơm. Nó làm những động tác này rất nhiều lần khiến người thanh niên phải múc cho nó một chén khi cơm vừa chín tới. Chúng tôi đã tuần tự nhận phần cơm mình qua những cái nắp nồi, dĩa, chén hay nắp lon guigoz cũ. Có người vắt cơm thành nắm để đưa lại vật đựng cho ông chủ xới cơm cho những người khác. Ai nấy đều ăn cơm một cách ngon lành dù không có thức ăn kèm theo. Sau khi chia phần xong, những người đàn ông còn thay nhau vét nồi cạy cháy. Họ đã thảo lảo chia thêm cho vợ chồng tôi một miếng cháy nhỏ mà khi nhai tôi cảm thấy như hồn mình bay tận lên trời. Không hiểu do quá đói hay vì bởi chưa từng ăn cơm nấu với nước biển mà tôi cảm thấy chưa có một miếng ăn nào ngon hơn thế ở trên đời.

Chúng tôi ăn vừa xong thì trời vừa chạng vạng tối. Nhiều đám mây đen xuất hiện trên bầu trời trong khi gió càng lúc mạnh hơn và sóng biển càng lúc càng nhấp nhô cao hơn. *"Lại thêm một cơn giông!"* Tôi lẩm bẩm lời này vì ngờ rằng biển về đêm thường trở nên hung dữ và hay có bão tố. Cái chết vẫn còn ám ảnh trong trí tôi nhưng tôi đã tự an ủi rằng nếu chúng tôi phải chết thì cũng được chết no. Ghe chúng tôi lúc này tiến nhanh hơn trước có lẽ do những người chèo được lại sức phần nào. Xuyên mắt qua bóng tối nhá nhem trước mặt, tôi thấy lờ mờ hai bóng người chèo còn hầu hết đều nằm sắp lớp trên sàn ghe. Trong sự yên lặng của mọi người, tôi chỉ còn nghe tiếng gào của gió và tiếng rì rầm của sóng. Một lúc sau tôi nghe tiếng đối thoại lớn tiếng của ông chủ ghe và anh Thảo. Ông chủ ghe nói là không thể quay mũi ghe theo hướng anh Thảo yêu cầu khi anh này nói rằng nếu tiếp tục đi theo hướng gió thì ghe chúng tôi không thể nào đến bờ Phi. Gió càng lúc càng thổi mạnh và tiếp tục đẩy chiếc buồm đưa ghe đi theo hướng ngược với hướng anh Thảo muốn. Trong lúc vợ ông chủ ghe tìm cách đưa đứa con Út của bà xuống sàn tìm nơi tránh gió, tôi quyết định đưa Tinô trở lại chỗ đuôi ghe. Mon men đến cái góc chẹt, tôi ép mình vào cạnh gỗ của mạn ghe, đưa mắt hoảng loạn nhìn về phía trước. Ngay chỗ buồng lái có vài bóng người mù mờ đang cố gắng túm tụm lại với nhau, trong khi trên đầu họ là cánh buồm liên tiếp nghiêng qua ngã lại theo những cơn quật của gió. Tiếng nói của anh Thảo, ông chủ ghe, chồng tôi cùng vài thanh niên càng lúc càng to như tiếng gào, cốt át cho bằng được tiếng gió và tiếng sóng. Họ cùng bàn cách hạ cột buồm để chiếc ghe thoát ra khỏi cơn gió xoáy. Chiếc buồm thật sự là mối hiểm họa cho chiếc ghe của chúng tôi trong lúc này. Có lúc tôi cảm thấy như mạn ghe nơi mình nằm như muốn chìm trong nước khi chiếc buồm bị gió quật rạp xuống gần sát mặt nước biển. Nhưng rồi nó lại bị nghiêng sang hướng đối ngược vì chiếc buồm bị gió tốc sang phía ngược lại. Thực tình là tôi chẳng hiểu sự ngã nghiêng của cánh buồm lúc đó do những cơn gió dữ tợn hay vì sự lay động bởi những người đàn ông đang vật vã tìm cách hạ nó xuống. Đến khi tôi không còn thấy cánh buồm và không còn nghe những tiếng phần phật kinh khủng của nó nữa, thì chiếc ghe của chúng tôi không còn bị chòng chành và nghiêng ngã nhiều như trước nữa. Yên tâm phần nào vì chiếc ghe không còn bị ảnh hưởng bởi những cơn gió kinh hồn, tôi vẫn còn sợ những cơn sóng lớn đang đe dọa xung quanh ghe mình. Những cơn mưa nước mặn bắn liên tục vào trong ghe khiến tôi cùng mọi người dí sát vào nhau hơn để tránh nước và đỡ bị lạnh. Tựa sát vào người đang nằm cạnh bên, tôi vừa chọc mắt vào cái không gian đen thùi trước mặt và vừa lắng tai nghe ngóng những gì đang xảy ra. Trong lúc quen thuộc với tiếng rít của gió và tiếng gầm của sóng, tôi bỗng nghe tiếng cầu cứu rất thống thiết và thê lương vang lên từ một nơi rất xa xôi và thăm thẳm của màn đêm. Cố gắng lắng nghe thật kỹ để phân định đâu là tiếng sóng, tiếng gió và tiếng người trong giây lát, tôi phỏng đoán tiếng khẩn cầu bi thương kia xuất phát từ một người nào đó ở trên ghe bị loãng ra xa bởi sự chuyển động của gió nên trở thành âm thanh quái dị và kinh đảm. Lập luận chưa làm dịu tinh thần lo lắng của tôi được bao lâu, tôi đã giật mình khi nghe tiếng hỏi của anh Thảo:

"Anh Hùng có nghe tiếng kêu cứu không vậy? Tôi nghe nhiều tiếng khóc than kêu cứu tội nghiệp quá."

Sau khi nghe câu hỏi này tôi cố gắng lắng nghe câu trả lời của ông chủ ghe nhưng chẳng có một lời đáp lại nào ngoài tiếng gió hú, tiếng sóng gầm và tiếng kêu cứu hết sức thống khổ và ma quái. Tiếng nói rất lớn của anh Thảo lại vang lên

"Tôi nghe tiếng kêu cứu từ phía này nè. Chắc là có chiếc ghe nào vượt biên như mình đang bị chìm. Anh có thể nói mấy anh em chèo về phía đó để giúp họ không?"

Tôi không biết anh Thảo chỉ hướng này là hướng nào vì màn đen hoàn toàn mù mịt trước mắt tôi, nhưng tôi cảm thấy gai ốc nổi đầy mình khi quả quyết rằng từ chiều tôi không thấy chiếc ghe hoặc chiếc thuyền nào khác ngoài trừ chiếc ghe đơn độc của chúng tôi trên mặt biển mênh mông. Hơn nữa, tôi không hiểu làm sao chiếc ghe nhỏ xíu đang nghiêng ngã qua lại trong trong biển nước đầy sóng cao như lúc ấy có thể cứu thêm người. Một hồi sau, tiếng giục cứu người của anh Thảo và tiếng kêu cứu của những ai đó đều chấm dứt, và còn lại chỉ là tiếng than não nề của anh ta:

"Ghe mình bị lạc hướng rồi!"

Những Tấm Lòng Nhân Ái

Chương Mười Ba

Mịt mù trong gió mạnh và sóng lớn, chiếc ghe của chúng tôi tiếp tục lệch sang hướng Đông Bắc thay vì phải đi theo hướng Đông. Lắng nghe những lời trao đổi của những người đàn ông về chuyện thay nhau chèo để bẻ mũi ghe đi đúng hướng, tôi đã kỳ vọng rất nhiều về sự hợp sức và tinh thần "còn nước còn tát" của họ. Tôi nghe anh Thảo nói là chiếc ghe sẽ không làm sao kham nổi với sức gió mạnh để bẻ ngược mũi chèo, cho nên cần phải làm một chiếc đuốc để đánh tín hiệu SOS cầu cứu với các tàu thuyền gần đó. Sau lời đề nghị của anh là tiếng i ới của ông chủ ghe gọi các người phụ tìm cây, giẻ, dầu, và quẹt. Chẳng mấy chốc, một ngọn đuốc sáng rực hiện ra. Lúc đó, tôi tưởng ánh sáng của ngọn đuốc xé khoảnh đen của đêm được lâu lắm, ai dè nó chỉ huơ qua lại được vài phút bị gió thổi tắt ngay. Thời gian ngọn đuốc cháy sáng chỉ đủ cho tôi thấy được vài cái đầu lố nhố trên buồng lái chứ không thể thấy được gì thêm. Dù là vậy, tôi không hề nghĩ là có chiếc tàu nào gần chiếc ghe của chúng tôi. Hình ảnh trơ trọi của chiếc ghe trên mặt nước tím thẫm mênh mông lúc ban chiều vẫn còn khảm trong tâm trí tôi và đủ để cho tôi khẳng định là không có chiếc tàu lớn đi ngang vùng biển này vì họ đã biết trước nơi có giông tố.

Những Tấm Lòng Nhân Ái

Những người đàn ông cố gắng tìm mọi cách giữ ánh sáng của ngọn đuốc để đánh tín hiệu cầu cứu, nhưng ngọn đuốc chỉ sáng được vài giây là tắt ngay nên họ phải tháo ra để sửa hay quấn thêm giẻ mới để đốt lại rất nhiều lần. Tắt rồi lại sáng, sáng rồi tắt, ngọn đuốc luân phiên bật lên niềm hy vọng và nỗi thất vọng liên hồi trong lòng chúng tôi. Cuối cùng chúng tôi đã hoàn toàn tuyệt vọng khi nghe những người đàn ông than thở là không còn giẻ và dầu để làm đuốc nữa và anh Thảo cho biết là ghe đã lệch hướng rất xa. Tôi cảm thấy như tim mình như bị bóp nghẹt vì hiểu rằng đây chính là lúc tôi phải nhận lấy hậu quả cho sự quyết định của mình. Những người nằm gần chúng tôi, cũng im lặng chẳng khác nào vì có lẽ tất cả đều hiểu rằng đi vượt biển có nghĩa là mang theo cái chết theo mình. Quanh chúng tôi lúc này chỉ còn tiếng gió, tiếng sóng và tiếng khóc thút thít. Rất buồn bã và thê lương.

Bất chợt, tiếng nói của ông chủ ghe và anh Thảo vang lên từ buồng lái. Thì ra họ đã không từ bỏ vai trò tài công và hoa tiêu trong lúc đối phó với tình trạng nguy khốn của chiếc ghe. Mặc dù không thể đổi mũi ghe đi đúng hướng, họ đã hết lòng hợp lực cùng nhau trong lúc thay phiên cầm lái, chèo và tát để đưa chiếc ghe vượt qua các cơn sóng dữ. Tôi căng mắt nhìn về phía họ trong khi tiếp tục lắng nghe những lời đối thoại. Niềm hy vọng hồi sinh trong lòng tôi khi tôi nghe lời báo của người hoa tiêu:

"Mấy anh em có thấy chỗ sáng đèn kia không? Chỗ đàng kia kìa."

Không những chỉ có những người được gọi báo, vài cái đầu của những người đàn bà chúng tôi ngẩng lên từ dưới sàn ghe, đưa mắt tìm kiếm. Lòng tôi rộn ràng vui sướng khi thấy một vùng sáng rực trên mặt biển đàng xa.

"Đúng rồi! Hình như là một chiếc tàu rất lớn." Ông

chủ ghe đáp lại.

"Không phải đèn tàu! Đâu có tàu nào có nhiều đèn như vậy! Tôi nghĩ đó là chỗ khoan dầu và đèn tự động sáng về đêm. Nhưng mà anh cứ cho mấy anh em chèo đến đó đi! Biết đâu có người ở đó giúp mình.

Anh Thảo nói với giọng thuyết phục trong khi ông chủ ghe đáp lại lời anh bằng lời hối thúc rất hào hứng: "Mấy đứa nghe không? Cố gắng lèo mũi lái về phía dàn đèn chỗ đó mau đi! Đến được đó rồi nghỉ."

Dù lời kêu gọi của ông chủ ghe phấn khởi thế nào, người cầm lái và người phụ chèo không hề đổi được hướng tiến của mũi ghe. Vẫn lệch so với chỗ đến dàn đèn khoảng chín mươi độ, chiếc ghe vẫn tiếp tục lao về phía trước. Đồng thời với sự lạc hướng, tốc độ của chiếc ghe tự dưng tăng lên một cách bất ngờ, nhanh hơn cả thời gian ghe chạy bằng máy kèm với buồm. Hốt hoảng, ông chủ gào những người đang cầm lái chèo theo cách chỉ dẫn của ông. Nhưng ông càng gào thét bao nhiêu thì chiếc ghe càng phóng xa chỗ có đèn sáng bấy nhiêu. Đang thất vọng trong lúc ngoái cổ nhìn về phía dàn đèn sáng, tôi bỗng giật mình vì tiếng rột roạt cọ sát bên ngoài mạn ghe nơi mình tựa lưng. Càng lúc tôi càng thấy nơi mình đang co ro nằm như được nâng cao hơn và hơi nghiêng ngược về phía sau một chút. Chỗ mạn thuyền nơi tôi tựa đầu và vai vào hình như bị chúc xuống trong lúc chỗ tôi đang cố gắng duỗi chân ra thì ngược lên cao hơn. Ngạc nhiên với sự lạ, tôi có cảm giác là ngay dưới đáy ghe chỗ mình nằm có một vật gì đó đang tạo sức đẩy cho sự di chuyển của chiếc ghe. Vật đẩy này đích thực là nguyên nhân của sự tăng tốc và là vật xúc tác đối với sự ù lì và chậm chạp của chiếc ghe giữa những đợt sóng lớn. Tôi chẳng hiểu lý do nào mà cái vật đẩy kỳ lạ ấy thực hiện điều này nhưng rõ ràng là nó đã kích thích chiếc ghe chúng tôi chạy nhanh hơn mà không cần biết đàng trước mũi ghe có bị cản trở gì hay không. Ghe chúng tôi vùn vụt lao trên mặt biển chẳng khác nào như chiếc xe máy đứt thắng đang vô định trên đường với một tốc lực kinh hồn. Cũng may là con đường mà tôi giả dụ chỉ là mặt biển mênh mông và trống vắng nên cái vật đẩy gì đó muốn đẩy chiếc ghe chúng tôi băng băng đến hướng nào thì đẩy mà không hề bị tai nạn giao thông vì sự va chạm trước mặt. Màn tối mù mịt của đêm và nước bắn tung tóe khiến tôi không thể nhìn thấy gì bên ngoài cái sườn ghe mặc dù nỗi tò mò trong lòng tôi càng lúc càng tăng theo tiếng rột roạt dị kỳ đang hòa lẫn vào trong tiếng ròng ròng đều đặn của nước chảy. Tốc độ cao tột cùng của chiếc ghe đã khiến cho tôi cảm tưởng sẽ bị rớt xuống biển một cách dễ dàng nên tôi đã phải bám chặt vào người cạnh bên và nhắm chặt mắt để đỡ bớt chóng mặt. Trong khi ói thốc tháo vì say sóng, tôi đã phải thụt chân về vì cái đạp của một người đang chập choạng bước qua. Lờ mờ qua đóm đèn pin hay đèn bão gì đó, tôi thấy khuôn mặt dáo dác của ông chủ ghe. Tưởng rằng ông muốn bước qua để đến chỗ đi tiêu, tại cuối đuôi ghe, nhưng tôi chỉ thấy ông len qua những người nằm cạnh, rảo mắt dò xét ngoài mạn. Không hiểu ông đã thấy gì và điều đó tốt xấu như thế nào, nhưng sau một hồi chăm chú soi rọi, ông đã lặng lẽ trở lại buồng máy. Tiếng anh Thảo vang to:

"Cố gắng bẻ mũi lái đi mấy anh em ơi! Mình đi xa chỗ dàn đèn quá rồi."

Một người phụ lái nào đó đáp lại:

"Hình như ghe mình bị vào luồng nước ròng, không ra khỏi được."

Tiếng ông chủ ghe vang lên:

"Có phải là ghe vướng vào trong nước ròng đâu, nhưng cái đà này thì hết còn cơ hội đến chỗ đèn sáng đó được nữa rồi!"

Những Tấm Lòng Nhân Ái

Tiếng rột roạt bên hông ghe từ từ nhỏ lần khi tiếng nước chảy ròng ròng vang to và đều đặn. Âm thanh như tiếng nước reo như khi thuyền rẽ ngang sóng lớn. Chỗ tôi nằm vẫn còn ở độ nghiêng không bình thường và mũi ghe vẫn chếch lên cao hơn so với mức trung bình khi lao về phía trước. Tôi không còn nghe tiếng đối thoại của ông chủ ghe và anh Thảo, và cũng rất hiếm khi nghe tiếng nước tạt. Dường như hai người đầu tàu này và những người đàn ông thanh niên khác đều bó tay trước tốc độ kỳ lạ của chiếc ghe. Khi chiếc đèn lù mù ở buồng lái tắt hẳn, nhiều tiếng ói, tiếng khóc và tiếng cầu nguyện vang lên liên hồi. Im lìm trong bóng tối, tôi thấy lòng quặn thắt khi nghe lời khẩn cầu thống thiết của ai đó:

"Xin ơn trên thương xót phù hộ cho con của con! Xin trời phật cứu mạng cho chúng con. Chúng con là những người hiền lành vô tội, trời phật ơi!"

Ôm chặt Tinô trong lòng, tôi khóc rất thảm thiết. Trong lúc tuyệt vọng vì không nghĩ ra cách để giúp con mình thoát khỏi cảnh hiểm nghèo đang có, tôi lại nghe nhiều tiếng cầu nguyện thống thiết của những người đàn bà nằm gần vang lên liên tiếp. Chúng gợi cho tôi nhớ lại câu chuyện của chị Lan, người hàng xóm của tôi, và cuộc đối thoại của chúng tôi. Chị kể cho tôi nghe lý do chị cạo trọc đầu là chị được qua khỏi căn bệnh ngặt nghèo sau khi nguyện cầu phật bà Quan Thế Âm cứu giúp. Lúc đó, tôi nói với chị là nếu tôi cầu với trời phật điều gì thì tôi thì chỉ nguyện ăn chay vài tháng chứ không bao giờ hứa cạo đầu. Khi nói với chị Lan như thế, tôi nghĩ lời nói của mình chắc chắn như đinh đóng cột, thế mà trong tình trạng hiểm nghèo lúc ấy, tôi đã thành tâm nguyện với Phật tổ và Phật bà Quan Thế Âm là tôi sẽ cạo trọc đầu khi gia đình tôi được đến bờ bình yên. Bờ mà tôi mong mỏi được đặt chân đến là chỗ sáng đèn của giàn khoan dầu mà anh Thảo phỏng đoán; nhưng, càng lúc nó càng xa tít cho đến khi chỉ còn là một đốm mờ rồi mất hẳn.

Những Tấm Lòng Nhân Ái

Rã rời trong tuyệt vọng, tôi ôm Tinô chặt hơn, nhất quyết không buông nó ra dù phải chìm vào trong lòng biển lạnh. Những người nằm cạnh ép chặt vào tôi hơn nhưng không phải chỉ vì kiếm thêm hơi ấm hay để khỏi phải rơi xuống biển như trước đó. Tất cả đều chuẩn bị cho số phận cùng chết chung. Chẳng mấy chốc, tiếng cầu nguyện và than khóc từ từ vơi đi rồi chìm mất. Trong bóng đen của đêm chỉ còn tiếng gió gào và tiếng đều đều của nước chảy. Chúng tôi lần lượt thiếp dần vào giấc ngủ; mặc cho chiếc ghe lao đến những nơi mà biển trời định đoạt.

Những Tấm Lòng Nhân Ái

Chương Mười Bốn

"Có tàu! Có tàu! Có tàu kìa!"

Tiếng reo inh ỏi của Tài đã đánh thức tôi dậy. Dáo dác nhìn quanh một lúc, tôi hững hờ nhìn bóng tàu ở xa thật xa. "Lại thêm một sự lơ là và rẻ rúng!" Tôi đã nghĩ thế nhưng lòng rất thanh thản và an bình. Ánh sáng dịu dàng của bình minh và sự tương đối phẳng lặng của mặt biển đã cho tôi cảm giác như mình đang ở trong giấc mơ đẹp sau khi trải qua cơn ác mộng kinh hoàng. Nhớ đến vật đẩy dưới đáy ghe nơi mình nằm, tôi vội vàng ngoái đầu ra ngoài sườn ghe để tìm hiểu, nhưng xung quanh chiếc ghe của chúng tôi giờ chỉ là một vùng biển xanh thẫm với những ngọn sóng vừa phải đang nhấp nhô lên xuống. Vì mặt biển tương đối phẳng lặng nên sàn ghe của chúng tôi không có độ nghiêng khá lớn như tối hôm qua nhưng điều ấy không thể thuyết phục là tôi đã bị ảo giác đánh lừa. Tôi tin chắc là cái vật đẩy nào đó đã nâng chiếc ghe chúng tôi cao hơn mặt biển và đã đưa chiếc ghe chúng tôi ra khỏi vùng có giông khi nó tạo ra những tiếng rột roạt ngay mạn thuyền tôi nằm tựa vào. Chính cái vật đẩy đó đã đưa chúng tôi đến vùng biển tương đối êm dịu này trước khi bỏ đi. Giờ đây không có nó, chiếc ghe chúng tôi trở lại

Những Tấm Lòng Nhân Ái

tình trạng ù lì gần như bại liệt và những người phụ lái phải ra sức chèo để tránh tình trạng nước theo chân vịt vào khoang ghe.

Trong lúc mọi người chểnh mảng nhìn quanh biển, những đứa nhỏ đột nhiên la khóc dữ dội. Tinô cũng òa khóc theo trong khi uốn éo mình mẩy của nó trong lòng tôi. Biết nó cũng ở vào tình trạng khổ sở vì rít róng, tù túng và đói khát như những đứa trẻ kia nên tôi đành cởi chiếc áo của nó ra để liệng xuống biển trước khi ẵm nó lên nóc buồng lái xin ông chủ cho ngồi lại chỗ cũ. Sở dĩ tôi làm vậy là để nó đỡ bớt nóng nực và hy vọng xin nước cho nó từ cái thùng chứa gần đó. Ngày hôm trước, ông chủ ghe rất dè sẻn cho mọi người nước uống vì số nước trong thùng còn lại rất ít. Những cây đá mà ông định dùng làm nước uống đã tan chảy và bị tạt xuống biển từ bao giờ; cho nên, nước trong thùng chứa chẳng có được bao nhiêu từ những mảnh đá vụn tan ra và hiện thời chỉ để dành cho những đứa con nít. Tinô được uống nước lại được thoát khỏi cái áo đầy nước biển và chất nôn ói nên trông vui vẻ hẳn lên. Sự hài lòng của nó làm tôi yên tâm phần nào trong lúc vẫn còn xốn xang với cảnh nó ở trần, không có áo mặc. Tự an ủi là chiếc lưng đầy sảy của nó cần được thoáng khí, và không thể dùng chiếc áo khá bẩn của nó nữa để biện minh cho việc làm của mình, tôi dự định là sẽ dùng chiếc áo khoác dơ dáy của mình để bọc tấm thân nhỏ nhoi của nó khi trời về đêm. Vài bà mẹ cũng đã tháo áo và cả quần của con họ quẳng xuống biển vì chúng bẩn đến độ làm da non của mấy đứa nhỏ đỏ ửng và lấm tấm sảy. Trong khi dằn vặt và chua xót với cảnh con mình trần truồng như thế, những người mẹ chúng tôi đắm chìm trong ý tưởng riêng. Không khí buồn tẻ bao trùm lấy chiếc ghe cho dù nó lờ l?ng trên mặt biển như chiếc du thuyền. Không hề tỏ ra chút chú tâm, hai người phụ lái đẩy mái chèo một cách lờ đờ, miễn cưỡng và không định hướng.

Tiếng nói đầy thất vọng của Tài vang lên:

Những Tấm Lòng Nhân Ái

"Chiếc tàu đó đi nữa rồi!"

Thông điệp này đã làm tôi buồn bã như những lần trước; nhưng lần này không hiểu sao, tôi lại trông ngóng và mong chờ sự loan báo mới của Tài với hai chữ "Có tàu!" Những lời đồn đãi về sự cạn kiệt của tấm lòng nhân đạo thế giới trước khi vượt biển vẫn còn đọng trong trí của tôi nhưng tôi không tin là thế gian đã mất hết lòng nhân đạo. Tôi vẫn còn hy vọng và tin tưởng là chúng tôi sẽ được cứu vớt trong một ngày nào đó, miễn là ghe chúng tôi không bị dìm chìm bởi giông to sóng lớn hoặc được tấp vào một bờ đất nào đó. Nhìn màu nước xanh đậm của biển, tôi bỗng nhớ những ngày ra bãi ngồi ngắm trời, mây nước. Lúc ấy, từ bờ nhìn ra khơi tôi thường hay mơ ước được lênh đênh giữa biển trời như thế để thấy tâm hồn thư thái, an bình và riêng biệt. Giờ đây, ở giữa vùng nước mênh mông như ước muốn cũ, tôi lại cảm thấy ngao ngán màu xanh biển đến kinh hoàng. Ao ước duy nhất của tôi lúc này là tìm thấy được màu xanh của lá để chiếc ghe nhỏ bé của mình có được một bờ bến tấp vào. Tuy nhiên, bến bờ mà tôi muốn đến là một hoang đảo nơi chúng tôi có thể tìm thức ăn nước uống trong lúc chờ máy bay phát hiện hoặc những chiếc tàu ngang qua cứu giúp chứ không phải là nơi thuộc đất nước mà ghe chúng tôi vừa trốn thoát đi. Ở đó, chắc chắn là sự bắt bớ và tù đày đang chờ chực chúng tôi.

"Có tàu, có tàu! Có chiếc tàu lớn đằng kia kìa!" Tiếng reo của Tài làm tôi giật mình đưa mắt nhìn theo cánh tay chỉ của nó.

Một tiếng nói đầy bất mãn của một thanh niên nào đó vang lên:

"Có tàu! Có tàu! Cho một trái lựu đạn này là có cũng như không!"

Những Tấm Lòng Nhân Ái

Hốt hoảng, tôi la lớn:

"Ê! Đừng có làm bậy đó nghe! Mình đang ở trong hải phận Quốc Tế mà gây tiếng nổ; mấy tàu khác họ tưởng là tàu hải tặc làm khó dễ với mình là lớn chuyện đó!"

Vì quá sợ hãi tôi đã nói vậy chứ lời nói của tôi chẳng đúng lý lẽ gì; nhưng bà chủ ghe vừa nghe tôi nói đã trừng mắt về phía những người thanh niên đang đứng cầm chèo:

" Đứa nào vừa nói như vậy đó? Thằng Tèo? Thằng Luân? Hay thằng Châu? Tao cấm tụi mày làm chuyện bậy bạ! Nghe chưa!"

Tôi vội đính chính:

"Nếu những người trên những chiếc thuyền lớn có ống dòm thấy ghe mình có toàn đàn bà con nít bơ phờ, xơ xác thì không nghĩ là ghe hải tặc đâu nhưng nếu mình gây nổ ở vùng biển Quốc Tế là bất hợp pháp."

Bà chủ ghe không đáp lời tôi, vẫn quay mặt về phía những người chèo lớn giọng:

"Có nghe không Tèo? Luân? Châu? Tao nói không ném lựu đạn là không ném lựu đạn! Đứa nào không nghe lời thì đừng trách tao."

Châu đáp lại với giọng trấn an:

"Thằng Tèo nói chơi thôi mà dì! Chứ nó có lựu đạn gì đâu!"

"Có hay không chỉ có tụi mày biết, nhưng tao nói không là không!"

Bà chủ la như vậy rồi quay lại giải thích với tôi:

"Tụi nó thường đem chất nổ để đánh bắt cá. Tôi không biết tụi nó có đem theo lúc này không nhưng tôi phải la như vậy để ngừa tụi nó làm bậy."

Tôi im lặng vì sốc. Tôi đã tiếc nuối mãi về chuyện để mất vũ khí tự vệ của mình, mà có ngờ đâu những người thanh niên trên ghe có cả chất nổ trong tay. Nếu vợ chồng chúng tôi còn chiếc dao xếp của cha chồng tôi thì vẫn không thể nào bảo vệ được Tinô khi mà sức mạnh của người cầm vật nổ sẽ khống chế tất cả mọi người trong tình trạng lộn xộn trên ghe. Hình dung những chuyện chẳng lành sắp xảy ra, tôi hoàn toàn xuống tinh thần, và cảm thấy nản nề hơn khi nghe tiếng nói đầy thất vọng của Tài:

"Chiếc tàu đó lại đi nữa rồi!"

"Có tàu, rồi lại không có tàu! Nói hoài mà không thấy có tàu nào đến cứu thì tao quăng mày xuống biển để cá ăn thịt trước đó!"

Tiếng lầm bầm của ông chủ ghe làm tôi hoảng sợ. Tôi biết ông nói cho có nói hoặc là để hả giận với những điều xảy ra ngoài ý muốn chứ không có ý hại Tài khi mà tôi nghe phong phanh nó là cháu ruột của ông hay của vợ ông gì đó. Thế nhưng sự bất mãn của người phụ lái đến người chủ ghe đã cho tôi thấy rõ ràng dấu hiệu khủng hoảng tinh thần của những người đang điều hành chiếc ghe. Rùng mình với những tưởng tượng không hay trong trí, tôi hứa với lòng là sẽ không bàn bạc hay nói năng gì với ai nữa để được yên thân.

Tài không bất bình với những lời cằn nhằn của ông chủ ghe, nói như reo:

"Có tàu! Có tàu kìa!"

Mọi người dồn mắt nhìn theo hướng chỉ của nó. Vài người ngồi trước mũi lao xao:

"Đúng rồi! Có tàu! Có tàu!"

"Hình như cái tàu đó đang đi tới phía ghe của mình!"

"Cầu trời cho cái tàu đó vớt mình!"

Sự rộn rã của mọi người làm tôi cảm thấy hân hoan hẳn lên. Mắt của tôi như muốn căng ra để nhìn cho kỹ chiếc tàu đàng xa. Đúng như mọi người nhận định, một chiếc tàu đang di chuyển rất chậm nhưng mũi của nó hướng về phía ghe chúng tôi chứ không phải ngang qua trước tầm nhìn của chúng tôi như những chiếc tàu trước đó.

"Hình như chiếc tàu bỏ đi lúc nãy. Nó vòng trở lại để đến ghe mình." Tiếng nói của anh Thảo vang lên.

Lòng tôi ngập tràn vui sướng và hy vọng khi nhận ra chiếc tàu thực sự đang trực chỉ đến chiếc ghe của chúng tôi. Càng lúc nó càng hiện rõ hơn nhưng càng đến gần, nó di chuyển rất chậm chạp. Tôi đã hồi hộp khá nhiều khi thấy những bóng người lăng xăng chạy trên boong tàu. Hình như họ đang tìm cách di chuyển chiếc tàu đến gần ghe chúng tôi trong lúc cố gắng hạn chế những con sóng lớn có thể gây lật chiếc ghe quá nhỏ bé của chúng tôi.

"Tàu Xã Hội Chủ Nghĩa rồi bà con ơi! Cờ nó có sao!"

"Thôi rồi! Kỳ này mình bị tụi Xã Hội Chủ Nghĩa bắt giao cho công an rồi!"

Giật mình, đảo mắt theo hướng nhìn của những người loan tin, tôi thấy trên mạn thuyền có một chiếc cờ xanh màu nước biển nhạt và ngôi sao trắng ở chính giữa. Tôi đã phân vân rất lâu vì không biết đó có phải là cờ của nước Xã Hội Chủ Nghĩa hay không; nhưng sau một hồi ôn lại trí nhớ, tôi chắc chắn rằng mình chưa hề thấy nó khi học thuộc cờ của các nước trên thế giới. Bởi vì nếu đã từng, thì tôi đã có thể thuộc hai màu trang nhã của nó một cách dễ dàng rồi. Tôi cũng không tin đó là tàu của các nước Xã Hội Chủ Nghĩa vì điệu bộ đi lui tới vội vã của những người trên tàu biểu hiện sự lo lắng quan tâm hơn là vây bắt để trừng trị. Dù suy luận như thế, tôi không dám bàn tán một lời nào ngay cả bày tỏ sự tán thành với lời phán của một người đàn bà nào đó:

"Có bị tụi Xã Hội Chủ Nghĩa bắt cũng lên tàu, chứ kiểu này thì trước sau gì tụi nhỏ cũng chết."

Quay về phía tiếng nói ấy, tôi thấy nhiều cánh tay vẫy của người đàn bà con nít đang ngồi, quỳ lổn nhổn trên sàn tàu. Vài người khóc nức nở trong khi chắp tay xá lạy rối rít. Chồng tôi và những người thanh niên gần đó cũng đỏ hoe mắt khi đưa tay vẫy gọi. Họ, chẳng khác gì tôi, tuy hy vọng được cứu vớt nhưng vẫn ám ảnh sự lạnh lùng và dửng dưng của những con tàu của ngày trước đó, nên đã không ngừng tuôn nước mắt trước sự thật đang xảy ra. "Cảm ơn trời phật đã xui khiến cho những người trên tàu ấy cứu mạng con của con." Tôi đã thì thầm lời này khi xiết chặt vòng tay quanh người của Tinô. Trong lòng tôi, Tinô nhìn chằm chằm về phía trước với ánh mắt mong đợi và khao khát. Thì ra, trong cái đầu non nớt, nó cũng ý thức được là những người đang chạy tới chạy lui trên con tàu lớn ấy sẽ là những vị cứu tinh của nó.

Khi khoảng cách giữa chiếc tàu lớn và chiếc ghe của chúng tôi chỉ còn độ bốn mươi mét, một người đàn ông có dáng dấp bệ vệ như thuyền trưởng đang đứng tựa thanh chắn của boong tàu đưa tay ra hiệu cho chúng tôi lái ghe tới chỗ mà ông muốn. Lúc này chiếc tàu lớn đã ngừng hẳn nhưng có

Những Tấm Lòng Nhân Ái

lẽ máy của nó vẫn còn hoạt động nên đã tạo nhiều ngọn sóng cuồn cuộn xung quanh. Trước vẻ ngần ngừ của hai người thanh niên đang cầm mái chèo, ông chủ ghe quyết định chèo ghe một mình. Tôi đã thấy sự căng thẳng nhiều lần trên khuôn mặt của ông chủ ghe trong những ngày vượt biển nhưng chưa bao giờ thấy khuôn mặt ông căng thẳng hơn lúc ấy. Dọn quang một chỗ nơi mạn ghe phải rồi đứng trong tư thế vững vàng, ông khoát mái chèo một cách rất dè chừng và cẩn thận. Tim tôi đập thình thịch khi thấy chiếc ghe cưỡi trên những ngọn sóng vì hiểu là nó có thể lật úp một cách bất thình lình nếu người lái ghe lỡ tay trong phút giây ngắn ngủi nào đó. Nếu như thế thì chẳng có đứa con nít nào có thể vớt lên khỏi mặt đại dương chưa kể những người không biết bơi như tôi. Chẳng khác gì tôi, mọi người hồi hộp theo dõi sự di chuyển của chiếc ghe trên những con sóng dập dềnh thay vì nhìn lên chiếc tàu trước mặt. Xoay ngang một cách khó khăn trên những con sóng, chiếc ghe dịch từ từ đến vị trí song song với hông của chiếc tàu rồi tiến đến nơi chỉ định. Người đàn ông ở trên boong có dáng dấp bệ vệ và đứng đắn của một thuyền trưởng tỏ ra rất căng thẳng khi cho thả chiếc dây thừng lớn khổ màu xanh biển nhạt xuống chỗ ghe dừng. Chỉ vài phút, những người thanh niên trên ghe nắm được đầu mối rồi phụ nhau cột nó trước mũi để giữ cho chiếc ghe yên định phần nào ở chỗ gần thang sắt. Nhốn nháo reo mừng, đàn bà, con nít đứng lên, ùn ùn tiến về phía mạn trái gần mũi ghe, nơi cập gần sát chiếc thang sắt của chiếc tàu lớn khiến cho chiếc ghe chòng chành, nghiêng ngả không ngừng. Trong khi ông chủ ghe cố gắng ghìm tay chèo để giữ sự thăng bằng cho chiếc ghe, anh Thảo kêu nài mọi người đi từ từ chớ đừng chen lấn vậy mà chẳng ai màng để ý đến họ. Không thể giữ im lặng được nữa, tôi nói lớn:

"Từ từ chờ đến phiên không được sao vậy? Mấy ngày trong giông tố không bị sao hết, nay ai nấy tranh nhau leo lên thang để bị rớt chìm dưới nước, không ai cứu kịp thì đừng có mà hối hận!"

Bà chủ ghe đang dượm người đứng lên, nghe tôi nói như thế thì ngồi lại chỗ cũ, đưa mắt về phía mà tôi đang nhìn chăm chăm. Từ trên chiếc thang sắt, hai người đàn ông, một đen một trắng, đang leo xuống để phụ ẵm những đứa nhỏ lên tàu. Họ đã xuống lên nhiều lần trên chiếc thang sắt để lần lượt đưa tất cả những đứa trẻ lên tàu một cách an toàn và cẩn thận. Khi chiếc ghe vơi người, ông chủ ghe đến bên vợ, đưa tay ẵm đứa con út bên hông, hỏi tôi với khuôn mặt rạng rỡ:

"Cô thấy tui chèo tài không? Không phải dễ đâu."

Tôi đáp:

"Ai cũng biết anh tài mà! Không phải chỉ có chuyện cập ghe gần chiếc tàu này đâu mà cả những ngày ghe trong giông to sóng dữ nữa."

Tôi định nói thêm: "Anh đích thực là 'Anh Hùng' như tên gọi!" nhưng gượm lại vì nghĩ lời tông bốc chẳng tăng thêm ích lợi gì khi phần thưởng dành cho sự tài trí của ông đã được đáp bằng sự cứu vớt bất ngờ rồi.

Chồng tôi đã ẵm Tinô theo sau ông chủ ghe để leo lên thang sắt. Khuôn mặt anh lộ vẻ hân hoan chẳng khác gì ông chủ ghe làm tôi nhớ lại là chẳng hề nghe người đàn ông hay thanh niên nào cầu nguyện trong những phút hiểm nguy. Có lẽ đối với họ, sự hợp lực để đối phó cho sự an toàn của chiếc ghe thiết thực hơn những điều mà đàn bà và con nít chúng tôi làm trong tình trạng bất khả năng của mình. Giờ đây, chặng đường nguy hiểm đã qua, và sự an toàn chắc chắn đang chờ đợi trên chiếc tàu lớn trước mặt, niềm vui sướng của chúng tôi rộng thênh thang chẳng khác biển trời.

Người đàn ông da trắng, đứng tuổi có dáng vẻ oai nghiêm đúng là thuyền trưởng như tôi đoán. Ông đã cho nhân viên tháo dây thả chiếc ghe trôi đi khi tất cả chúng tôi

Những Tấm Lòng Nhân Ái

lên hết trên boong. Trong lúc anh Thảo tường trình cho ông những gì xảy ra cho chiếc ghe chúng tôi bằng tiếng Anh, ông chủ ghe luyến tiếc nhìn chiếc ghe đang bồng bềnh trên mặt biển, và nói với chúng tôi rằng:

"Phải chi máy không hư, đến được đảo Phi thì mình có thể giữ nó làm vật kỷ niệm rồi! Thấy nó nhỏ như vậy mà chắc ghê chưa!"

Theo hướng nhìn của ông, tôi xúc động nhìn lại vật đưa mình qua chặng đường sóng to biển dữ trong những ngày vừa qua. Đúng như ông nói, tuy chỉ là chiếc ghe nhỏ nhưng nó không bị rã, vỡ hay bị đánh tan bởi những con sóng lớn. Có lẽ ông đã lường trước khả năng của nó nên đã trét, trám hay đóng ghép kỹ càng trước khi lên đường với hy vọng lưu giữ nó ở bờ đất Phi Luật Tân như một kỷ vật. Giờ đây, càng lúc càng xa chiếc ghe nhỏ nhoi và trơ trọi trên mặt biển, tôi cảm tưởng như xa một vật thân thương của mình chẳng khác gì tâm trạng của ông chủ ghe.

Anh Thảo nói chuyện với ông thuyền trưởng xong, báo cho chúng tôi biết là chiếc tàu cứu chúng tôi không phải là tàu Xã Hội Chủ Nghĩa mà là tàu buôn dầu của Đan Mạch. Tàu này sẽ đi đến Nhật, vì thế thuyền trưởng sẽ đưa chúng tôi đến đó, còn chuyện định cư nước nào thì sẽ phân giải sau. Vừa nghe báo thế, cả nhóm người chúng tôi ồ lên reo mừng sung sướng. Những người đàn ông và thanh niên đều thở phào nhẹ nhõm trong khi nhìn nhau bằng những đôi mắt vui tươi. Với ánh mắt tươi vui không kém, anh Thảo kể cho chúng tôi nghe là ghe chúng tôi được cứu nhờ một thanh niên trên tàu thường chạy bộ trên boong mỗi buổi sáng. Sáng nay, sau khi chạy bộ, người thanh niên này dùng ống nhòm ngắm biển thì thấy chiếc ghe nhỏ với những đứa nhỏ trần truồng và phờ phạc nên chạy báo cho thuyền trưởng ngay. Thuyền trưởng, người điều khiển tàu dầu Đan Mạch này, đã từng cứu vớt nhiều chiếc ghe vượt biển của thuyền nhân Việt

Nam khi ngang qua lại vùng biển Thái Bình Dương nhiều lần, nên khi nghe tin, liền cho họp thủy thủ đoàn để bàn tính chuyện cứu vớt. Bởi vì chiếc tàu dầu của ông khá lớn trong khi chiếc ghe chúng tôi quá nhỏ, ông đã bàn với các nhân viên của ông cho tàu làm một vòng cua khá rộng và giảm tốc độ của nó khi đến gần ghe chúng tôi để tránh sự lật úp. Đồng với sự tính toán này, ông đã ra lệnh cho đầu bếp nấu xúp và chuẩn bị thức ăn cho chúng tôi. Nhìn những khuôn mặt đầy xúc động của chúng tôi, anh Thảo cho biết thêm là thuyền trưởng đã lấy danh sách của nhóm để chọn phòng ở cho chúng tôi theo gia đình và giới tính.

 Khoảng hai mươi phút sau, chúng tôi lần lượt rời khỏi boong tàu để đến phòng mình tắm rửa. Trên đường đi, tôi đã rón rén từng bước vì hiểu rằng sự dơ bẩn của bản thân mình có thể tổn hại đến sự sang trọng và sạch sẽ của những tấm thảm đỏ dưới chân. Những người thủy thủ trên tàu đã chia cho chúng tôi áo quần của họ khi kèm theo những chiếc khăn tắm và xà phòng. Vợ chồng tôi được hai bộ đồ của người đầu bếp người Phi Luật Tân nên đã bỏ hai bộ áo quần dơ dáy đến độ không thể sử dụng lại được của mình. Riêng Tinô, tôi đã phải giặt chiếc quần dài của nó rồi cho nó mặc lại ngay khi quần còn ẩm ướt. Những đứa khác hoặc trần như Tinô hoặc trần lẫn truồng vì những bộ đồ cũ của chúng không thể nào sử dụng được nữa. Có những đứa thiếu niên phải bơi trong những chiếc áo phùng phình của các thủy thủ đô con như đang mặc áo đầm và vài người đàn bà cũng trong tình trạng như vậy.

 Tắm rửa xong, chúng tôi được hướng dẫn đến phòng ăn. Phòng này ở tầng dưới tầng của các phòng chúng tôi ở. Nó là một phòng ăn rộng rãi và rất lịch sự. Tuy cạnh bếp, nhưng quầy ngăn giữa khu nấu với các bàn ăn đẹp và lịch sự chẳng khác nào ba rượu của các nhà hàng khang trang và sang trọng trong các phim nước ngoài mà tôi từng xem được trước đây; cho nên, khi đi nhận thức ăn, tôi có cảm giác như

Những Tấm Lòng Nhân Ái

mình đang được phục vụ trong một nhà hàng quý phái. Chúng tôi được tự do chọn bàn ăn để ngồi theo nhóm và những người mình muốn ngồi chung. Phần lớn mọi người đều ngồi theo gia đình và gần cửa sổ kính, nơi có thể ngắm biển dễ dàng. Những khuôn mặt hí hởn và hạnh phúc của mọi người trong lúc chờ lấy thức ăn cho tôi cảm tưởng như cả nhóm sắp ăn tiệc mừng cho ngày được hồi sinh của mình. Hít hà với mùi thơm của xúp và bánh nướng, tôi chợt nhớ hôm nay là ngày 2 tháng 4 năm 1989. Mười bốn năm trước, nó là ngày buồn của thành phố biển Nha Trang của chúng tôi, còn bây giờ là ngày chúng tôi được phục sinh. Những tô xúp trước mặt chúng tôi là những tô xúp đầy nghĩa tình của lòng nhân ái mà chủ nhân của chúng đã ban phát cho chúng tôi với một sự tiếp đãi rất ân cần và đầy tình người. Đây là món ăn mà chắc chắn là tôi không thể nào quên trong suốt cuộc đời của mình. Và sau này cho dù tôi có món ăn cao lương mỹ vị nào chăng nữa, không có món nào có thể sánh bằng.

Trưởng đầu bếp và người phụ tá của ông có lẽ động lòng vì thấy vẻ háu đói của mấy đứa nhỏ khi ăn xúp thịt bò nên đã bàn nhau cho mỗi đứa nhỏ thêm một ly sữa, một trái táo và cho chung hộp bánh. Chúng tôi chỉ có thể nói cảm ơn với họ khi nhận các thứ chứ không thể nào bày tỏ hết tấm lòng biết ơn của mình. Dường như thấu hiểu sự giới hạn của bất đồng ngôn ngữ và tính mắc cở của chúng tôi mà những người này hiếm khi hỏi chuyện chúng tôi. Ăn xong, những người lớn trong nhóm chúng tôi dọn dẹp đâu đó sạch sẽ rồi dặn dò những đứa con nít nhất là những đứa thiếu niên không được tò mò hay táy máy đồ vật trên tàu. Trước khi rời phòng ăn, chúng tôi còn nhắc nhở mấy đứa nhỏ về chuyện giữ danh dự cho người Việt Nam rồi dặn dò kỹ lưỡng về chuyện giữ thiện cảm của người ngoại quốc dành cho người Việt để sau này họ còn tiếp tục cứu vớt những chiếc ghe vượt biển của những thuyền nhân đi sau.

Những Tấm Lòng Nhân Ái

Chưa kịp về phòng, chúng tôi được ông thuyền trưởng mời lên boong chụp hình chung làm kỷ niệm. Chụp hình xong, ông hỏi anh Thảo địa chỉ để đánh điện tín về nhà cho thân nhân chúng tôi được an tâm. Chúng tôi đã cấp cho ông ba địa chỉ: nhà ông bà chủ ghe, đại diện cho nhóm ghe, nhà chị Hạnh đại diện cho nhóm hoa tiêu của anh Thảo, và nhà chồng tôi với tư cách là khách tham gia chuyến vượt biển.

Những Tấm Lòng Nhân Ái

Chương Mười Lăm

Niềm vui sướng đã khiến chúng tôi không thể nào chợp mắt được chút nào dù được chăn ấm, nệm êm, không gian yên tĩnh và riêng tư. Bất lực với chứng mất ngủ kỳ lạ, chúng tôi đã lang thang lên xuống cầu thang để đến phòng ăn lấy nước uống hay nói vài ba câu chuyện với nhau ở hành lang. Anh Thảo, dù cùng ở tình trạng mất ngủ và buồn chán như chúng tôi, cảnh cáo với chúng tôi là nên ở trong phòng riêng của mình, và hạn chế lên xuống thang lầu hay qua lại các hành lang để giữ yên lặng cho thủy thủ đoàn làm việc khi trời sáng cũng như vào lúc ban đêm. Thực sự là chúng tôi chẳng hề gây phiền toái cho những chủ nhân trên tàu khi mà các phòng ở của chúng tôi không cùng tầng với họ. Trong khi chúng tôi ở tầng thứ ba thì họ ở tầng hai hoặc tầng dưới cùng khu nhà ăn. Có lẽ vì thủy thủ đoàn quá ít trong khi con tàu đồ sộ có quá nhiều phòng cho nên có rất nhiều phòng thừa chưa từng có người ở qua. Tôi đã đến viếng các phòng khác của những người cùng chuyến vượt biển và thấy phòng nào, phòng nấy đều thơm mùi mới. Các phòng mới này có đầy đủ giường nệm, tủ gỗ, bàn viết và phòng tắm mới toanh. Đặc biệt là các cửa kính của chúng ở các vị trí khác nhau nên người ở có thể nhìn được quanh cảnh bên ngoài ở những góc độ khác nhau. Trong phòng mình, tôi thường hay đứng trên thảm đỏ cạnh tấm màn treo gần cửa kính để ngắm trời mây và biển nước vì chẳng có việc gì khác để làm. Mỗi lần như thế, tôi có cảm tưởng như là thượng khách của một khách sạn quý phái rồi bâng khuâng mãi với sự may mắn mà mình đang có. Khi còn điêu đứng với tình trạng hiểm nguy và khổ sở trên ghe, có bao giờ tôi nghĩ hay mơ ước được sống sung sướng và đầy đủ tiện nghi như vầy đâu! Trong tâm tưởng của tôi lúc đó, chỉ cần một vùng đất của một hoang đảo cho chúng tôi thoát ra khỏi biển nước mênh mông đã là sự quý hóa lắm rồi. Giờ này, sự may mắn ngoài sự tưởng tượng đã đến với tôi như một phép nhiệm mầu ngọt ngào. Như người được kéo lên thiên đàng sau những ngày bị đày dưới địa ngục, tôi thấy hồn mình bay bổng nhẹ tênh. Dù là vậy, điều này không có nghĩa là tâm trí của tôi được thanh thản và bình an. Cảnh đối phó với những ngày sóng to gió lớn, cảnh đói khát, cảnh đẫm ướt trong nước biển, nước ói, nước tiểu, và phân vẫn bám chặt trong óc tôi như không thể giải tỏa ra hết được. Để trấn tĩnh lại sự xáo trộn trong tinh thần, và vỗ về giấc ngủ mình, tôi đã dùng phương pháp đếm thứ tự các con số; thế nhưng, hễ mỗi lần nhắm mắt là tôi lại thấy hồn mình lâng lâng vui sướng vì hình ảnh của sợi dây thừng màu xanh biển tung trong không trung và đang từ từ rơi xuống. Sau đó, tôi cảm thấy đầu của mình cứng chặt lại vì màu xanh thẫm mênh mông và vô tận của đại dương. Trong khi màu xanh nhạt của chiếc dây thừng đã cho tôi niềm hy vọng của sự yên bình và tin cậy, màu xanh thẫm của đại dương vẫn còn khảm trong trí tôi nỗi sợ hãi kinh khiếp vì sự chết cận kề. Sự tương phản của hai màu xanh đã làm tôi thần kinh của tôi căng ra rồi dùn lại không biết bao nhiêu lần khi nhắm mắt. Mức khác biệt tối đa của chúng đã khiến tôi bị mất ngủ hơn năm ngày liền trên tàu.

Tôi biết sự biến động tâm lý mình không thể phôi phai một sớm một chiều và chỉ có thể tìm lại giấc ngủ bình thường sau khi tâm thần tôi được ổn định. Điều này không thể xảy ra trong thời gian ngắn bởi vì khi gặp nhóm người vượt biển tại khu ăn uống, tôi đã có thêm nhiều suy nghĩ và ưu tư hơn. Trong khi đồng ý với lời xì xầm của những người trong nhóm hoa tiêu về chuyện vợ ông chủ ghe cho bà con đi "hôi" quá nhiều, tôi đã ngỡ ngàng khi thấy họ và vài đứa con của họ đeo khá nhiều nhẫn vàng y. Tôi không ngờ một người tài trí như ông chủ ghe lại nghĩ đến chuyện mua cất vàng làm vật tùy thân thay vì phụ tùng sửa máy cho những ngày tự thân tự lực trong những ngày trên biển. Nếu chúng tôi không được tàu cứu vớt thì số vàng ấy sẽ đi về đâu và có giá trị gì? Tôi thầm trách ông rất nhiều về chuyện không cân nhắc giá trị của sự vật khi chuẩn bị cho chuyến hải trình đầy nguy hiểm vừa qua; tuy nhiên, sau khi suy nghĩ sâu kỹ, tôi hiểu vì sao ông phải thủ thân như thế. Nếu chúng tôi chẳng may bị công an phát hiện và chiếc ghe, vốn liếng duy nhất của ông, bị tịch thu, thì ông phải làm gì để nuôi bảy đứa con trên một đất nước có nhiều chính sách khó khăn và phức tạp. Hơn nữa, phòng trữ vàng để nuôi các con ông trong trại tị nạn khi dự tính đến bờ Phi Luật Tân là chuyện có thể hiểu được. Có rất nhiều chuyện để suy nghĩ và cũng có rất nhiều điều có thể lý giải được cho sự thông cảm mục đích của việc làm người khác; tuy nhiên, trong tất cả sự việc, sự hy sinh của người ở lại mới là đáng kể. Hơn bao giờ, tôi nhớ đến chị Hạnh và những tiếng thở hổn hển của chị khi chở tôi qua cầu Hà Ra và cầu Xóm Bóng. Lúc đó chị đã tâm sự là chị đã trả đứt tiền mua chiếc ghe để các con chị có thể vượt biên gặp ba của chúng ở Mỹ và là chị phải hy sinh ở lại để thanh toán những chi phí còn lại cho chuyện bãi và dầu. Sự hy sinh ấy nay được đáp đền bằng bức điện tín của ông thuyền trưởng và chắc hẳn là chị sẽ rất vui mừng khi nghe tin các con chị bình an. Chị đã đến nhà chồng tôi để nhận số vàng như đã giao kèo chưa thì tôi không thể nào đoán ra nhưng tôi hình dung được cảnh toan tin của những người trong thành phố biển. Giờ này có lẽ mọi người đều biết là chuyến ghe vượt biển của chúng tôi đã thành công và đang kháo nhau về chuyện liều lĩnh của chúng tôi. *"May là con mình không bị chết chìm cho nên không bị dè bỉu là chết ngu!"* Tôi vô cùng cảm kích sự cứu độ của Trời Phật khi nghĩ như thế. Cũng nhờ sự dẫn dắt vô hình của các đấng tối cao mà chiếc ghe của chúng tôi lạc hướng đến chiếc thuyền có người thuyền trưởng nhân đạo. Tưởng tượng cảnh gia đình chồng tôi ngạc nhiên khi nhận điện tín, tôi vui sướng đến điên cuồng cho dù cảm giác bàng hoàng với thực tế ngọt ngào mà mình đang có chưa hết trong tâm trí tôi. Nhiều lần, tôi cảm thấy sợ hãi vì nghĩ rằng sự may mắn trong hiện hữu chỉ là ảo mộng. Tôi đã không hề chợp mắt được có lẽ một phần cũng từ sự lo lắng này.

Thuyền trưởng không những là người nhân đạo mà còn là người rất tế nhị. Thấu hiểu sự buồn tẻ trong cảnh vô công rỗi nghề của chúng tôi, ông đã cho phép chúng tôi dạo trên boong hoặc xem phim ở tầng hầm, nơi gần phòng giặt giũ, trong những giờ giấc nhất định. Mỗi khi ra boong tàu, tôi có cảm tưởng như đến trên một sân sắt trống trải màu xám đang hiên ngang vượt sóng nước tiến về phía trước. Nó giống như sàn lộ thiên của xà lan có mũi nhọn mà cạnh vuông phẳng gắn liền với phần tầng của đuôi thuyền có thể xem là một sân vận động rộng dài bằng sắt trước một khu cao ốc ba tầng. Tôi ước đoán bề rộng của sàn lộ thiên này có thể làm bãi đậu của một chiếc trực thăng bởi vì cấu trúc của nó chẳng khác gì chiếc hàng không mẫu hạm, nếu không kể phần tầng với các phòng sang trọng có cửa kính và thảm đỏ. Khi đứng ở các thanh chắn màu trắng của boong tàu, chồng tôi thường nhìn ngang, nhìn dọc rồi nói rằng chiếc tàu này có chiều dài tối thiểu là hai trăm mét và rộng ít nhất là năm mươi mét. Đây là một chiếc tàu thủy lớn đến độ tôi chưa hề tưởng tượng ra, cũng như chưa từng nghĩ là mình được cơ hội đứng trên ấy một lần ở trên đời. Mỗi lần nhìn nó chạy chầm chậm trên biển, tôi lờ mờ đoán là nó đang đi về hướng bắc để ngang qua các vùng biển của Trung Quốc, Đại Hàn để đến Nhật, nhưng rất lạ lùng là tôi chẳng hề thấy chiếc thuyền lớn nào lảng vảng gần đó. Đại dương mênh mông và trải rộng trước tầm nhìn của tôi. Nó chẳng khác nào một chiếc nổi xu xoa xanh thẫm khổng lồ mà hàng triệu vết lõm tròn trên mặt như bị múc bởi những chiếc muỗng vô hình nào đó. Thỉnh thoảng tôi thấy những đốm trắng của bọt sóng lớn gợn lên ở xa xa nhưng không thể nào thấy được gì ở nơi xa tít vì không có ống dòm. Đôi khi vợ chồng tôi gặp người thanh niên hay chạy bộ trên boong vào buổi sáng sớm, nhưng chúng tôi chỉ cười tỏ vẻ thân thiện với anh ta chứ không nói gì, bởi tính mắc cỡ và sự giới hạn tiếng Anh. Có lần tôi chẳng thấy anh mang theo ống dòm nên cảm thấy rằng mình khá may mắn khi được anh mang nó đúng ngày chiếc ghe chúng tôi cần được cứu vớt. Nếu ngày đó, anh không mang theo ống dòm, và không muốn ngắm biển thì không hiểu số phận của chiếc ghe chúng tôi sẽ về đâu. Có chăng là trước khi về chầu Hà Bá, chúng tôi vẫn sẽ ám ảnh mãi thái độ lãnh đạm của những chiếc tàu lớn và sự nhẫn tâm của những người ở trên đó. Nhờ được ở trên tàu, tôi mới hiểu là mình đã phán đoán sai về sự lạnh lùng và vô nhân đạo của những con tàu mà ghe chúng tôi gặp trên biển trước đây. Rất là khó nhận ra một chiếc ghe nhỏ trên mặt đại dương nếu nó ở khoảng cách khá xa chiếc tàu lớn. Hơn nữa, khi chiếc tàu di chuyển, không nhất thiết là thuyền trưởng hay thủy thủ đoàn phải quan sát xung quanh đại dương hàng giờ. Có thể nói là tôi đã đánh giá một cách sai lầm khi cho rằng các chiếc tàu lớn mà tôi thấy trước đó tàn nhẫn hay thấy chết mà không cứu.

Thuyền trưởng thường căn dặn chúng tôi canh chừng những đứa trẻ kỹ lưỡng khi dạo trên boong tàu và cũng thường thông báo cho anh Thảo biết những ngày biển động để anh thông dịch lại cho chúng tôi hay. Dù ông cẩn thận thế nào, chẳng có bao nhiêu người trong nhóm chúng tôi thích dạo trên sàn sắt trơn láng. Loanh quanh cùng mọi người trên boong độ năm phút là tôi đưa Tinô về phòng ngay. Cảm giác ghê rợn với màu xanh thẫm của nước biển chưa hề gột sạch trong ý tưởng của tôi. Buổi tối có phim, tôi cũng chỉ coi khoảng nửa giờ rồi về phòng vì chẳng hiểu gì. Một lần, thuyền trưởng đã mời cả nhóm chúng tôi đến phòng thâu âm để nghe những lời nhắn gửi và những lời ca của những thuyền nhân Việt Nam mà ông đã cứu vớt trước đó. Sau đó, ông đề nghị mỗi người chúng tôi nói một vài câu hay hát một vài bản nhạc để thâu âm làm kỷ niệm. Đến phiên mình, tôi đã hát bài Cho Con của Phạm Trọng Cầu. Đây là bài hát mà tôi thích nhất từ sau ngày 30 tháng 4 năm 1975 và thường ngâm nga mỗi khi ẵm Tinô trong tay:

>*Ba sẽ là cánh chim cho con bay thật xa*
>*Mẹ sẽ là cành hoa cho con cài lên ngực*
>*Ba mẹ là lá chắn, che chở suốt đời con*
>*Vì con là con ba, con của ba rất ngoan*
>*Vì con là con mẹ, con của mẹ rất hiền*
>*...Ngày mai, con khôn lớn*
>*Bay đi khắp mọi miền*
>*Con đừng quên con nhé, ba mẹ là quê hương*

Dù tôi đã hát bài này nhiều lần nhưng chưa bao giờ tôi hát trong xúc động như lần ấy. Tôi đã chậm nước mắt khi hát những lời diễn tả đúng tâm trạng của mình. Kết thúc buổi ghi âm, một nỗi buồn man mác vẫn còn đeo đẳng trong lòng tôi cho đến khi về phòng. Từ đây, phải chăng tôi đã thực sự mất quê hương, còn Tinô thì sẽ không còn ai thân thuộc ngoài ba mẹ của nó.

Những Tấm Lòng Nhân Ái

Chương Mười Sáu

Sau hai mươi giờ dập dềnh ngoài khơi để chờ cập bến, tàu dầu Đan Mạch đã đưa chúng tôi vào cảng Misushima của Nhật lúc rạng sáng ngày 11 tháng 4 năm 1989. Khoảng mười giờ sáng, các viên chức của trại tị nạn Omura đã đến thẩm vấn, điều tra và làm đơn cho chúng tôi ngay ở trên tàu. Vì họ làm việc quá cẩn thận và tỉ mỉ cho nên mãi đến chín giờ tối cả nhóm người chúng tôi mới hoàn tất mọi thủ tục. Điều này dường như làm cho thủy thủ đoàn bất bình nên họ thường trao cho chúng tôi những cái lắc đầu chán chường hay những cái nhún vai tỏ vẻ không hài lòng khi đi ngang chỗ chờ đợi của chúng tôi. Thực ra, các nhân viên Nhật không những bận rộn với chuyện làm hồ sơ, đơn từ mà còn lo cấp phát cho chúng tôi thức ăn, áo quần và giầy vớ. Ngoài chuyện mất nhiều thì giờ vì ngôn ngữ bất đồng trong lúc điền đơn họ còn bỏ nhiều thời gian để kiểm tra kích cỡ của từng món đồ trong các thùng giấy cứng trước khi trao cho chúng tôi. Khi mặc bộ đồ đúng kích, tôi nhớ đến ngày anh Thảo đến từng phòng lấy số đo của từng người theo yêu cầu của ông thuyền trưởng. Lúc đó, anh nói là ông thuyền trưởng đã liên lạc với sở di trú Nhật và thông báo cho họ tình trạng của chúng tôi. Cũng nhờ ông quan tâm như thế mà các

Những Tấm Lòng Nhân Ái

nhân viên Nhật đã chuẩn bị chu đáo trước khi đến đón chúng tôi. Thay những bộ đồ đồng phục dài tay màu xám nhạt xong, chúng tôi phải tập họp lại thành nhóm để chuẩn bị lên đường ngay. Chúng tôi cố gắng tìm gặp những người ân của mình, lúc này đang bận rộn với phần việc của họ, để chào từ giã. Thuyền trưởng và vài nhân viên của ông tiễn chúng tôi tận thang tàu. Nhìn chúng tôi khóc khi nói "Tạm biệt" và "Cảm ơn", họ cũng đỏ mắt theo. Bước khỏi thang tàu, và đến tận xe buýt rồi mà chúng tôi vẫn còn ngoảnh đầu lại khóc sướt mướt. Từ lúc trốn khỏi nước, ngoài sự sợ hãi của cuộc vượt thoát, chúng tôi chẳng hề có ý niệm nào về cảnh bịn rịn chia tay như thế. Cho nên, hình ảnh những người đứng trên boong nhìn theo bước chân rời của chúng tôi chẳng khác nào thân bằng quyến thuộc lưu luyến tình cảnh trong phút chia lìa. Khi chia tay, chúng tôi không những mang theo hình ảnh của họ mà còn cả tấm lòng nhân ái của họ. Tôi biết chắc rằng không một ai trong chúng tôi có thể nào quên sự chăm sóc tận tình và ân cần của họ. Trên xe buýt, chúng tôi đã luôn miệng nhắc nhở đến những cử chỉ và việc làm của những vị ân nhân của mình rồi cùng công nhận họ đã đối xử với chúng tôi hết sức công bằng và đầy tình người. Cũng vì tình yêu thương đồng loại, họ đã chẳng hề màng đến chuyện chúng tôi thuộc thành phần nào hay đã có lý lịch trong quá khứ ra sao trong lúc chia sẻ áo quần và lương thực trong những ngày cưu mang chúng tôi trên tàu. Sau một hồi bàn tán, chúng tôi đã cùng hứa với nhau là sẽ tìm cách định cư tại Đan Mạch để có dịp liên lạc và thăm viếng thuyền trưởng cùng những nhân viên của ông. Qua lời đối thoại của chồng tôi và anh Thảo, tôi nhẩm bẩm tên Olesen của thuyền trưởng và tên Maersk của tàu dầu Đan Mạch. Tôi nghĩ là mình sẽ không bao giờ quên mười chín trái tim đầy nhân ái và mười ngày sống trong tình nhân loại kể từ ngày 2 tháng 4 đến ngày 11 tháng 4 năm 1989.

Xe buýt đi thêm vài giờ, chúng tôi lóa mắt với những ngọn đèn, những tòa cao ốc và những chiếc cầu đồ sộ. Tôi cảm thấy vui và hãnh diện vì được đặt chân trên một nước tiên tiến nhất của châu Á mà tôi luôn luôn ngưỡng mộ. Trước năm 1975, tôi từng hâm mộ Nhật và khâm phục tinh thần cầu tiến của dân tộc nước này qua những bài học sử thế giới, nay được chiêm nghiệm thực tế chẳng gì sung sướng hơn. Tôi đã biết là nhờ phong trào Minh Trị Duy Tân và những cải cách tiến bộ về chính trị, kinh tế và xã hội sau chiến tranh thế giới thứ hai, dân tộc Nhật đã đưa đất nước của họ từ chế độ phong kiến đến công nghiệp hóa phát triển, từ kinh tế lạm phát, thiếu thốn sau năm 1945 đến ổn định và phát triển. Chính nhờ nền công nghiệp thành đạt vượt mức, họ đã có nhiều cơ sở thương mại nổi tiếng trên thị trường thế giới, vượt hơn cả nhiều nước Tây Phương. Trăm nghe không bằng mắt thấy, thực tế của những chiếc cầu to cao và chắc chắn bắc qua những đảo nhỏ đã củng cố thêm sự hâm mộ của tôi đối với nước này. Vì biết Nhật là một quần đảo thường có động đất, nay chứng kiến sự khắc phục điều kiện khó khăn của tự nhiên của người dân Nhật trong lúc phát triển nền kinh tế của đất nước họ, tôi càng khâm phục người Nhật nhiều hơn. "Phải chăng vì những người lãnh đạo của nước Nhật đi theo con đường dân chủ nên đất nước họ trở thành một nước giàu mạnh nhất châu Á? Phải chăng sự phát triển hay suy tàn của một đất nước tùy thuộc vào những người lãnh đạo và chế độ hiện hành của đất nước ấy?" Tôi đã tự hỏi như thế khi nghĩ đến sự giàu có của nước người, rồi cảm thấy buồn vì không biết đến bao giờ nước tôi mới được giàu có như vậy. Sau một hồi suy nghĩ, tôi cảm thấy quá ngờ nghệch khi nhớ ra rằng mình đã bận tâm với những điều mơ hồ và xa xôi trong lúc không còn tổ quốc. Với thân phận người tị nạn như hiện tại, ước vọng của tôi chỉ còn dựa vào lòng thương của những người khác nước để được một nơi định cư. Tôi chắc chắn rằng khi được định cư, vợ chồng chúng tôi vừa có cơ hội làm việc nuôi cho Tinô ăn học thành tài trong lúc đời sống của chúng tôi sẽ được tôn trọng một cách bình đẳng và tuyệt đối chẳng khác gì người dân bản xứ. Tôi bỗng nhớ đến nhà máy sợi Nha Trang do người Nhật làm chủ ở gần đèo Rù Rì. Nhà máy này có rất nhiều người trong thành phố biển Nha Trang làm công. Mỉa mai thay, người Việt Nam trong nước đang làm trong hãng Nhật tại Việt Nam còn tôi là người Việt Nam phải vượt qua bao nhiêu khó khăn hiểm nghèo để đến nước Nhật rồi cũng làm cho hãng Nhật, nếu gia đình chúng tôi phải định cư tại đây. Nếu chuyện xảy ra như thế, sẽ có gì khác biệt giữa tôi và những công nhân viên Việt Nam đang làm cho Nhật ở trong nước? Phải chăng tôi đã dùng tính mạng của con mình, bản thân mình chỉ vì để đánh cuộc trong chuyện kiếm việc làm ở xứ người. Mặc dù tôi vượt biển không phải vì lý do chính trị nhưng không thể qui bởi lý do kinh tế. Sự tự do và quyền làm người được tôn trọng một cách bình đẳng và tuyệt đối là những cái mà tôi muốn có cho toàn thể gia đình tôi và bản thân khi tôi quyết định đem Tinô ra đi. Chính lúc ấy, tôi mới hiểu rõ ràng hơn về ước muốn trong tiềm thức của mình. Sau bao nhiêu năm tháng sống cơ cực cả vật chất lẫn tinh thần, ước muốn này đã tiềm ẩn và khắc sâu vào trong tâm hồn tôi một cách sâu đậm và là động lực chính thôi thúc cho quyết định ra đi của tôi. Giờ đây ước mơ của tôi đã thành sự thật và tôi không còn gì sung sướng hơn khi được ở trên thiên đường của xứ tự do.

Chúng tôi đã đến trại Omura vào lúc tám giờ sáng ngày 12 tháng 4 năm 1989. Đây là trại tạm cư và chuyển tiếp cho những người tị nạn mới đến hoặc chuẩn bị đi các nước khác. Lúc chúng tôi đến, trại này chỉ mới có sáu mươi tám người; tính thêm chúng tôi, trại chỉ được chín mươi chín người. Là trại ít người nhất các trại tị nạn trong khu vực Thái Bình Dương nhưng nếu không có nhóm chúng tôi và nhóm người vào trước chúng tôi nửa tháng, thì lượng người của trại chẳng bao giờ gia tăng thêm bởi Nhật không phải là bến mà các thuyền vượt biển của người Việt chúng tôi nhắm đến và rất hiếm trường hợp ghe vượt biển Việt Nam được tàu vớt về đây. Nhóm người đến trước chúng tôi hai tuần chính là những người sống sót trong chuyến ghe bị lật úp bởi tàu

Những Tấm Lòng Nhân Ái

Nhật mà chúng tôi nghe mọi người trong thành phố Nha Trang kháo nhau sau khi nghe lén đài BBC. Những người này, sau khi thăm hỏi chúng tôi, đã trút tất cả những thống khổ mà họ đã trải qua trong cuộc vượt biển bất hạnh của họ qua những lời tường thuật. Ghe của họ xuất phát tại Long An, gồm khoảng một trăm bảy mươi hai người, toàn dân Sài Gòn. Sau những ngày bị nhiều chiếc tàu lãnh đạm từ chối, họ đã được thuyền trưởng tàu Nhật hứa cứu sau khi ông ta được lệnh chấp thuận của cấp trên. Không may cho họ là trong lúc chờ vớt, ghe họ bị sóng lớn đánh bạt vào hông tàu Nhật và lật úp. Vì không có một biện pháp cấp thời nào cho sự cố bất ngờ trong lúc chờ lệnh của thượng cấp nên gần hai tiếng đồng hồ sau thuyền trưởng của tàu Nhật mới ra lệnh cho thả ca nô và phao xuống cứu. Rất nhiều người chết chìm vì không có vật gì bám víu để giữ nổi trên mặt nước. Có gia đình đi chín người nay chỉ còn lại hai người. Có gia đình đi cả hai vợ chồng con cái, con chết chỉ còn mỗi hai vợ chồng chơ vơ. Có một đứa nhỏ mười bốn tuổi đi với cả gia đình cha mẹ anh chị em mà chỉ còn mỗi mình nó sống sót. Nó kể là nó phải bơi đứng khoảng một tiếng, sau đó nhờ vớ được tấm ván nên bơi thêm một tiếng nữa mới được vớt lên. Số người sống sót được nhờ bám vào những mảnh ván, thùng nhựa hay biết bơi và còn sức để bơi. Sau khi thuật lại chuyến đi của mình, và nghe kể về chuyến đi của chúng tôi, họ nghẹn ngào tiếc thương cho tình trạng đáng tiếc xảy ra cho ghe của mình và luôn miệng nói chiếc ghe của chúng tôi quá may mắn. Một người đàn bà òa khóc và nức nở rằng ghe của bà lớn hơn ghe của chúng tôi, con của bà lớn hơn những đứa trẻ trong chuyến đi của chúng tôi vậy mà nó không thể sống được. Nghe bà than khóc trong khi nhìn những đứa nhỏ trong chuyến đi của mình đang đứng quanh quẩn gần đó, tôi thực sự cảm thấy rằng nhóm chúng tôi được ơn hồng của thượng đế. Để thực hiện lời nguyện với trời phật, tôi quyết mượn cho bằng được vật dụng cạo đầu. Biết được ý định của tôi, nhiều người trong chuyến ghe tôi đã hưởng ứng và chia nhau tìm giùm. Sau khi lân la đến các phòng của những người

Việt ở lâu trong trại để thăm hỏi, ba người thanh niên phụ lái đã mượn được một chiếc kéo và một chiếc tông đơ chạy bằng pin. Chúng tôi hò nhau ra sân cỏ, ngồi quanh chiếc ghế để chờ đến phiên cạo đầu. Luân, được ủy nhiệm cho việc làm này, đã than là không biết đời nó sẽ ra sao sau khi xuống tóc cho mười lăm người như thế. Sáng hôm sau, chúng tôi ngạc nhiên vì nhân viên trại cho tập trung ở sân cỏ nơi có đặt một cái ghế ngay nơi mà chúng tôi đặt ghế để cạo đầu trong ngày hôm trước. Trong khi chúng tôi hoang mang lo sợ vì đã phạm luật nào đó do sơ xuất, hai nhân viên người Nhật và một người thông dịch Việt sững sờ ngạc nhiên không kém chúng tôi. Sau một hồi xì xào bàn tán, người thông dịch cho biết là nhân viên trại định xịt thuốc diệt chí cho chúng tôi nhưng vì nhiều người trong nhóm đã cạo hết tóc nên chỉ có những người còn tóc mới phải nhận phục vụ này. Chúng tôi, những người đầu trọc, được giải tán nhưng không tản hàng, lảng vảng đứng ngồi quanh quẩn để chứng kiến việc mình không được dự phần. Mười sáu người còn có tóc như anh Thảo, chị Phú, Thiện, Luân, chồng tôi, Tinô, ba đứa con của chị Hạnh, vài ba đứa trẻ và Tèo người đã cạo đầu nhưng còn để tóc chỏm như chú tiểu lần lượt ngồi xuống ghế mặc áo choàng để nhận những làn thuốc xịt màu trắng trên đầu. Ngày tiếp theo đó là ngày toàn nhóm chúng tôi được chở ra ngoài bệnh viện để khám sức khỏe và là ngày mà các cô gái trẻ trong nhóm khóc lóc thảm thiết vì tin đồn là phải trần truồng trước ông bác sĩ và hai người thông dịch cũng là đàn ông. Tại phòng chờ, trong khi các cô gái nhỏ than thở với nhau là: "Khám bệnh kiểu gì mà tuột cả áo quần lẫn đồ lót! Chồng chưa thấy người lạ đã thấy trước rồi!" thì anh Thảo cằn nhằn "Không biết mấy cô này nghĩ thế nào mà khóc lóc ầm ĩ như vậy! Đến nước văn minh rồi mà còn tính toán chuyện đâu đâu. Phận sự của người ta như thế họ phải làm thôi! Thấm béo gì mà nhìn các cô chứ!" Tôi thông cảm cho những cô gái chưa chồng này vì chính mình, đã là đàn bà, không cảm thấy tự nhiên chút nào với chuyện trần như nhộng trước những người đàn ông lạ. Tuy nhiên, hiểu rằng lý lịch sức khỏe của mình cần thiết cho những người chẳng biết quá khứ mình ra sao nên tôi im lặng tuân theo chứ không bàn cãi gì trước lời phàn nàn của anh Thảo. Thực tế không tệ hại như lời đồn đãi khi người thông dịch nghiêm trang giải thích là bác sĩ cần khám xét kỹ để lỡ có một chứng bệnh nào được phát hiện, bệnh nhân sẽ được điều trị cấp thời cho đến khi khỏi hẳn. Hai ngày sau, chúng tôi được kết quả là chẳng ai bị chứng bệnh nào ngoài chuyện mấy đứa trẻ đều bị sán lãi.

Chúng tôi thường nghe điều lệ và các thông báo mới của trại trong các buổi họp tại nhà ăn. Điều nghiêm cấm được nhắc đi nhắc lại là sự trốn ra khỏi trại, cho dù chỉ lang thang đi chơi rồi trở về. Mỗi lần nghe nói đến điều luật này, những người ở lâu thường thì thầm cho chúng tôi biết là ban đêm thỉnh thoảng họ chui rào ra ngoài để mua sắm hay đến bãi rác để kiếm các vật dụng phế thải. Họ đến bãi rác lớn của phi trường gần trại nơi mà họ đã nhặt được các vật dụng như xoong nồi, chén đĩa, bàn ủi, cát sét... và cả ti vi còn mới tinh.

"Rác của người nhưng là của quý của mình."

Một người đã nói thế khi anh kể chuyện nấu ăn thêm tại phòng anh. Anh giải thích là vào những đêm đông lạnh đàn ông trong trại thường hay bị đói. Do bữa cơm tối của trại cấp vào lúc bốn giờ rưỡi chiều, nên khoảng bảy giờ tối là họ đã đói ngay. Để chống lại những cơn đói về đêm và sự thèm nhớ những món ăn Việt, họ đã tìm cách nấu ăn thêm tại phòng ở. Nhờ trại cấp cho người lớn một trăm yên mỗi tuần và sự kiểm soát của nhân viên trại vào những ngày đông lạnh thiếu chặt chẽ nên họ thường chung tiền với nhau lại, rồi luồn ra khỏi rào trại để mua thức ăn về nấu nướng. Tôi không quan tâm về chuyện đói bụng ban đêm mà chỉ tò mò về chuyện tuyết rơi trong mùa đông nên háo hức hỏi hai người ngồi cạnh trong buổi họp chừng nào mới đến mùa đông. Một người nói là còn lâu lắm vì mùa đông vừa mới qua và giờ Omura đang ở cuối mùa xuân.

"Cuối xuân? Sắp đến hè rồi mà còn lạnh dữ vậy sao?"

Lời cảm thán của tôi vừa thốt ra bị chỉnh ngay bởi người thông dịch:

"Trời nóng như vầy mà chị than lạnh thì làm sao chị chịu nổi khí hậu mùa đông ở đây?"

Tôi chưa kịp trả lời, người thanh niên ngồi cạnh tôi đáp thay:

"Đối với chúng tôi, mùa nào ở đây cũng lạnh hết cả anh ơi!"

Lặng yên với hàm ý sâu xa trong lời nói này, tôi cảm thấy thông cảm cho cái lạnh trong tâm hồn của những người tị nạn sống lâu ở đây. Có lẽ cũng vì nhớ quê hương, nhớ thân bằng quyến thuộc và những người đã chết biển mà cái lạnh kéo dài triền miên trong tâm hồn của họ. Chính vì điều này đã khiến họ tìm đến nhau để chia sẻ nỗi buồn đau và cay đắng. Sự mất mát và cô đơn đã khiến họ quây quần với những công việc như nấu một món ăn Việt, nghe một băng nhạc Việt hay chia cho nhau những món quà nhận được từ những thân nhân đã được định cư ở các nước Mỹ, Pháp, Úc, Canada hay ngay tại Nhật.

Là "lính mới" trong trại tị nạn, nhóm chúng tôi không hề dám vi phạm một điều lệ nào của trại. Ngoài ba buổi gặp nhau tại phòng ăn, những người trong nhóm chúng tôi thường dự các lớp học tiếng Nhật và tiếng Anh vào buổi sáng hay tụ tập ở sân chơi vào lúc chiều tối. Tôi đã được đến lớp học tiếng Nhật vài lần nhờ Hoàng Kim Hằng, cô gái đang chuẩn bị đi Pháp theo diện hôn phu, đưa Tinô về phòng trông coi giùm. Trong lớp học đầu tiên, tôi chẳng hiểu mô tê gì vì thầy giáo đứng tuổi nói toàn tiếng Nhật và không có thông dịch. Sau khi chào chúng tôi, ông bỏ sách vở trên bàn, rồi kêu từng người đứng trước lớp chỉ cách chào của người Nhật. Lối đứng nghiêm, tay thẳng, đầu cúi, người gập, lưng giữ ở góc chín mươi độ của cách chào khiến tôi hiểu rằng Omura thuộc vùng thôn quê và nghi thức tôn sư trọng đạo phải được thể hiện một cách đúng đắn và rõ ràng. Lần đó tôi chỉ học được cách chào của người Nhật và những từ cơ bản trong giao tiếp hàng ngày như: Hai (vâng), arigato (Cảm ơn) và kư đa sai (Xin vui lòng). Trong những giờ học sau, tôi chỉ học thêm được vài chữ như: sensei (thầy giáo), seito (học trò), desuka (nào?), donate (ai) và desu (là). Dù chưa biết mình sẽ định cư ở nước nào, tôi vẫn mượn vở của những người ở trại trước mình để tự học. Tuy nhiên, mỗi lần tập viết chữ Candi, loại chữ nhà tầng như chữ Hán, tôi ao ước được định cư ở những nước có những loại chữ viết La Tinh giống chữ cái của Việt Nam. Ước muốn này tùy vào sự xác định tính cách tị nạn bởi bộ phận Cao Ủy Quốc tế tị Nạn Liên Hiệp Quốc tại Nhật khi tôi được chuyển đến Tokyo.

Những Tấm Lòng Nhân Ái

Chương Mười Bảy

Ngày 14 tháng 5 năm 1989 xe buýt đưa nhóm chúng tôi đến trại Kokusai Kuyen thuộc quận Shinagawa của Tokyo. Là trại lớn nhất của Nhật, Kokusai Kuyen có khoảng một trăm sáu mươi bốn người tị nạn Việt Nam. Phần lớn những người tị nạn này là những người ở lâu trong trại, không đủ tư cách để đi định cư các nước khác, không muốn định cư tại Nhật và đang chờ đi định cư các nước khác theo diện bảo lãnh của thân nhân. Do được trại thông báo trước, nhiều người trong trại và vài người Việt đã định cư tại Nhật chờ đón chúng tôi ở sân trại vào ngày chủ nhật hôm ấy. Bước xuống xe, đi giữa vòng người, giữa ngôn ngữ Việt thương yêu, tôi cảm tưởng như mình trở lại quê nhà sau chuyến du hành xa. Bồi hồi xúc động khi đi ngang những đôi mắt kiếm tìm trong khao khát, tôi chợt nghe những giọng nói đầy tinh nghịch vang lên:

"Toàn là sư cụ và sư cô không hà!"

"Chuyến đi của mấy người này chắc 'chẳng' dữ lắm nên họ mới cạo đầu nhiều như vậy. Cả thằng bé kia cũng bị húi trọc lóc."

Những Tấm Lòng Nhân Ái

"Phái Thiếu Lâm Tự bà con à!"

Vòng người bàn tán xôn xao khi dồn mắt nhìn chúng tôi, những người đầu trọc, và chăm chú cái đầu láng bóng của Vương, con của người đàn bà trẻ tên Vô, còn tôi thì ngơ ngác với những chữ mà họ đang dùng. Một lúc sau, tôi mới nhớ ra phái Thiếu Lâm Tự là một môn phái võ lâm của Trung Hoa thường có trong sách của Kim Dung và những phim kiếm hiệp mà tôi đã được đọc và xem qua trước năm 1975. Lòng tôi reo vui với ý nghĩ là mình sẽ được đọc và xem lại những loại sách và phim mà sau năm 1975 bị coi là văn hóa phản động và đồi trụy. Điều thú vị nhất trong hôm ấy là Liên, người đàn bà trẻ cho chúng tôi tá túc trước khi vượt biên gặp lại chồng của cô ta, người vượt biên trước cô hai năm, được tàu Nhật vớt và đã định cư tại Nhật. Sự trùng phùng của họ thật là hi hữu và cảm động chẳng khác nào phim truyện. Tôi chợt nhớ đến những đốm sáng lập lòe của những cây nhang và mùi thơm của nó khi mẹ của Liên thắp trên bàn thờ phật bà Quan Âm trước lúc chúng tôi rời nhà của cô ta. Chắc hẳn bà rất đỗi sung sướng khi biết tin này và càng tin tưởng hơn về sự phù hộ của ơn trên. Nghĩ như vậy, tôi cảm thấy vui vui.

Chúng tôi đã được nhân viên trại đưa đến phòng sinh hoạt để nghe nói sơ về lịch làm việc và nhận đồ dùng, rồi được đưa về các phòng ở. Các phòng dành cho chúng tôi là những phòng trống được sử dụng bởi những người đã đi định cư hay những phòng còn mới toanh. Gia đình tôi được ở trong phòng chưa hề có người ở qua nhưng cạnh những phòng đã có người. Kích thước và cấu trúc của các phòng hoàn toàn giống nhau. Rộng khoảng mười lăm mét vuông, phòng nào cũng có nền đất trống hẹp bằng xi măng ở gần cửa ra vào dành cho chỗ để giày dép, có sàn lót chiếu cao hơn chỗ để giày khoảng ba tấc, và bốn ngăn học lớn với bốn cánh cửa kéo ra vô. Các học lớn này có thể sử dụng như học giường để ngủ, tủ đựng áo quần, vật dụng hay chỗ để núp khi có động đất. Theo sự sắp xếp và cấu tạo của loại phòng như thế, chúng tôi đã dung hòa ngay với tập tục của người Nhật là khi bước vào phòng phải bỏ dép ngay trước cửa, đi chân trần trên mặt chiếu, ngồi bệt trên mặt chiếu, và nằm trên tấm trải hay nệm đặt trên mặt chiếu của sàn. Theo chuyện kể của những người ở lâu trong trại, có một ông giận vợ thế nào không biết nhưng khi ông quẳng cái đĩa thì nó chem. vách xuyên qua phòng bên cạnh. Câu chuyện có lẽ được phóng đại cho tính xốp nhẹ của các vách ván còn thực tế của đặc tính này là đúng thực vì công dụng của nó nhằm để bảo đảm sự an toàn nhân mạng của chúng tôi đối với hiện tượng động đất thường xuyên xảy ra ở đây. Ngay từ trại Omura, chúng tôi đã được huấn luyện để đối phó với hiện tượng tự nhiên này. Chúng tôi đã quen với chuyện không đặt các vật nặng hay dễ vỡ ở trên cao, và đã biết cách chuẩn bị như thế nào khi thấy có động đất. Theo lý thuyết, mỗi khi chúng tôi thấy đồ vật quanh mình rung rinh và mặt đất rung chuyển khá mạnh là chúng tôi phải mở cửa ra vào để phòng khi phải chạy ra ngoài sau đó núp dưới ghế hay bàn, những vật có thể bảo vệ đầu và thân. Thực tế, mỗi khi ở tình trạng lắc lư, tôi thường cảm nhận những gì đang xảy ra quanh mình một cách trầm tĩnh. Tôi có cảm tưởng rằng mặt đất chẳng khác gì mặt biển, có lúc yên bình có lúc gầm gừ, nhưng dù sao chăng nữa, tôi không hề sợ động đất như từng sợ bão biển. Có lẽ chưa từng chứng kiến sự thịnh nộ dữ dội của mặt đất ở Nhật nên trong tiềm thức của tôi, chẳng có sự hung tợn nào hơn sự hung tợn của những ngọn sóng lớn ở đại dương.

Kokusai Kuyen không những là trại tị nạn lớn nhất của Nhật mà còn là trại có đầy đủ tiện nghi và có số lượng nhân viên rất lớn. Với các khu nhà, đường đi, cây cối, vườn hoa và sân cỏ, trại bề thế chẳng khác gì một khu chung cư qui mô trên một diện tích đất khoảng mười mẫu tây trong khu vực có rào lưới xung quanh và cổng gác. Dưới mắt tôi, trại có vẻ chia thành ba khu: khu hành chánh giáo dục, khu sinh hoạt ăn uống và khu cư ngụ vệ sinh. Trong thực tế, văn phòng, các lớp học Nhật ngữ, các lớp học về đời sống phong tục tập quán xã hội Nhật, nhà trẻ, trạm xá, phòng sinh hoạt, nhà bếp, và các dãy phòng ở của người tị nạn cận kề, liên tục và kéo dài tận hàng rào sau. Chúng nối liền nhau bằng hai dãy hành lang dài có mái che ở hai bên hông. Nhờ hai hành lang có mái che này mà chúng tôi có thể đi lại từ nơi này đến nơi khác trong trại vào những ngày có mưa hay tuyết. Ngoài hai hành lang này là đường nhựa lớn dành cho xe chạy. Con đường nhựa này kéo dài từ trạm gác của trại bọc toàn bộ khu trại song song với vòng rào lưới hình chữ nhật. Nó là nơi di chuyển của những chiếc xe ra vào trại và những chiếc xe tuần ban đêm. Các nhân viên tuần tra có thể làm việc tốt hơn nếu không có hai khu nhà chứa quần áo và dãy nhà tắm được xây song song với lưới rào. Đây là nơi nấp an toàn cho những người trốn trại trước khi leo rào ra ngoài. Người trốn trại chỉ vì mục đích dạo loanh quanh xem cảnh lạ, mua sắm hay kiếm đồ phế thải chứ không phải vì bỏ đi luôn vì đời sống khó khăn hay khổ sở trong trại. Qua tin tức và thư từ của bạn bè của chồng tôi từ các đảo, tôi tin Kokusai Kuyen là trại tối tân và đầy đủ tiện nghi nhất trong các trại tị nạn ở Thái Bình Dương. Mỗi dãy phòng ở của chúng tôi đều có phòng rửa giặt với những bồn rửa, máy giặt và máy sấy tối tân. Phòng vệ sinh rộng và ngăn nắp với những bồn rửa mặt trắng tinh và những phòng cầu sạch sẽ. Gần khu sinh hoạt tập thể có cột điện thoại công cộng có thể dùng thẻ gọi ra ngoài. Nhà bếp lớn ngay trong phòng ăn rộng rãi có rất nhiều bộ bàn ghế và cả các tủ đá bán các loại nước uống và bánh kẹo. Vì trại có nhiều phòng và nhiều khu phục vụ, số lượng nhân viên phục vụ của trại gần bằng số lượng với người tị nạn: khoảng một trăm năm mươi người. Ngoài những người lãnh đạo và quản lý trại và giáo sư dạy lớp, còn có rất nhiều nhân viên làm cho phòng y tế, nhà trẻ, ban thông dịch, nhà bếp, ban bảo vệ và vận chuyển. Trong số nhân viên trại, các giáo sư dạy Nhật Ngữ là nhóm chủ lực, kinh nghiệm và kỳ cựu. Phương pháp dạy đặc biệt của họ đã giúp cho người tị nạn Việt hiểu và nói tiếng Nhật thông thạo sau năm tháng học. Khi còn ở Omura, tôi đã nghe tiếng về tác dụng của phương pháp giảng dạy mà họ áp dụng.Đến khi vào lớp học, tôi hoàn toàn đồng ý với lời đồn và thực sự ngưỡng mộ hiệu lực của phương pháp giảng dạy tổng hợp trong lớp. Đồng thời với các bài dạy đặc biệt của mình, các giáo sư dạy tiếng Nhật còn cấp nhiều loại sách Nhật Ngữ, máy cát sét và băng học để chúng tôi tự học thêm tại phòng vào ban đêm.

Trong nhóm tôi chỉ có anh Thảo là người không phải học Nhật Ngữ. Sau cuộc phỏng vấn của Cao Ủy Tị Nạn Liên Hiệp Quốc, anh được xét là có đủ tư cách được chính phủ Mỹ bảo lãnh nên được chuyển đến trại khác tìm việc làm trong khi chờ đợi ngày lên đường. Gia đình ông chủ ghe, có lẽ được những người quản lý trong trại lưu tâm đặc biệt, được cha xứ của một nhà thờ cử người đến rước đi sau hai tuần cư ngụ trong trại. Trước ngày họ lên đường, vợ chồng tôi có đến thăm nên được biết là họ được cấp một căn nhà riêng biệt gần nhà thờ tại một vùng nông thôn. Ông chủ ghe cho biết thêm là sau khi nhận nhà ở, vợ chồng ông sẽ được người của nhà thờ cử đến giúp làm đơn xin việc làm và giúp kiếm nhà trẻ và trường cho các con của ông. Khi chúc gia đình ông lên đường may mắn, tôi vội hỏi ông về những điều mà tôi thắc mắc từ ở dưới ghe nhưng không thể nào tự giải đáp được:

"Anh Hùng à! Khi ghe mình lạc hướng không thể chèo đến chỗ đèn sáng, em nghe tiếng rột roạt ở chỗ ván ghe nơi em tựa lưng sát vào đó. Lúc đó em không dám nhìn ra ngoài vì ghe chạy nhanh quá nhưng em thấy anh dọi đèn dọc mạn ghe chỗ ấy để thăm dò cái gì bên ngoài. Anh thấy gì lúc đó vậy anh?"

"Tui thấy lưng của con kình hay con ngư gì đó. Nó lấy lưng đẩy ghe mình đi."

"Có phải vậy không? Em nghi rồi! Đâu phải là ghe

mình vướng vào nước ròng! Ghe mình nhỏ xíu mong manh như vậy chịu sao nổi với giòng chảy xiết của đại dương!"

Tôi reo lên gần như hét khi nói như vậy, rồi trách ông: "Vậy sao lúc đó anh không nói cho ai biết hết cả vậy? Phải chi biết vậy em cũng cố gắng nhìn ra ngoài rồi."

"Nói để làm gì? Nội cái chuyện ghe được tàu cập đến vớt rồi mà mọi người còn tranh nhau đi rần rần, nghe nói có cá đẩy ghe cho họ rần rần tranh nhau xem cho 'ổng' lật ghe hả?"

Lời phán có lý trong cách nói điềm đạm của ông khiến tôi bật cười. Tôi đáp:

"Em nghi là phải có vật gì cạ vào ghe nên thành của nó mới có tiếng rồn rột như vậy. Hơn nữa, chiếc ghe nhỏ hư máy của mình lúc đó làm sao có thể chạy nhanh hơn lúc còn máy và buồm để vượt qua trận bão biển kinh khủng như vậy?"

Ngẫm nghĩ một lúc tôi hỏi tiếp:

"Con kình, con ngư là loại cá gì vậy anh? Cá heo hay cá voi?"

" Đó là cá voi. Còn gọi là cá Ông hay Ông."

"Cá voi? Loại cá này thường đi từng đàn mà?"

"Cũng có lúc mấy ổng đi lạc một mình chớ đâu phải lúc nào cũng đi theo đàn."

"Nhưng cá voi là loại cá lớn, nếu ghe mình mà bị nó đội lên thì phải chìm chứ? Hơn nữa em nhớ cá voi ở trong hình có nước phun ở trên đầu mà?"

"Đó chỉ là một ông kình con thôi. Ông đỡ ghe mình lên thì làm sao cô thấy nước trên đầu ổng như trong hình? Hơn nữa lúc đó nước bắn tứ tung rồi còn đòi nước gì nữa?"

Tôi lại cười khì nghe lời nói có lý này nhưng không hiểu sao tôi chỉ tin con vật đẩy ghe chúng tôi là cá heo con chứ không phải là con cá ông con như ông nói. Những người cùng chuyến ghe tôi thì không hề tin con cá nào giúp chiếc ghe của chúng tơi khi tôi thuật lại lời ông chủ ghe kể. Họ chỉ tin chuyến đi được may mắn là nhờ trời Phật cứu giúp và phước đức ông bà mà thôi. Còn chồng tôi thì dửng dưng với chuyện đã qua. Cuộc sống khốn khó của anh ở Việt Nam đã làm anh đã lạnh lùng chấp nhận số phận sống chết khi quyết định ra đi và hình như anh chỉ nghĩ đến chết nhiều hơn sống.

Sau khi gia đình ông chủ ghe rời trại, nhóm chúng tôi vẫn thường xuyên lui tới qua lại với nhau và lân la làm quen thêm những người ở lâu trong trại. Đến các phòng của những người ở lâu, tôi ngạc nhiên rất nhiều trước sự trưng bày đẹp mắt, gọn gàng và đầy đủ. Chẳng khác gì căn hộ, phòng nào cũng có tủ đựng ti vi, dàn máy nghe nhạc, bàn ăn, bếp nấu điện, bình thủy, xoong chảo và cả tô, chén, dĩa, ly tách. Trước phòng họ còn có các chậu rau húng, hành, rau răm và ớt. Phòng của gia đình tôi là phòng thứ tư trong dãy phòng có người ở mà trong đó phòng đầu tiên là của mẹ con cô gái độc thân, rồi đến phòng thứ hai là của đôi vợ chồng trẻ chờ định cư tại Nhật trong khi chờ người vợ sinh và phòng thứ ba là của một cặp vợ chồng có hai con nhỏ sắp đi Úc. Tiếp theo bốn phòng ở của chúng tôi là những phòng trống rồi đến nhà rửa giặt và phòng vệ sinh cuối dãy. Vì số lượng dân tị nạn trong trại quá ít so với số lượng lớn của các dãy phòng ở, rất nhiều dãy phòng trống sau lưng dãy phòng chúng tôi vẫn còn mới toanh dù đã xây lâu năm. Những buổi chiều tan học, khi nhìn dãy phòng phía sau qua màn kính của cửa sổ, tôi thường trầm ngâm nhớ đến quê nhà. Khi nỗi nhớ tràn ngập tâm hồn, tôi chợt nghĩ đến những người đơn độc và những người mất mát người thân hiện ở trong trại rồi cảm thương họ vô cùng. Tôi nghĩ là gia đình tôi may mắn đến bờ tự do cả vợ chồng con mà tôi còn nhớ nhà đến như thế, không hiểu tinh thần của những người bị mất người thân hay đơn độc còn khổ tâm đến mức nào. Phải chăng họ đã và đang tìm quên bằng nhiều phương cách khác nhau? Như tôi đây, tôi đã tìm quên nỗi nhớ nhà bằng phương cách học tiếng Nhật. Tôi đã cố gắng rất nhiều nhưng những bài tập Nhật Ngữ không là phương cách tốt giúp tôi đè nén nỗi nhớ mình trong những ngày chủ nhật buồn lê thê và dài đẳng đẳng. Chủ nhật là ngày chúng tôi không phải đến lớp học và là ngày chúng tôi được phép đi ra khỏi trại nên hai dãy hành lang và nhà bếp rất vắng vẻ. Số ở lại trong trại họp thành nhóm nấu ăn hay xem phim bộ tại một phòng nào đó của người ở lâu trong trại. Vợ chồng tôi, vì không có tiền đi xe buýt để ra ngoài, thường dắt Tinô đi trên con đường nhựa để đến khu nhà trẻ của nó để tắm nắng sáng rồi đến những khóm cây cảnh trước cổng trại nhìn người ra vào. Chúng tôi thường lảng vảng qua các lớp học vắng người hay quanh quẩn qua các dãy phòng chưa có người ở rồi về lại phòng mình. Có lúc chúng tôi đi ngang các dãy phòng của những người ở lâu trong trại nhưng không hề dừng lại hay ghé vào một phòng nào. Những lúc như thế, tiếng cười nói, tiếng ca cải lương, và tiếng hát từ những ô cửa sổ mở thường làm cho chúng tôi tăng thêm nỗi nhớ quê hương, gia đình và bà con hàng xóm. Thấu hiểu tình cảnh buồn chán của chúng tôi, cô vợ có bầu sắp sinh của căn phòng thứ hai của dãy tôi ở rủ chúng tôi đến phòng xem phim kiếm hiệp. Lắm, chồng của cô ta đã rủ chồng tôi kiếm vật dụng cho các phòng trống rỗng của chúng tôi. Sau vài đêm chồng tôi cùng Lắm dạo các chỗ chứa rác, phòng tôi có đầy các thứ chẳng khác nào các phòng cận kề.

Những Tấm Lòng Nhân Ái

Chương Mười Tám

Một hôm, sau buổi ăn trưa, trên đường đi đến phòng vệ sinh để súc miệng, tôi đã chạy đến gạt cánh cửa của phòng vệ sinh được mở do một người vừa bước vào trong và đang từ từ khép lại. Sở dĩ tôi làm thế là để đỡ phải mất công mở cửa và có thể trò chuyện xã giao với người nữ nào đó vừa mới bước vào trong. Thế nhưng khi vào nơi có các bồn rửa mặt, tôi đã hết sức ngạc nhiên vì không thấy một người nào. thầm nghĩ người nào đó đã quá cần kíp nên thoắt một cái đã vào phòng cầu bên trong, tôi bình tâm dọn các thứ trên cái bồn rửa mặt ngoài cùng để chải răng. Vốn không thích chải răng trong cùng một phòng nên tôi đã thực hiện động tác chà xát một cách chậm chạp trong lúc chờ người đàn bà nào đó đang ở trong phòng cầu ra khỏi phòng vệ sinh. Hơn mười phút trôi qua mà chẳng có một tiếng động nào vang lên từ hai dãy cầu tiêu tiện bên trong nên tôi phải nghiêng đầu, ghé mắt tìm hiểu. Nhăn mặt với sáu cánh cửa cầu mở toang, tôi rủa thầm:*"Không biết ai mà kỳ dữ vậy! Làm gì vội đến nỗi không kịp đóng cửa!"*

Dãy phòng tôi ở chỉ có bốn người đàn bà và tôi thật muốn biết ai là người ở một trong sáu phòng cầu bên trong nhưng thời gian không cho phép nên đành xúc miệng thật nhanh để về phòng chuẩn bị cho buổi học ban chiều. Dọn dẹp các thứ cá nhân để chuẩn bị ra khỏi phòng vệ sinh, lòng tôi trở nên hồ nghi. Người nào đó ở một trong sáu phòng cầu kia có thể vì quá gấp nên không đóng cửa nhưng không thể quá yên lặng đến độ không gây một tiếng động nào. Để trả lời cho thắc mắc của mình, tôi đã ngồi thụp xuống, nghiêng đầu, ghé mắt vào hai khoảng trống dưới hai dãy cầu để xem xét. Ngạc nhiên vì không hề thấy một đôi chân nào, tôi tự hỏi: *"Không lẽ cô nào đó ngồi trên nắp cầu?"* rồi cất tiếng hỏi lớn:

"Có ai ở trong phòng này không vậy?"

Câu hỏi được lập lại nhiều lần nhưng không có tiếng đáp lại, cho nên tôi phải đi vào trong, mở từng cánh cửa khám xét. Sau khi mở hết sáu cửa phòng cầu mà chẳng thấy ai, tôi thắc mắc không hiểu ai đã bước vào phòng vệ sinh trước tôi và người ấy đã biến đâu mất tiêu. Ra khi ra khỏi phòng vệ sinh, tôi vẫn không thể ngừng thắc mắc về bóng người để lại cánh cửa mở sau khi bước vào đó trước tôi. Suy nghĩ một hồi tôi đã vin vào sự quáng gà bất chợt của mình để giải đáp thắc mắc cho cái bóng. Và khi nghĩ đến cái cửa mở thì tôi tự giải đáp thêm là cơn gió nào đó đã đẩy cánh cửa mở ra.

Buổi chiều sau giờ học, tôi đã trở lại phòng vệ sinh. Khi tôi nắm chốt cửa để mở, khắp thân thể của tôi trở nên lạnh toát và nổi đầy da gà. Chiếc cửa này không thể nào được đẩy hay mở bởi gió vì nó được làm bằng kim loại. Với sức nặng, nó luôn bị khép chặt và chỉ có thể mở ra khi có người vặn tay nắm mở ra. Nói cách khác, cánh cửa chỉ có thể mở và kéo ra bằng sức người chứ không thể nào bằng một cơn gió. Phân vân trọn giờ ăn chiều, tôi hỏi Lắm:

"Trại này có ma không Lắm?"

"Gặp chuyện gì mà chị hỏi như vậy?" Lắm cười cười khi hỏi như thế và tôi kể điều mà tôi thấy cho Lắm nghe. Nghe tôi nói xong, Lắm nín cười ngay và căn dặn tôi rằng:

"Chị đừng nói gì về chuyện này với vợ em nghe! Nó sợ ma lắm! Nó mà nghe chuyện thì chắc chắn không cho em dẫn chồng chị đi tìm đồ cũ tối nay đâu!"

Nghi ngại với lối nói nửa nạc nửa mỡ của Lắm, tôi đem chuyện hỏi Đen, người mẹ độc thân có nước da trái ngược với tên gọi, đang ở căn đầu của dãy phòng tôi ở. Cũng như Lắm, Đen chẳng trả lời câu hỏi của tôi. Cô cho tôi bức hình Phật Bà Quan Thế Âm Bồ Tát với vài cây nhang rồi nói là nhớ thắp hương mỗi ngày. Tôi rất ấm ức vì linh cảm mọi người đang giấu mình một điều gì nhưng vẫn mang hình Bồ Tát về phòng thờ lên tường và thắp hương như Đen dặn. Hôm sau, trong giờ học tiếng Nhật, tôi đã kể cho cô giáo những gì mà thấy rồi hỏi cô có tin ma không. Ngạc nhiên thay, cô ta trả lời rằng cô tin có ma và tin cái bóng mà tôi theo vào trong buồng vệ sinh trước tôi là một bóng ma. Tôi đã sốc khi nghe cô ta nói như vậy rồi nói với những người cùng lớp là không ngờ cô giáo của nước công nghiệp tiên tiến nhất thế giới như Nhật lại tin có ma. Bạn cùng lớp, nam lẫn nữ đều nói với tôi là:

"Ai mà không tin ma! Đi vượt biển mà không tin ma mới là chuyện lạ! Bộ chị không nghe tiếng gào rú thê thảm của các âm hồn chết oan ở biển hả?"

Rồi mọi người thi nhau kể chuyện linh thiêng của những người chết chìm, chết đói, và chết trôi theo ghe. Sau đó họ kể chuyện về các phim ma, những ngôi nhà ma và các oan hồn ở Hirosima va Nagasaki, hai thành phố Nhật bị bỏ bom vào năm 1945. Những câu chuyện của họ tuy hấp dẫn nhưng chẳng nhập nhằng với việc xảy ra cho tôi; vì thế, tôi tự tiếp tục tìm hiểu. Một ngày kia, bà O, người thường đến

Những Tấm Lòng Nhân Ái

chăm sóc Việt, con trai của Đen, và Đen cùng tiết lộ với tôi rằng phòng tôi ở trước đây là nơi tẩm liệm cô Th., một cô gái dậy thì bị chết vì căn bệnh u não.

Một ngày kia, bà O, người thường đến chăm sóc Việt, con trai của Đen, và Đen cùng tiết lộ với tôi rằng phòng tôi ở trước đây là nơi tẩm liệm cô Th., một cô gái dậy thì bị chết vì căn bệnh u não. Cô Th. chết một cách bất ngờ vì ông bác sĩ Nhật ở phòng y tế không khám kỹ căn bệnh của cô khi nghe cô khai triệu chứng chóng mặt và ói mửa. Ông không biết bệnh tình cô trầm trọng đến độ cần phải đưa ra bệnh viện chữa trị cấp thời vì ông nghĩ rằng cô có bầu như một vài cô gái trong trại thường khai những triệu chứng này trước đây. Cái chết bất ngờ của cô Th. đã khiến nhân viên trại trở tay không kịp; cho nên, những người Việt tị nạn trong trại đã đưa xác cô đến một phòng trống của các dãy phòng không có người ở để tẩm liệm cô theo lối Việt Nam trước khi đưa đi an táng. Bà O nói rằng lúc đó rất ít người tị nạn trong trại nên các gia đình chỉ ở hai dãy phòng gần nhà ăn. Mọi người quyết định tẩm liệm cô Th. ở dãy phòng xa hơn nơi họ cư ngụ. Và căn phòng họ chọn chính là căn phòng mà vợ chồng chúng tôi đang ở hiện thời. Tôi đã sững sờ sau khi nghe mọi chuyện vì tôi không hề có ý nghĩ là người tị nạn nào trong trại có thể chết trong một trại đầy đủ, tối tân, và hiện đại như trung tâm Kokusai Kuyen này. Và vì quá kinh ngạc với chuyện hi hữu vừa được nghe, tôi đã không ngừng tự hỏi: *"Có thể nào cái bóng trong phòng vệ sinh là cô gái đã chết và được liệm trong căn phòng tôi đang sống không? Có thể nào linh hồn của một người chết còn vất vưởng sau bao nhiêu năm xa rời thế gian không? Tại sao người chết này còn muốn tôi thấy sự hiện diện của cô ta? Cô làm như vậy với mục đích gì?"* Tôi đã tự thuyết phục mình bằng những lập luận khoa học để xua tan ý nghĩ về chuyện ma nhưng tôi không thể nào giải thích tại sao mình không hề biết chuyện gì xảy ra cho một cô gái đã chết và được tẩm liệm trong phòng mình đang ở, lại thấy bóng của cô ta ngay lúc mười hai giờ trưa. Một thời điểm mà nếu tôi tin có ma chăng nữa, không thể nào tin được là ma có thể xuất hiện. Tôi đã trầm tư mặc tưởng thêm nhiều câu hỏi là: *"Mình đã làm những gì không phải? Và vì sao cô lại chọn mình mà không phải một ai khác?"*

Sau hai ngày đêm suy nghĩ, tôi quyết định nói chuyện với cô Th. Tối hôm đó tôi chờ chồng tôi và con tôi ngủ rồi mở cửa ra đứng ngoài trước cửa phòng một mình. Tôi đã không hề sợ dù trời lúc đó tối đen, không khí rất lạnh lẽo và hành lang hoàn toàn vắng tanh. Tôi đã thì thầm với bóng đêm rằng:

"Cô Th.! Tôi không biết cô là ai và tại sao cô lại muốn tôi thấy cô. Nếu cô muốn dọa tôi thì cô đã chọn không đúng người vì hồi giờ tôi chẳng làm gì nên tội để bị chọc phá. Hiện tại, tôi chỉ là một người nghèo trong trại này. Tôi chẳng có thân nhân nào ở các nước khác gửi tiền cho và cũng chẳng có ai ở ngoài trại Nhật giúp đỡ. Tiền tôi có được chỉ dùng để mua tem thư cho gia đình bạn bè, thuốc hút cho chồng tôi và bánh kẹo cho con tôi, cho nên nếu vì tôi quấy nhiễu điều gì đó mà cô đòi tôi cúng kính nhang đèn cho cô thì tôi chẳng phải là người có điều kiện đâu..."

Chưa nói hết những điều mình nghĩ, tôi đã khóc nức nở rồi mở cửa chạy vào phòng. Tôi không hiểu vì sao tôi khóc đến như vậy. Lúc đó, có lẽ cảm giác sợ đã bắt đầu lan khắp người tôi. Mà cũng có thể vì sự mặc cảm xấu xí, thua thiệt và mất mát đã giải bày phần nào trong những lời nói mà tôi vừa tâm sự với người khuất bóng.

Tôi tưởng là sự dứt khoát của mình đối với cô Th. vào đêm tối trời hôm trước đã được thỏa thuận, trôi qua và chấm hết. Nào ngờ, những ngày sau đó, tôi có được tất cả những thứ mà tôi dùng làm cớ thoái thác với người đã chết.

Những Tấm Lòng Nhân Ái

Hôm đó, bà O cho tôi biết là chị Thủy, cháu gái ruột của bà, mời tôi đến phòng chơi. Tôi hỏi vợ Lắm:

"Em biết chị Thủy là ai không vậy?"

"Chị Thủy là một người ở lâu trong trại, không chịu định cư tại Nhật vì chờ giấy tờ bảo lãnh từ Mỹ. Chị rất đẹp, rất giàu và giàu lòng thương người. Hôm qua chị đến thăm em và hỏi em về chị. Chị hỏi là chị vượt biển có bị chuyện gì không mà cạo đầu. Chị muốn gặp chị để giúp đỡ." Vợ Lắm vui vẻ trả lời rồi kể thêm:

"Theo lời của những người ở lâu trong trại, chị là con gái của sĩ quan Quân Lực Việt Nam Cộng Hòa, nhờ sắc đẹp đã chinh phục trái tim của một cán bộ Hàng Hải, sau này là chồng của chị. Ông ta đã đánh cắp chiếc tàu lớn do ông làm thuyền trưởng ở thương cảng Đà Nẵng để đưa toàn bộ mẹ, vợ, con cái lẫn bà con họ hàng của cả hai bên trốn ra nước ngoài."

Tôi không hiểu tin tức trong trại đúng bao nhiêu phần trăm sau nhiều lần truyền miệng từ người này đến người kia, nhưng tôi tin rằng một đại gia đình với ba bốn thế hệ đến nước Nhật nguyên vẹn như gia đình chị Thủy ắt phải có sự chuẩn bị chu đáo và phương tiện tối tân như lời đồn đãi. Đến phòng chị Thủy hôm đó có thêm vài người mới nhập trại khác. Đa số là những người bất hạnh trong những chuyến đi kém may mắn. Chúng tôi, dù ở chung trại nhưng chưa từng tiếp xúc nhiều với nhau nên rất e dè. Khi ăn món bún riêu thì mọi người có cơ hội hỏi han và thân mật với nhau hơn. Tuy nhiên, trong khi ăn có lúc tất cả phải im lặng, buông đũa, để vỗ về người đang gục đầu vừa khóc vừa gọi tên con. Sau bữa ăn, chị Thủy chỉ giữ ba người ở lại để cho áo quần và vật dụng đó là chị H., người có đứa con gái chết chìm trong chuyến ghe bị đắm bởi tàu Nhật, T., người mất hết người thân trong chuyến vượt biển và tôi, người có cái đầu trọc đầy bí ẩn và đôi mắt u buồn. Với ý nghĩ chúng tôi là những người có hoàn cảnh đặc biệt, chị Thủy đã lưu tâm giúp đỡ nhiều hơn. Vì ngày hôm sau là chủ nhật, chị đề nghị chúng tôi ra khỏi trại chơi để khuây khỏa tinh thần. Chị hứa sẽ chi tiền xe cho chúng tôi và đưa chúng tôi đi thăm các đường phố của Tokyo trước khi ghé thăm gia đình anh chị của chị đang định cư gần đó. Ngày hôm sau, khi Chị H., T. và tôi đang chờ chị Thủy tại trạm xe buýt, một nhà sư đến hỏi thăm tôi về việc xuống tóc của tôi. Tôi thật tình cho ông biết tôi không phải là một phật tử đích thực rồi giải thích nguyên nhân. Nhà sư nghe xong, không nói không rằng, chỉ cho tôi mười ngàn Yên rồi chào từ giã. Ông làm tôi tin ông là một nhà sư Việt Nam có khả năng tài chính và nổi tiếng ở Nhật nhưng tôi đã vô tâm không hỏi tên ông hay số điện thoại của ông phòng khi cần giúp đỡ thêm. Điều mà tôi bận tâm lúc ấy là số tiền lớn mà tôi có được và nơi tôi đang đứng là khu phố buôn bán đầy hoa quả và thức ăn ven đường. Hai điều này không thể khiến tôi tiếp tục phủ định những gì mình dứt khoát với cô Th. cho nên sau khi chia tiền cho chị H. Và T., tôi quyết định mua hoa quả và bánh trái để khi đi chơi về thực hiện ngay những điều mình nói với cô gái chết trong trại.

Tôi chỉ cúng cô Th. một lần rồi thôi. Tôi vốn không quan tâm nhiều đến chuyện ma; hơn nữa, ma hay linh hồn người chết gì đó, có hay không, không ảnh hưởng gì đến đời sống của tôi trong trại lúc đó. Vấn đề mà tôi lo lắng bấy giờ là tiếng Nhật và chuyện định cư. Được ra ngoài trại, ngang qua các khu phố và tiếp xúc với người Nhật, tôi thấy tiếng Nhật rất quan trọng cho việc định cư tại đây. Hầu hết người Nhật, ngay cả những người Nhật nói tiếng Anh thạo, chỉ sử dụng tiếng nói của họ khi giao tiếp với người nước ngoài. Các bảng hiệu, các bảng quảng cáo và ngay cả các loại thuốc Tây đều ghi tiếng Nhật. Người Việt định cư tại Nhật nói rằng muốn có bằng lái xe phải biết ít nhất là một ngàn đến một ngàn năm trăm chữ Candi. Vì biết tư cách tị nạn của gia đình mình không thể đến Mỹ hay một nước nào khác, tôi chuyên tâm học trước khi ký giấy định cư tại Nhật. Nhờ bận rộn với bài vở ngày càng một nhiều, tôi đã không còn thời giờ trầm tư mặc tưởng về quê nhà. Hơn nữa, trong tháng chín năm đó, các dãy phòng trống sau lưng dãy phòng tôi đầy ắp những người tị nạn. Những người này là thuyền nhân của những chuyến tàu lớn xuất phát từ miền Bắc Việt Nam hay giáp ranh với Trung Quốc. Vì những người này chỉ nói tiếng Hoa trong lúc tự xưng là người Tày Nùng, dân tộc thiểu số Việt Nam ở biên giới Việt Trung, ban quản lý trại Kokusai Kuyen lưu giữ tạm một thời gian trong lúc điều tra tư cách tị nạn của họ. Để giải quyết việc cư trú cho hơn một ngàn người tị nạn trong trại, ban Quản Trị đã dồn hai hoặc ba gia đình sống chung với nhau. Phòng tôi có thêm cặp vợ chồng người Tày Nùng và hai mẹ con chị Lê Xuân Ảnh, bạn cùng lớp với vợ chồng tôi.

   Tôi rất ngạc nhiên với số lượng thuyền nhân ồ ạt ra khỏi nước ngày càng nhiều. Trái với sự dự đoán của chồng C. Sơn, anh Thảo và chồng tôi về sự ngừng vượt biển sau ngày Cao Ủy Tị Nạn Liên Hiệp Quốc đóng cửa, người Việt, bất kể số phận của họ ra sao, vẫn tiếp tục tìm cách trốn ra khỏi nước. Cùng tháng chín năm ấy, qua thư gia đình, tôi được tin Thanh Ngọc, người bạn gái thân của tôi, đã vượt biên đến đảo Palawan của Phi. Chưa hết ngạc nhiên với bức thư báo tin của em gái mình, tôi đã kinh hoàng với những tin báo của những người ở trong trại thường nghe đài VOA và BBC. Họ cho biết là một chiếc ghe chở gần một trăm người vượt biển đến Phi, bị đá ngầm ở ven biển đánh vỡ, nên chỉ còn gần hai chục người sống sót. Sau tin này là tin một chiếc ghe vượt biển ở miền Nam có khoảng ba mươi người bị hải tặc hãm hiếp và giết sạch chỉ còn một thanh niên sống sót nhờ lẩn trốn. Càng nghe tin, tôi càng cảm thấy vừa thương xót vừa cay đắng cho thân phận của thuyền nhân của chúng tôi. Trong hành trình tìm tự do đầy cam go và nguy hiểm này, mỗi người chúng tôi có một phần số khác nhau; nhưng trong tất cả, sự mất mát trong tinh thần thì không một ai có thể tránh khỏi. Giữa tháng mười, tin làm cho tôi buồn nhất là a Cố(anh) và a Chế (chị), cặp vợ chồng người Tày Nùng ở chung phòng với chúng tôi, có lệnh rời trại vào ngày 24 tháng 10. Họ đã khóc sướt mướt cả một ngày đêm trước ngày lên đường. Tôi không biết họ có phải là dân tộc thiểu số Nùng hay Tày ở Quảng Ninh của Việt Nam không vì họ có thể đọc tiếng Hán và hiểu được báo Nhật nhưng ngôn ngữ họ dùng chẳng khác gì người Tày Nùng ở Sông Mao, nơi tôi từng ở một thời gian. Những người Tày Nùng ở thị trấn Sông Mao của miền Nam Việt Nam là những người đã chạy trốn chủ nghĩa Cộng Sản và di cư vào miền Nam vào năm 1954. Nếu những người này có cùng hoàn cảnh như những người Tày Nùng ở Sông Mao thì quả thật là tội nghiệp khi bị trả về. Cho dù không hiểu họ sẽ bị trả về miền Bắc Việt Nam hay Trung Quốc, tôi tin rằng họ sẽ không tránh khỏi sự trừng phạt nặng nề cả hai nước đều theo khối Cộng Sản. Buổi tối, khi những người bạn của a Cố đến phòng chúng tôi, chụm đầu vào nhau và gạt lệ trong khi xì xào ngôn ngữ của họ, thì tôi khẳng định hơn những điều mình hình dung. Buổi sáng hôm sau, trong cảnh người đi kẻ ở, tôi bịn rịn chia tay họ với tấm lòng thương cảm vô bờ bến. Cho dù tôi chẳng rõ họ là ai nhưng tôi tin họ là những người tốt và thật thà. Những người này đã từng giúp vợ chồng tôi chăm sóc Tinô và xếp hàng lãnh cơm cho chúng tôi khi chúng tôi đi học về trễ. Đó là những kỷ niệm mà tôi không thể nào quên. Nhìn họ trong đoàn người lũ lượt xếp hàng ra khỏi trại tôi chợt nhớ đến sự ẩu đả của một số thanh niên trong nhóm của họ và những thanh niên người Việt trong trại. Sự ẩu đả này do sự mạo danh thuyền nhân Việt của họ mà hậu quả của nó là sự bắt buộc hồi hương. Tôi không hình dung được cảnh chính phủ Cộng Sản Trung Quốc sẽ đối xử với họ ra sao nhưng tôi cảm thấy ngậm ngùi cho số phận chung của những thuyền nhân trốn chủ nghĩa Cộng Sản trong hành trình tìm tự do. Chúng tôi không những trải qua bao hiểm nguy trên biển mà còn phải qua quá trình xét duyệt tư cách tị nạn để được định cư

Những Tấm Lòng Nhân Ái

hay không. Tôi đã nghe rất nhiều tin từ bạn bè các đảo Phi Luật Tân, Mã Lai và Thái Lan về chuyện tự vận của những thuyền nhân sau khi bị từ chối tư cách tị nạn và dọa sẽ trả về Việt Nam. Phải chăng trong tâm hồn của những người này cũng tuyệt vọng như thế?

Những Tấm Lòng Nhân Ái

Chương Mười Chín

Sau khi a Cố và a Chế ra đi, mẹ con chị Xuân Ảnh và gia đình tôi khắng khít với nhau ngày một nhiều. Thân tình hơn cả bà con ruột thịt, chị Xuân Ảnh và tôi thường cùng nhau đến lớp, lấy thức ăn ở nhà bếp, về phòng ăn chung hay cùng sinh hoạt với nhau. Cuối tuần, chúng tôi thường cùng nhau đi phố, đi chùa hay viếng thăm một vài nơi ở vùng ngoại ô. Lâu lâu, chúng tôi được đi chơi bằng xe hơi của một nhân viên của sở Di Trú Nhật. Ông này thường vào trại mời Tuấn, con trai chị Xuân Ảnh, thông dịch mỗi khi sở Di Trú Nhật có thuyền nhân hay người tị nạn mới đến. Mê hoặc với sự thông minh và khả năng ngoại ngữ siêu việt của thằng bé mười lăm tuổi, ông đã coi Tuấn như con ruột. Ngoài những món quà dành cho nó và đưa nó đi chơi đây đó, ông còn chở cả hai gia đình chúng tôi đi chơi ở các vùng ngoại ô của Tokyo. Có lần chúng tôi được ông chở đến tận Chi Ba, cách Tokyo khoảng một trăm năm mươi cây số để viếng một ngôi chùa rất nổi tiếng ở Nhật. Tại đây ông đã chỉ cho chúng tôi cách làm phép như: Đưa tay sờ vào chuông đồng để được hạnh phúc, vớt khói nhang trầm áp vào đầu để được thông minh. Khi tôi mua một cái ví đựng tiền, người bán hàng nhét vào một lá bùa và nói là nó sẽ mang tiền nhiều đến cho tôi.

Những Tấm Lòng Nhân Ái

Từ chùa Chi Ba, ông nhân viên của sở Di Trú Nhật chở chúng tôi về nhà ông để giới thiệu với vợ con của ông và thưởng thức các món ăn Nhật do chính tay vợ ông nấu. Hôm đó cũng là ngày lễ trao chìa khóa nhà ông cho Tuấn, một hình thức bày tỏ là ông chính thức coi Tuấn như con ruột. Khi ông run run trao chìa khóa cho Tuấn, tôi hiểu là ông kỳ vọng nó sẽ đến thăm ông một ngày nào đó, bất cứ lúc nào, ngay cả lúc không có ông và vợ con ông ở nhà. Điều này thì không bao giờ xảy ra vì tôi biết chị Xuân Ảnh và Tuấn đang chuẩn bị rời xứ hoa Anh Đào này. Họ, dù phải theo học các lớp do trại Kokusai Kuyen tổ chức, sẽ lên đường đi Mỹ trong một ngày rất gần vì anh Phương, chồng chị Xuân Ảnh, nguyên là sĩ quan Không Quân của Quân lực Việt Nam Cộng Hòa, hiện làm thông dịch cho một tòa án tại Boston, đã lo xong các thủ tục bảo lãnh họ đi theo diện đoàn tụ gia đình. Mơ ước Tuấn trở thành là con ruột mình là ước mơ viễn vông của ông nhân viên của sở Di Trú Nhật bởi vì ước mơ mà Tuấn ấp ủ từ lúc còn ở Việt Nam là được đến Mỹ gặp ba ruột sau bao nhiêu năm xa cách. Tôi biết điều này vì chị Xuân Ảnh thường tâm sự với tôi khi trong phòng chỉ có hai chị em chúng tôi.

"Lan biết không! Chị không muốn đi vượt biển vì sợ chết nhưng Tuấn cứ hối chị tìm chỗ đi. Nó đi học nghe tin đứa bạn này đi lọt rồi, đứa bạn khác vượt biển đến đảo rồi nên nôn nóng nói chị tìm chỗ đi cho bằng được."

"Chắc nó không sợ vì không tưởng tượng được sự nguy hiểm của vượt biển. Còn chị nghe nhiều nên sợ và chờ anh Phương bảo lãnh phải không?" Tôi hỏi.

"Không phải đâu Lan. Chị đâu hy vọng gì chuyện anh Phương bảo lãnh. Bởi vì ảnh nộp hồ sơ bảo lãnh đến tòa đại sứ Việt Nam ở Thái Lan bị tụi nó hỏi lý lịch, anh bỏ đơn không làm nữa. Ảnh nói là ảnh đã ở nước tự do, không còn thằng Việt Cộng nào được quyền hỏi lý lịch của ảnh. Ảnh viết thư bảo chị đưa Tuấn vượt biên."

"Sao lại vậy? Vượt biên đâu phải là dễ. Đi vượt biên là cầm chết chắc trong tay. Nếu được bảo lãnh đi thì an toàn hơn vượt biên chứ?"

"Bởi vậy mới nói! Nhưng ảnh đã khăng khăng là không bảo lãnh nữa mà Tuấn cứ hối chị tìm chỗ đi vượt biên hoài nên chị đành phải làm theo. Sở dĩ chị không muốn vượt biên vì chị không biết bơi; hơn nữa ở Sài Gòn không gần biển, tìm người tổ chức vượt biên đâu phải là dễ. Mình đâu biết ai thật ai giả đâu Lan. Thiếu gì người bị gạt lấy vàng mà không đi được!"

"Vậy rồi làm sao chị tìm được chỗ đi?"

"Chị Nga đang học lớp mình là bạn chị. Lúc đó chỉ tìm được mối do gia đình chủ ghe tổ chức nên rủ chị luôn. Vì ghe dài có mười thước nên người chủ ghe chỉ tổ chức cho người trong gia đình và họ hàng của họ đi thôi."

"Còn đỡ hơn ghe của tụi em. Nó dài chỉ có bảy mét hà. Vì ghe của tụi em nhỏ xíu nên xuất phát ngay chỗ cầu Xóm Bóng Nha Trang mà công an không thèm bắt"

"Ghe của tụi chị thì đi từ Bà Rịa Vũng Tàu. Vừa ra khơi là gặp bão ngay nhưng ông chủ ghe không chịu quay vào bờ. Ra xa thêm độ một ngày thì máy hư, nước tràn vào ghe rất nhiều nên những người lớn đều phải thay phiên nhau tát nước. Cố gắng được năm ngày, không ai còn sức để tạt nước nữa nên nước ngập vào ghe lai láng. Lúc đó, chị Nga gỡ ba tấm ván đưa cho mẹ con chị bảo lấy để làm vật phòng thân. Vợ chồng chủ ghe thấy tình cảnh ngặt nghèo nên để tụi chị gỡ ván chứ dễ nào họ cho mình rã ghe họ ra đâu Lan! Lúc đó chị nghe lời khuyên 'còn nước còn tát' của chị Nga nên miễn cưỡng giữ một tấm ván chứ chị không còn hy vọng gì được sống sót. Lan nghĩ coi, tấm ván thì nhỏ mà biển nước mênh mông làm sao mà sống nổi? Lúc đó Tuấn bị cảm sốt còn chị bị sưng tấy một bên mông vì nằm chẹt lên trên sợi dây thừng không nhúc nhích được. Mê mê tỉnh tỉnh, chị nghe tiếng người gọi nhau, tiếng rao bánh dày, tiếng hát cải lương, tiếng ca vọng cổ nữa. Chị tưởng gần bờ nên nói ông chủ ghe cố gắng chèo trở vào chứ chị biết đâu là ghe đã ngoài hải phận Quốc Tế. May sao lúc đó có tàu Tây Đức trông chiếc ghe của tụi chị bị vùi dập trước những cơn sóng lớn nên quyết định cứu."

"Có phải họ đã thả thang xuống vớt người ở ghe chị lên không?"

"Không. Tàu họ không có thang sắt hay thang dây gì cả. Có lẽ họ chẳng bao giờ xuống tàu bằng thang và chẳng bao giờ cứu người nên không chuẩn bị thứ này."

"Vậy rồi làm sao họ vớt những người trên ghe chị lên tàu?"

"Tụi chị phải đứng trên boong, chỗ gần mũi ghe, nhón chân, giơ hai tay thẳng lên trời chờ sóng nhồi ghe lên cao thì người trên tàu thò đầu xuống, với tay kéo lên."

"Trời ơi! Vớt người kiểu gì mà nguy hiểm dữ vậy? Mà em chưa bao giờ nghe chuyện tàu lớn mà không có thang vớt người như tàu mà chị kể đâu! Nếu chẳng may thủy thủ của tàu bị rơi xuống biển thì họ làm sao?"

"Bởi vậy, nghe như vậy thì chẳng ai tin! Nhưng tàu Golar Free cứu chị không có thang là chuyện thật. Mấy ông trên tàu nói phải làm theo cách như vậy để tụi chị có thể lên tàu thật nhanh nứ giông sắp đến rồi. Thế là mọi người dưới ghe của chị đành phải nghe theo dù phải đứng trên boong ghe trồi trượt và nghiêng ngả bởi sóng gió"

"Dễ sợ quá vậy!"

"Cái kiểu vớt người của ghe chị dễ sợ lắm, Lan không tưởng tượng nổi đâu! Vậy mà hay một cái là mấy đứa nhỏ và mấy bà trên ghe nghe lời chỉ dẫn đều lần lượt được kéo lên. Đến phiên chị, phần vì chân ê bước không được do đùi bị tấy nhức, phần vì sợ té khi đứng chập chênh trên ghe, chị không tin là mình được kéo lên. Y như rằng, khi người thủy thủ ở trên tàu vừa nắm tay kéo chị lên là chị bị tuột tay rơi xuống nước ngay."

"Trời ơi!"

"Ừ. Kinh khủng vậy đó! Biết sao không Lan? Chị bị dính đầy dầu do nằm gần chỗ máy dầu bắn ra mà mệt quá đâu hay biết gì. Cho nên khi người trên tàu Tây Đức chụp tay chị rồi mà vì tay chị trơn quá nên chị bị tuột và rơi xuống biển."

"Rồi chị làm sao?"

"Chị chìm ngay khi rơi xuống nước chớ sao! Chứ có biết bơi đâu mà nổi được! Nhưng may là chị văng ra ngoài chứ văng xuống giữa tàu Tây Đức và cái ghe của tụi chị thì chị bị cả hai chiếc kẹp nát thây rồi. Lúc đó thằng Lương, em vợ ông chủ ghe, phóng ngay xuống chỗ chị vừa rớt rồi vớt chị lên ngay. Kéo chị lên ghe xong, nó nói chị lau người cho khô hết nước và hết dầu rồi tiếp tục đến ở chỗ mũi ghe đứng giơ hai tay lên và chờ sóng nhồi cho ghe cao lên để người trên tàu chụp lên nữa. Lúc đó chị nhất quyết không chịu nghe lời nó cũng như không nghe mấy người đàn ông đang còn lại ở trên ghe. Chị nói mấy ổng lên tàu hết đi để chị ở lại chết trong ghe cũng được. Chứ Lan nghĩ coi, lúc đó chị vừa đói lả, vừa bị thương bên mông, vừa thất hồn sau khi bị rớt xuống biển thì còn tinh thần nào để theo lời mấy ổng?"

"Dạ, em hiểu. Nhưng... rồi sao nữa hả chị?"

"Thằng Lương năn nỉ chị quá chừng. Nó hứa là sẽ đỡ chị đưa lên cao khi chắc chắn người trên tàu kéo chị lên được thì nó mới bỏ tay ra. Nó còn nói là chị không lên tàu thì nó không lên! Chị thối thoái hoài chẳng được nên đành theo lời nó. Cuối cùng, người ta cũng chụp được chị để kéo lên trên tàu; nhưng chị vừa được kéo lên là ngất xỉu ngay."

"Lúc đó Tuấn ở đâu?"

"Tuấn được vớt lên tàu, nói chuyện với thuyền trưởng và người thủy thủ của tàu về chuyến đi của tụi chị nên đâu biết chuyện chị rớt xuống biển. Đến khi nghe nó nghe tin chị ngất xỉu thì khóc quá trời. Ông thuyền trưởng của tàu vừa thương cảm hoàn cảnh của mẹ con chị vừa không biết tình trạng sức khỏe của chị phải giải quyết thế nào nên đã cho tàu vòng trở lại Singapore để kiếm bác sĩ ra tàu khám và điều trị cho chị. Sau khi chị tỉnh lại nhờ thuốc chích, tàu mới tiếp tục hành trình. Vì chị mà hành trình của họ bị chậm trễ đó Lan! Tính từ ngày tàu vớt đến Nhật mất đến một tháng tròn."

"Ủa? Sao lúc đó họ không để mấy người trong ghe chị ở lại Singapore luôn?"

"Ông thuyền trưởng nói với tụi chị là tàu ổng chở gas đến Nhật, nếu ổng hỏi sở di trú Nhật bằng lòng nhận thuyền nhân thì ông chở tụi chị đến đó luôn còn không thì tụi chị ở lại Singapore. Khi biết Nhật đồng ý và tụi chị bằng lòng theo tàu đi Nhật, ông chở tụi chị đến cảng Chi Ba của Nhật luôn. Tụi chị không chịu ở lại Singapore vì nghe nói trại ở đó khổ hơn trại ở Nhật. Tội một cái là chiếc tàu Tây Đức đã chiều theo ý muốn của tụi chị nên phải đài thọ tụi chị suốt cuộc hành trình."

"Giống ông thuyền trưởng Đan Mạch và các thủy thủ của tàu vớt tụi em. Họ chăm sóc tụi em từ chuyện ăn uống, áo quần, an toàn và cả chuyện gọi về sở di trú Nhật hỏi chuyện định cư trong mười ngày chúng em ở trên tàu. Tụi mình quả là may mắn vì trên thế giới này còn có rất nhiều người nhân đạo như thuyền trưởng của tàu cứu chị và thuyền trưởng của tàu cứu tụi em. Cũng nhờ những tấm lòng nhân ái của họ mà những người lênh đênh trên biển như tụi mình mới được sống sót và có ngày hôm nay. Em biết là chị không thể nào quên những ân nhân của chị cũng như em không bao giờ quên tấm chân tình mà những ân nhân của em dành cho em và gia đình em."

"Tàu vớt tụi chị là tàu Tây Đức và thuyền trưởng cũng là người Tây Đức nhưng thủy thủ thì gồm nhiều sắc dân khác nhau. Ông thuyền trưởng này tốt lắm Lan à! Ổng thường vào phòng thăm chị và khuyên chị phải cố gắng ra ngoài boong tàu phơi nắng mỗi ngày. Cũng nhờ thằng Tuấn nói tiếng Anh giỏi, nên mẹ con chị được ổng quan tâm nhiều. Còn mấy người thủy thủ trên tàu cũng thương nhóm người của ghe chị lắm. Họ tìm có thứ gì thì cho tụi chị thứ nấy. Đa số là áo thun và quần lót mới. Đàn bà của ghe chị toàn mặc quần lót đàn ông nên vào trại, tụi nó đặt tên là 'Nhóm mặc quần lót đàn ông' là vậy!"

"Nhóm của tụi em thì họ đặt tên là nhóm 'Thiếu Lâm Tự'. Các nhóm khác có tên là 'Nhóm Đi Thẳng', 'Nhóm tàu lật', 'Nhóm bốn mươi chín người'... Dù ở nhóm nào chăng nữa, đến được đây, mình là những người may mắn. Chứ nếu không được tàu vớt, chúng ta đồng số phận với những người bị chết chìm thôi."

"Đúng vậy đó Lan. Mỗi chúng ta có một cái số trong

Những Tấm Lòng Nhân Ái

cuộc hành trình tìm tự do này. Được tàu vớt, được tới đất liền, giấc mơ tự do của chúng ta đã trở thành hiện thực, còn những người kém may mắn phải mang ước mơ của họ xuống tuyền đài. Đã có quá nhiều chiếc ghe vượt biển bị chìm cho nên âm hồn của những người chết kêu khóc khắp đại dương. Mấy người ở trại này như bà Nga, con Thúy, con Lan, thằng Bình, ông Cảnh cũng nói là họ nghe những tiếng gào cứu bi thương ai oán khi ghe lênh đênh trên biển. Giờ nhớ lại những tiếng gọi, tiếng nói, tiếng ca hát trên biển, chị nghĩ là sinh hoạt của những oan hồn ấy còn quyến luyến những gì mà họ sinh hoạt khi còn sống."

Những câu chuyện kể của chị Xuân Ảnh thường làm tôi suy nghĩ nhiều về ước mơ và số phần của những thuyền nhân chúng tôi. Mặc dù rất an lòng với sự may mắn của mình, tôi thường chơi vơi với sự mất mát mà những người kém may mắn phải trải qua. Đã có rất nhiều cơn ác mộng đến với tôi hàng đêm. Có lúc tôi thấy những bức tường sóng khổng lồ cong đầu cuốn ghe chúng tôi. Có lúc tôi thấy ghe mình bị nướn tràn vào và chìm dần trong biển nước. Dù bị đắm bằng cách nào, tôi luôn thấy mình từ từ tách khỏi đám người đang chơi vơi trong lòng biển. Sau đó, Tinô rời khỏi tay tôi và lơ lửng trong màn nước tím đen. Những lúc như thế, tôi thấy mình cố gắng hết sức để giữ chặt Tinô vào lòng nhưng sự ngộp thở vì sức nước đã không cho tôi thực hiện quyết tâm của tôi. Những cơn ác mộng thường làm tôi la hét, tuôn đầy mồ hôi và kinh hoàng khi thức dậy. Mỗi khi bất chợt nhìn nước biển trên màn ảnh của vô tuyến truyền hình thì đầu tôi trở nên cứng đờ. Tôi biết một cách chắc chắn là những hình ảnh kinh hoàng cũ vẫn còn tiềm tàng trong tiềm thức của mình và thần kinh của mình không được bình thường vì chuyện chết biển vẫn chưa được xóa hết trong ý nghĩ của tôi. Đồng với sự bất ổn tinh thần của mình, tôi luôn luôn nghe lời tâm sự của chị Xuân Ảnh:

"Nếu kiếp sau có bị Cộng Sản đày đọa cách mấy chị

cũng ráng cam chịu chứ chị sợ vượt biển quá rồi Lan à. May là tụi chị có tàu Tây Đức vớt chứ ghe chị đi từ Bà Rịa ngang qua vịnh Thái Lan tránh sao được nạn hải tặc. Không ít chuyến vượt biển bị cướp bóc, hãm hiếp, thảm sát, ném xuống biển hay chết chìm vì ghe bị đục bởi bọn hải tặc đâu Lan. Phải nói là người Việt Nam mình đã trả một giá khá lớn cho hành trình tìm tự do đó Lan."

Tôi hiểu vì sao chị Xuân Ảnh nói như thế nên tôi đã không bàn luận gì về ý kiến của chị. Tuy nhiên, khi nghĩ đến những thuyền nhân kém may mắn, tôi hiểu sự dày vò trong nội tâm của họ trước khi họ quyết định bỏ lại quê hương, bà con ruột thịt, nhà cửa và tài sản để vượt biên như thế nào. Chắc chắn là họ đã lường trước được những gì xảy ra khi trường hợp xấu xảy đến nhưng họ vẫn quyết định ra đi hơn là ở lại.

Những Tấm Lòng Nhân Ái

Chương Hai Mươi

      Vì hành trình vượt biển là một sự ám ảnh kinh hoàng đối với tinh thần những người trong trại nên chúng tôi hiếm khi nhắc nhở đến chúng. Mỗi khi có dịp nói chuyện với nhau chúng tôi thường nhắc những kỷ niệm khi còn ở Việt Nam, những món ăn Việt Nam, hoặc chuyện học tiếng Nhật, phong tục tập quán của Nhật, các thức ăn của Nhật và những vấn đề liên quan đến chuyện định cư ở Nhật. Ngoài ra, chúng tôi thường hay so sánh đời sống của những người Việt định cư ở các nước trên thế giới rồi bày tỏ ước muốn mình.

      Trong một buổi tối tâm tình và nhắc lại những kỷ niệm khi còn ở quê hương, Lắm hỏi chúng tôi:

      "Anh chị ở Nha Trang chắc thường ăn đồ biển lắm phải không?"

      Chồng tôi vui vẻ đáp:

      "Còn nói gì nữa! Có tiền là có hải sản tươi ngay."

"Vậy giờ anh có thèm ăn đầu cá thu nấu canh chua không vậy?"

"Có đâu mà ăn? Ăn cánh gà tẩm bột chiên ngán muốn chết."

"Bởi vậy mới nói con người mình mâu thuẫn lắm! Ở dưới ghe không có thức ăn thì sợ chết đói. Nay được ở trại có thịt gà ăn lại than ngán. Anh chờ ăn đủ ngàn cánh gà rồi bay ra khỏi trại định cư!"

Lắm vừa nói vừa cười, rồi nghiêm trang nói thêm "Nhưng mà em nói thật đó. Nếu anh chị muốn ăn canh chua thì em nấu cho ăn. Ngày mai anh em mình xin ra trại dạo bến cá, ghé chợ mua đồ về nấu canh chua."

Sáng chủ nhật hôm đó, Lắm rủ chồng tôi ra khỏi trại như đã hứa. Tôi và Tinô cũng được tháp tùng theo. Chúng tôi lấy xe buýt, đáp tàu điện ngầm rồi đi bộ đến khu chợ mà Lắm dẫn đường. Khi ngang qua những gian hàng có hoa trái tươi rói rói ở các vỉa hè, tôi đã có dịp nhìn thấy những trái Ki Wi, loại trái mà hình dạng và màu da của chúng làm tôi lầm tưởng trái Sa Bu Chê ở Việt Nam. Chúng tôi đã mua thơm, cà chua, giá, rau, ớt, tỏi, dưa leo và hành ngò. Sau đó, Lắm dắt chúng tôi đến gian hàng cá. Ông bán hàng đã lấy một chiếc đầu cá thu to theo yêu cầu của Lắm rồi gói nó trước ánh mắt ngạc nhiên của chúng tôi. Lắm nói:

"Bộ anh chị tưởng em không biết nói tiếng Nhật khi hỏi mua đầu cá thu hả? Không biết nói, ra dấu một hồi, muốn mua gì cũng có. Trước đây tụi em thường mua đầu cá thu nấu canh chua hoài. Tại vợ em mới sanh nên em không mua ăn đó thôi."

Đi chợ về, chúng tôi xúm lại phân nhau rửa, nấu rồi cùng nhau hì hụp ăn đến tận đêm. Đó là lần đầu tiên, kể từ lúc xa quê hương, tôi được thưởng thức lại món ăn Việt Nam mà tôi thích. Ngoài những lần được ăn canh chua do Lắm nấu, tôi vẫn thường được ăn những món ăn Việt Nam ở phòng của chị Thủy luôn. Sau lần giao tiếp đầu tiên, chị Thủy tỏ ra mến vợ chồng chị H. và vợ chồng tôi nhiều hơn những người khác nên thường mời chúng tôi đến phòng chị chơi mỗi khi gia đình chị tổ chức ăn uống. Chị Thủy không những cho chúng tôi thưởng thức lại món ăn Việt Nam như bún riêu, bún bò Huế, và thịt bò nhúng dấm, còn cho chúng tôi nếm những thứ đặc sản của Nhật như Sasimi, các loại bánh và các loại mì thập cẩm của Nhật. Đây là những loại thức ăn cao cấp mà những người mới đến trại hay nghèo như chúng tôi không thể nào có tiền để mua ăn. Càng tiếp xúc, chị Thủy càng tỏ ra thương mến chị H. và tôi như bạn nên đã cho chúng tôi áo quần, giày dép và mỹ phẩm hợp thời trang và đắt tiền mà chị đang dùng. Cách chi tiêu và sự đãi đằng quá mức rộng rãi và phóng khoáng của chị đã khiến cho nhiều tin đồn về những vận may mà chồng chị đạt được trong các lần chơi Pa chí cồ. Pa chí cồ là một hình thức cờ bạc hợp pháp tại các sòng bạc ở Nhật mà khi thắng cuộc người chơi có thể đạt đến triệu Yên. Tôi không hiểu vợ chồng chị Thủy có phải là người thường gặp vận may và là triệu phú ngầm trong trại như những lời đồn không nhưng tôi biết rõ là chị Thủy là người có uy tín rất lớn đối với những người thân thuộc và bạn bè có danh tiếng của chị hiện cư ngụ tại Tokyo. Chỉ cần một lời đề nghị của chị thôi là mọi người đều cố gắng thực hiện ngay. Ví dụ như khi chị bày tỏ nguyện vọng giúp vợ chồng chị H. và vợ chồng tôi có tiền thì anh Đạt, anh ruột của chị, ra công kiếm việc làm thích hợp với giờ giấc và hoàn cảnh cho anh Kh., chồng chị H. và chồng tôi. Việc làm mà anh Đạt khổ công tìm cho họ là cắt các mẫu áo da cho một công ty may áo khoác. Để giúp anh Kh. và chồng tôi làm công việc này, anh Đạt phải vận chuyển những cuộn da về nhà rồi chờ anh Kh. và chồng tôi đến cắt. Sau khi anh Kh. và chồng tôi làm xong, anh Đạt còn phải ra công giao thành phẩm cho hãng, rồi nhận tiền lương giùm cho họ.

Từ khi có việc làm này, anh Kh. và chồng tôi thường bí mật hẹn nhau sau những giờ tan học hoặc sau những bữa cơm tối để cùng leo rào ra ngoài đi làm. Đó là lúc thuận tiện cho họ trốn trại vì những người bảo vệ trại ít khi tuần tra vào lúc sau bữa ăn chiều hay giờ tắm của trại viên.

Tôi tin là những người bảo vệ trại biết rõ chuyện những học viên nam thỉnh thoảng leo rào trốn ra ngoài chơi. Các người quản lý trại và thầy cô giáo cũng vậy. Tuy nhiên, tất cả đều đã phớt lờ làm ngơ. Vấn đề mà họ tập trung là chuẩn bị cho chúng tôi sớm có việc làm và an ổn định cư tại Nhật. Cho nên, mãn khóa học Nhật Ngữ, chúng tôi được học ngay những vấn đề cơ bản và cần thiết cho việc hội nhập và sinh sống tại Nhật. Trong khóa học Phong Tục Tập Quán và Đời Sống Nhật, chúng tôi được hướng dẫn tận tình cách giặt giũ, nấu ăn, làm đơn từ xin việc làm, sử dụng các phương tiện công cộng và thuê nhà. Thoạt đầu, chúng tôi nghĩ buổi học dành cho cách giặt áo quần bằng máy giặt không cần thiết vì chúng tôi đã sử dụng máy giặt khá nhiều lần. Thế nhưng, khi được chỉ dẫn tường tận cách đọc các nhãn hiệu của các loại áo quần khác nhau thì chúng tôi mới hiểu ra rằng mình đã giặt lộn xộn các loại áo quần mà bất kể là len hay vải, loại vải dày hay mỏng, màu lạt hay đậm, và loại vải phải giặt khô hay nước cho nên có áo bị xù lông, có áo bị dãn cổ, có quần bị rút ngắn đi. Rồi chúng tôi cười ngất khi cô giáo giới thiệu công dụng của chiếc túi lưới là để bỏ đồ lót hay vớ khi giặt chung với các quần áo khác trong máy giặt cho khỏi bị thất lạc. Ngày đầu tiên đến trại, chúng tôi nhận những chiếc túi vải lưới này cùng các vật dụng cá nhân khác, đã không hiểu công dụng của chúng nên đều cùng nhau bắt chước dùng làm vật chứa sách vở đi học trong suốt khóa học Nhật Ngữ; thế mà, chẳng có thầy cô giáo Nhật Ngữ nào chỉnh giùm cho. Qua khóa Phong Tục Tập Quán và Đời Sống Nhật, sự hiểu biết của chúng tôi được mở mang nhiều hơn về trong việc gửi tiền vào trong ngân hàng, bỏ thư ở bưu điện, cách thức mua sắm, và nhiều lãnh vực khác trong đời sống xã hội tại Nhật. Chúng tôi được biết là những người Nhật ở các khu nhà thuê rẻ tiền, thường phải ghé tắm Ofurô khi tan sở làm trước khi về nhà. Mặc dù chúng tôi đã khá ngạc nhiên khi nhìn sự giăng mắc áo quần phơi khô khi đi ngang qua các khu chung cư ở Tokyo, không thể ngờ các phòng thuê của các khu chung cư ấy chỉ có nhà cầu chứ không có nhà tắm. Đồng với lý thuyết, các thầy cô giáo đã tạo cho chúng tôi làm quen với loại tắm trần truồng tập thể theo giới tính này. Sau khi tắm chung trong hồ nước ấm, mỗi người xả nước trong buồng tắm cá nhân theo ý riêng. Khi đưa chúng tôi đi thực tế, thầy cô đã dùng tiền của trại để trả chi phí. Ngoài ra họ còn trả tiền cho các phương tiện đi lại mà chúng tôi sử dụng và những thực phẩm mà chúng tôi mua để thực tập nấu những món ăn của Nhật. Thầy cô giáo đã tận tình chỉ dẫn chúng tôi từ chuyện nhỏ đến việc lớn như: Trưng bày đồ dễ vỡ thì để dưới thấp để ngừa trường hợp bị xây sát bởi đồ vật rơi từ trên cao xuống vì động đất và thuê phòng ở các khu chung cư thì nên chọn phòng ở các tầng thấp để khi có động đất dễ chạy ra ngoài hơn. Qua sự chỉ dẫn của họ chúng tôi còn biết giá tiền thuê của các phòng ở khác nhau tùy vị trí ở tầng cao hay thấp và hiểu là người khả năng tài chính hoặc con nhỏ thường cư ngụ ở những tầng thấp của chung cư. Ngoài ra, chúng tôi còn học các lễ nghi xã giao của Nhật như mua quà biếu cho hai người hàng xóm bên cạnh khi vừa dọn đến chỗ ở, cách mua các loại quà thích hợp cho người bệnh, và cách trao quà như thế nào.

Sau ngày 2 tháng 11 năm 1989 chúng tôi nhận bằng tốt nghiệp hai khóa học Nhật Ngữ và Phong Tục và Đời Sống của Nhật nên được tự do ra ngoài trại từ chín giờ sáng đến chín giờ tối. Tôi thường lấy xe buýt đưa Tinô đi dạo các siêu thị để nó có thể tiếp xúc nhiều với thế giới ngoài trại và để tôi sắm sửa các vật dụng chuẩn bị cho định cư. Theo thường lệ, chỉ một lần phỏng vấn việc làm là học viên tốt nghiệp có thể rời trại để định cư ngay, mà vợ chồng tôi đã được thông báo là sẽ có chung một cuộc phỏng vấn việc làm vào ngày 7 tháng 11 năm 1989. Hôm ấy, chúng tôi gửi Tinô cho chị Xuân Ảnh xong, sửa sang y phục chỉnh tề rồi mang bản tóm tắt kinh nghiệm nghề nghiệp, đã được hướng dẫn của thầy cô của khóa Phong Tục Tập Quán và Đời Sống Nhật, đến trước văn phòng trại để chờ đến lượt phỏng vấn của mình. Sau một giờ trả lời những câu hỏi, vợ chồng chúng tôi đều được hai người phỏng vấn của một tiệm bánh ở Tokyo thâu nhận. Tôi rất sung sướng với sự chấp thuận của họ bởi vì công việc mà tôi sắp đảm nhận là công việc tôi đã từng làm qua, rất nhẹ nhàng và được làm chung với chồng tôi. Bước xuống các bậc thềm trước của văn phòng hành chánh, tôi càng thấy tâm hồn mình lâng lâng như đang bay. Xuyên ánh nhìn qua những vạt nắng chiều đang chạy dài trên những hàng cây trước mặt, tôi bỗng nhận ra chị Nguyệt Ánh đang thấp thoáng ở góc ngoặc của hàng cây cảnh bên phải. Chị Nguyệt Ánh là nhân viên của Cao Ủy Tị Nạn Liên Hiệp Quốc, đã từng bác đơn chúng tôi không cho gặp phái đoàn Mỹ vì tư cách tị nạn của chúng tôi thấp hơn thành phần sĩ quan của Quân Lực Việt Nam Cộng Hòa, và là bạn quen biết của chị Thủy mà nhiều lần chị Thủy hứa sẽ nhờ chị giúp đỡ cho chúng tôi gặp phái đoàn Mỹ.

Tôi, có lẽ quá vui vì sự may mắn đang có của mình, không nhớ đến lần nài nỉ chị cho được tiếp kiến với phái đoàn Mỹ trong buổi phỏng vấn đầu tiên khi vừa đến trại Kokusai Kuyen, mau mắn nói với chồng tôi:

"Chị Nguyệt Ánh kìa anh! Mình đến chào chỉ đi!"

"Thôi đi em. Không khéo chỉ nghĩ mình tiếp tục làm phiền. Lại một màn năn nỉ như lần trước." Chồng tôi nói thế rồi dượm bước về phía bên trái.

Kéo tay anh đi dọc dãy cây cảnh trước mặt văn phòng về phía bên phải, tôi vừa đi vừa nói:

Những Tấm Lòng Nhân Ái

"Chỉ nghĩ gì thì mình cũng phải chào. Dù gì chỉ cũng là bạn của chị Thủy."

Thế là chúng tôi đến trước mặt chị Nguyệt Ánh và tôi nhanh nhảu hỏi:

"Chị Nguyệt Ánh có khỏe không? Hôm nay phỏng vấn nhiều chắc mệt lắm hả?"

Chị Nguyệt Ánh vui vẻ đáp:

"Hơi bận nhưng khỏe. Cảm ơn Lan. Còn Lan Hiệp thì thế nào?"

Chồng tôi cười cười không nói. Còn tôi nói nhanh:

"Tụi em học xong rồi chị à. Tụi em vừa phỏng vấn việc làm xong và được một tiệm bánh nhận rồi."

"Thế Lan có còn muốn gặp phái đoàn Mỹ nữa không?"

"Còn chứ! Chẳng thà tụi em gặp phái đoàn Mỹ, có bị họ từ chối cũng cam lòng. Còn hơn là bây giờ vợ chồng em vẫn ấm ức về tư cách tị nạn của mình."

"Vậy thì mình sẽ ghi thêm tên hai vợ chồng vào đợt phỏng vấn cuối cùng."

"Ồ! vậy thì em cảm ơn chị nhiều lắm." Tôi reo lên sung sướng trong lúc chồng tôi chào từ giã chị với ánh mắt biết ơn.

Về đến "nhà", tôi khoe ngay với chị Xuân Ảnh và Tuấn những điều may mắn mà chúng tôi có được. Hai người vui không kém gì chúng tôi. Tinô thì cười nắc nẻ khi gặp mặt bố mẹ.

Hai hôm sau, văn phòng kêu chồng tôi đến nhận một bộ đơn do Cao Ủy gửi, bảo điền vào để chuẩn bị cho cuộc tiếp kiến với phái đoàn J.V.A vào sáng ngày mai. Ngày thứ sáu 10 tháng 11 năm 1989 chúng tôi được phỏng vấn bởi một người đàn bà Mỹ với sự thông dịch của một chị người Việt có tên Phương Thúy. Qua lời tự giới thiệu của chị Phương Thúy, chúng tôi được biết chị là bạn của anh Đạt và chị Thủy. Sau buổi phỏng vấn hôm ấy chúng tôi được biết hồ sơ mình sẽ được chuyển đến phái đoàn I.N.S và ngày phỏng vấn của chúng tôi với phái đoàn này sẽ vào ngày thứ sáu tuần sau. Lần này, vì tôi quá hạnh phúc với sự may mắn bất ngờ nên tôi đã không những báo cho cho chị Xuân Ảnh mà còn đi kể cho hầu hết những người trong trại tin vui của mình. Sau vài ngày chia sẻ niềm vui của mình với mọi người, tôi đã ủ dột trở về phòng mình với những chuyện kể của họ. Những người đã tiếp kiến với phái đoàn I.N.S cho tôi biết I.N.S là một cửa ải khó qua. Trong mười bảy hộ được tiếp kiến của một ngày thì khoảng mười một hộ bị bác rồi. Một trung úy không quân của quân đội Việt Nam Cộng Hòa đã bị bác. Những thanh niên, con của sĩ quan Việt Nam Cộng Hòa nhưng không có thân nhân ở Mỹ cũng bị bác. Những người có thân nhân ở Mỹ và không hề dính dáng gì với chế độ Cộng sản sau 1975 cũng bị bác. Không ai hiểu vì sao sự từ chối nhiều hơn chấp nhận nên đã có nhiều sự phỏng đoán khác nhau về người phỏng vấn. Một người cho rằng người phỏng vấn là người có đạo Tin Lành nên rất coi trọng đến vấn đề giáo dục và bằng cấp của người nhập cư ở Mỹ. Người khác thì nói Mỹ là nước khá tự do và tự do cả vũ khí nên ông ngăn ngừa sự hư hỏng và phạm pháp xảy ra cho những thanh niên Việt không có thân nhân bên Mỹ. Người khác nữa thì nói là nước Mỹ đã có quá nhiều di dân từ các quốc gia khác đến nên điều gì cũng trở thành vấn đề để ông ta từ chối được. Những lời bàn bạc của họ đã làm tôi mất hy vọng hoàn toàn vào sự chấp thuận của một người có tôn giáo khác với tôn giáo mà tôi ghi rõ trong đơn. Tuy nhiên, vào đêm trước ngày phỏng vấn tôi chợt nhớ đến sự linh thiêng của cô Th. nên đã ra ngoài hành lang tối cầu xin cô giúp đỡ.

Sáng ngày 17 tháng 11 năm 1989 chúng tôi được xe buýt chở đến tòa đại sứ quán Mỹ để tiếp kiến với phái đoàn I.N.S. Theo lịch, hai thanh niên có thân nhân tại Mỹ sẽ được tiếp kiến trước, sau đó là gia đình tôi rồi đến những người khác. Trong khi chờ đến phiên mình, tôi hồi hộp cầu mong kết quả của hai người thanh niên khác hẳn với những lời đồn đãi trong trại. Thế nhưng, khi họ bước ra phòng chờ với những cái lắc đầu thất vọng tôi hiểu rằng họ đều bị từ chối chẳng khác gì những tin đồn đã nghe. Sự chán nản của họ đã theo tôi vào tận trong phòng phỏng vấn và đánh mất hoàn toàn niềm hy vọng của tôi. Tôi không tin tưởng chút nào đến sự chấp thuận từ người đàn ông Mỹ trắng đang ngồi uy nghiêm cạnh chị Nguyệt Ánh sau một cái bàn khá lớn. Mời chúng tôi ngồi xong, người phỏng vấn lẳng lặng mở tập hồ sơ của chúng tôi ra coi. Ông đọc khá chăm chú đến độ tôi nghi ngại không hiểu là ông đang lưu tâm đến những lời khai của vợ chồng tôi trong đơn hay chỉ vờ đọc. Nếu ông chỉ giả vờ hay đọc lướt qua thì ông sẽ không thể hiểu sâu xa cảnh sống bấp bênh của vợ chồng tôi khi chồng tôi ở trong tình trạng không hề có tên trong một hộ khẩu nào ở Việt Nam. Thời gian trôi qua rất lâu mà ông vẫn bình tâm đọc như đang đọc sách và cố tìm nội dung khó hiểu trong ấy. Trong khi chờ ông lên tiếng hỏi, tôi có khá nhiều thời gian để nhìn ông kỹ hơn. Ông khoảng ngoài ba mươi, tóc chải gọn, áo thẳng nếp và cách ngồi ngay ngắn. Diện mạo và phong cách toát nên một vẻ đàng hoàng và mẫu mực của người thiên về ngành giáo dục như sự tưởng tượng tượng của tôi trước đó. Duy có một điều mà tôi không hình dung ra là sự lạnh lùng quá đỗi của ông. Ông đã không hề ngẩng đầu lên một lần nào khi lật và đọc từng trang giấy, kể cả lúc Tinô ngọ nguậy trong lòng tôi. Sự lạnh lùng của ông biểu lộ là ông không đếm xỉa sự hiện diện của ai trong phòng đã khiến cho Tinô bày tỏ sự thắc mắc của nó. Chồm người đến sát cạnh bàn rồi nghiêng đầu trên mặt bàn để nhìn vào mắt ông, nó nói một tràng dài thật to với ngôn ngữ của nó, những từ khó hiểu và vô nghĩa được kết hợp bởi tiếng Nhật và tiếng Việt. Hành động bất ngờ của nó làm tôi hốt hoảng vội lấy tay che miệng nó lại rồi đưa ngón tay ngăn giữa miệng mình với tiếng suỵt khe khẽ. Chồng tôi khiếp đảm, trố mắt khổ sở nhìn nó trong lúc chị Nguyệt Ánh phì cười. Người đàn ông Mỹ trắng, có lẽ đã giật mình vì tiếng nói vang dội khắp phòng của Tinô, ngừng đầu lên nhìn mặt nó. Ánh mắt của ông thoáng một nét cười và sự lạnh lùng trên khuôn mặt của ông trở dịu hơn rồi vẻ như tan mất. Ông nhờ chị Nguyệt Ánh hỏi chồng tôi đã làm gì và ở đâu tại Việt Nam và chị thông dịch lại cho ông những lời khai của chồng tôi. Chăm chú nghe chị nói xong, ông cúi xuống đọc tờ đơn của chúng tôi một lúc rồi ngẩng đầu nhìn thẳng vào mắt chồng tôi và hỏi về học lực của anh. Lần này, chị Nguyệt Ánh hỏi chồng tôi có muốn trực tiếp nói với ông bằng tiếng Anh không rồi chị để hai người trao đổi với nhau. Người phỏng vấn đã nghe chồng tôi nói một cách chăm chú như khi nghe chị Nguyệt Ánh nói, rồi hỏi anh vài câu nữa, rồi lại nghe một cách chăm chú, xong lấy mộc đóng nhanh vào tập hồ sơ của chúng tôi và bảo chúng tôi ra ngoài. Nước mắt tôi chảy dài khi tôi bồng Tinô theo chồng tôi ra khỏi phòng. Tôi đã miễn cưỡng nhận những thỏi kẹo Sô cô la của một người đàn bà Mỹ trao cho khi chúng tôi trở lại phòng đợi, rồi nói với chồng tôi trong nước mắt:

"Như vậy là mình phải học thêm tiếng Nhật và chuẩn bị sức lực để làm việc ở Nhật rồi anh à."

Chị Nguyệt Ánh, đang đi sau để tiễn chân chúng tôi và đón lượt người khác, hỏi tôi với giọng ngạc nhiên:

"Ủa? Vậy Lan không biết là ông phỏng vấn đã nói là chấp thuận cho gia đình Lan đi Mỹ sao?"

Những Tấm Lòng Nhân Ái

Tôi quay lại, sửng sốt hỏi lại:

"Ủa thật vậy hả chị? Em có nghe rành tiếng Anh đâu mà biết! Thấy ổng hỏi ảnh mấy câu rồi bỏ hồ sơ qua một bên em tưởng ổng từ chối chớ!" Rồi hét lên:"Trời ơi! Em không ngờ ổng chấp thuận cho tụi em đi, không ngờ gia đình em được đi Mỹ!"

Tôi đã reo liên tiếp với những chữ "Được đi Mỹ!" một cách điên cuồng bất kể phòng đợi yên lặng và trang nghiêm như thế nào. Mọi người trong phòng đều nhìn tôi nhưng mỉm cười chứ không trách móc lời nào. Về trại, tôi mua thức ăn cúng tạ cô Th. ngay.

Những Tấm Lòng Nhân Ái

Chương Hai Mươi Mốt

Có lúc tôi cảm thấy tiếc là mình đã mất thời gian học hai khóa tiếng Nhật và Đời Sống Phong Tục Tập Quán của Nhật thay vì học tiếng Mỹ và được chuyển đến những trại có thể đi làm một cách hợp pháp như anh Thảo; nhưng, khi nghĩ lại những kỷ niệm mà mình có được ở trại Kokusai Kuyen, tôi đã hài lòng với sự sắp xếp của thượng đế. Những ngày trong trại đã cho tôi nhiều thứ tình của con người như tình đồng loại, tình nhân ái, tình thầy trò, tình bạn và tình đồng hương. Ngoài tình thương của những người nhân viên và các thầy cô giáo trong trại, chúng tôi đã có nhiều người bạn chân thật như vợ chồng Lắm, chị Xuân Ảnh, anh Th., chị Thủy, và các anh chị khác như anh chị Đạt, chị Nguyệt Ánh và chị Phương Thúy. Những người này đã gián tiếp hay trực tiếp giúp chúng tôi với tình thương chân thành và vô vị lợi. Anh Đạt hết lòng giúp anh Kh. và chồng tôi nhận hàng, giao hàng và khuân chuyển rất mệt nhọc và khó khăn nhưng thu nhập của hai người chẳng được bao lăm; cho nên, chị Thủy đã hỏi những người quen biết của chị ở Tokyo giúp họ có một việc làm đạt mức thu nhập cao hơn. Lo lắng đến chuyện sang Phi học Anh Ngữ và Đời Sống Phong Tục Tập quán Mỹ của chúng tôi trong hoàn cảnh tài chính eo hẹp và con nhỏ, vợ chồng chị Thủy đích thân đưa chồng tôi đến tận nhà chị PhươngThúy để nhờ chị xin việc làm cho. Đồng với sự lo lắng của vợ chồng chị Thủy, chị Phương Thúy còn quan tâm đến sự thiếu thốn và thiếu tiện nghi của các trại tị nạn ở Phi Luật Tân nên đã nhờ chồng chị, người Pháp, hỏi những người bạn của anh ta, cũng là người Pháp và có cơ sở kinh doanh tại Tokyo, một việc làm cho chồng tôi. Sau khi biết một người bạn của chồng chị, chủ một tiệm bánh lớn tại Shibuya, nhận người làm, chị Phương Thúy đã gọi điện thoại báo cho chúng tôi và hẹn ngày giờ đưa chồng tôi đến tiệm bánh và hướng dẫn nơi lấy những tuyến xe điện ngầm. Công việc mà chồng tôi nhận được là rửa chén nhưng chén chỉ là từ thay thế cho nồi, xoong, chao, khuôn, khay và các vật dụng làm bánh khác. Để làm công việc này anh phải leo rào ra khỏi trại vì thời gian trại mở cửa và đóng cửa thường trễ hơn và sớm hơn giờ làm và giờ tan việc của anh. Mỗi ngày anh thường rời trại lúc năm giờ sáng và về trại lúc mười giờ đêm cho nên tôi thường thức vào những thời gian này để chuẩn bị thức ăn cho anh, và nghe ngóng anh leo ra vào trại bình yên. Thỉnh thoảng, tôi dùng thẻ điện thoại gọi anh nơi cột điện thoại gần phòng sinh hoạt trong trại để báo anh biết tin trong ngày ở trại hay gọi anh về mỗi khi văn phòng cần gặp anh. Một việc mà tôi không hề bỏ sót ngày nào là thường nghe và hỏi anh về công việc trong ngày của anh khi cùng anh ăn tối.

"Hôm nay anh đến chỗ làm sớm hơn mấy ngày trước vậy mà đến nơi đã thấy đầy khuôn, nồi, xoong, chảo trong hồ nước lẫn ngoài mấy cái bàn cạnh đó"

"Đồ nhiều như vậy mà không có ai phụ anh sao?"

"Không ai cả, chỉ một mình anh làm thôi."

"Là tiệm bánh lớn mà chẳng lẽ tiệm không có người rửa chén? Nếu trước đó không có anh làm thì ai làm công việc này cho họ? Em cứ tưởng là anh phụ việc cho người rửa chén đã làm ở đó chứ?"

"Có lẽ vợ chồng chị Phương Thúy nói tình cảnh gia đình mình nên ông chủ cho người rửa chén trước làm công việc gì đó trong tiệm và nhường công việc này cho anh. Ông chủ nói là anh làm đến lúc nào muốn nghỉ thì nghỉ. Ông cho phép anh muốn làm bao nhiêu tiếng trong một ngày cũng được, không hạn định; cho nên tụi thợ làm trong đó ngạc nhiên lắm, cứ hỏi lịch làm việc của anh như thế nào hoài."

"Vậy thì đúng là vợ chồng chị Phương Thúy đã nói thật hoàn cảnh mình với ông chủ của anh rồi. Không biết là ổng có biết anh phải leo rào ra khỏi trại để ra làm cho tiệm của ổng không nữa?"

"Không biết. Nhưng mà thấy ổng quý anh lắm. Mỗi khi ổng xuống hầm làm việc, ổng chỉ bắt tay và chào hỏi ba người là ông người Pháp thường làm kem bông bằng kẹo gương, ông người Nhật trưởng nhóm thợ trang hoàng mặt bánh và anh thôi. Tay của hai ông kia còn sạch sẽ chứ tay anh không lúc nào được khô ráo."

"Bộ anh không đeo găng tay lúc rửa chén hay sao mà tay không được khô?"

"Có chứ nhưng cái hồ rửa chén của tiệm bánh đó không giống mấy cái bồn rửa chén mà mình thấy trong trại đâu em! Nó sâu hơn cả cánh tay của anh cho nên muốn vớt các thứ dưới đáy hồ anh phải thọc tay sâu xuống để kéo lên; thế là có đeo găng tay thì nước cũng tràn vào ống tay làm ướt nhẹp cả hai cánh tay thôi."

"Vậy sao anh không xả nước ra rồi vớt mấy cái dưới đáy lên? Mắc mớ gì phải để nước tràn vô ống găng tay để tay bị ướt?"

Những Tấm Lòng Nhân Ái

"Làm sao mà xả được em? Tụi thợ bỏ nồi, khuôn vào hồ liên tục, nếu mình xả lấy nước đâu cho tụi nó ngâm cho mình? Mà cũng nhờ có hồ nước ngâm như vậy anh rửa nhanh được chút xíu chứ mấy thứ bột, đường nấu dẻo queo mà không ngâm nước thì biết đến khi nào anh mới rửa cho xong? Em không tưởng tượng được là tụi thợ trong chỗ anh làm bận đến chừng nào đâu. Tụi nó làm liên tục thành ra anh cũng rửa liên miên. Mà tiệm đắt khách cũng phải! Anh chưa từng thấy cái bánh kem nào trang hoàng đẹp như mấy cái bánh chỗ anh làm đâu em. Lối trang hoàng của họ rất nghệ thuật và trang nhã chứ không phải màu mè như mấy cái bánh kem mình thường thấy đâu. Đặc biệt nhất là bánh của họ thường được phủ mỏng bởi một lớp bột hay đường mịn gì đó. Màu của lớp mỏng này thường tiệp với màu của hoa và các kiểu trang trí. Đặc biệt nhất là các cánh hoa hồng, lá hay các vật trang trí khác làm bằng kem đường. Không biết ông người Pháp làm thế nào mà trông chúng giống như thủy tinh. Cũng nhờ các cánh hoa hồng trong như thủy tinh này mà cái bánh nào cũng thấy sang cả. Mấy ổng biết các kiểu bánh của mấy ổng đẹp và đặc biệt nên mỗi lần làm xong một kiểu bánh là mấy ổng xúm xít chụp hình trước khi đưa bánh lên tầng trên".

"Thích thật! Phải chi em được làm ở đó thì em học lóm cách trang trí bánh."

"Không được đâu em. Dễ gì mà ăn cắp nghề của người ta! Mỗi lần làm kem đường là tay người Pháp đóng cửa phòng kín mít. Đố ai mà biết ổng dùng cái thứ gì cho mấy cái hoa hồng thủy tinh. Mỗi lần làm xong, ổng mới đem mấy cái đĩa có các cánh hồng hay lá ra ngoài phòng giao cho ông trưởng nhóm thợ trang hoàng vào trong bánh. Ông này thì thường chỉ đạo cách trang hoàng, và chọn hộp có lót lớp vải nhung tiệp màu với kiểu và màu của từng loại bánh."

"Có khi nào họ cho anh thử miếng bánh nào không?"

"Không đâu em. Họ làm nghề lắm. Làm gì có chuyện bánh hư để cho thợ. Bánh của họ không kịp giao cho khách lấy đâu của thừa mà cho mình ăn. Hơn nữa, bánh trong tiệm toàn là bánh ổ cho Giáng Sinh, sinh nhật, đám cưới hay các thứ tiệc tùng chứ có phải các loại bánh ngọt nho nhỏ như mình thường thấy ở tiệm Hưng Hoa ở Nha Trang đâu. Bánh của họ đắt lắm. Dân đặt bánh toàn là dân giàu có không hà. Anh nghĩ phải chi tụi nó có bán bánh kem nho nhỏ và giá rẻ thì khi nào lãnh lương, anh mua một cái cho con ăn thử cho biết mùi đời. Đằng này giá tối thiểu của một cái bánh nhỏ nhất và đơn giản nhất là một trăm đô Mỹ rồi! Anh nghe tụi thợ làm ở đó nói khách đến ăn uống hay đặt bánh toàn là người của các đại sứ quán gần vùng Tokyo này. Anh còn nghe tiệm có bán thức ăn nữa nên đoán là một nhà hàng lớn chứ anh chưa hề có thì giờ đặt chân lên trên đó để biết tiệm ra sao và bán những thứ gì."

"Em hiểu chứ. Những chỗ sang như vậy đâu phải là chỗ dành cho tụi mình. Em tưởng là họ cho anh nếm thử thì tả cho em nghe, không thì thôi. Bánh hay thức ăn đắt tiền chỉ dành cho người giàu có và sang trọng chứ mình ăn làm gì. Chỉ cần có tiền để nuôi con ở Phi là đã may mắn lắm rồi."

Tôi đã nói vậy khi kết thúc cuộc nói chuyện với anh nhưng trong giấc mơ của mình, tôi thường thấy những chiếc bánh sang trọng mà anh tả mỗi ngày. Có khi tôi thấy một tháp bánh choux à la crème với màu cà phê trang nhã và những chấm phá màu chocolate, có lúc tôi lại thấy một cái bánh trái tim với cái hoa hồng bằng thủy tinh đơn giản trên cái khay nhung đỏ, có lúc tôi lại thấy những cái Buche De Noel và những cái bánh cây thông. Rồi tôi lại thấy rất nhiều nước nhưng lần này tôi không thấy những cơn sóng mà chỉ thấy toàn nồi niêu xoong chảo trôi bồng bềnh và hai bàn tay ướt nhẹp với những kẽ tay lở lói của chồng tôi.

Chồng tôi chỉ làm cho tiệm bánh một tháng rồi nghỉ

luôn vì anh phập phồng lo sợ chuyện vi phạm điều lệ của trại sẽ ảnh hưởng đến chuyện định cư tại Mỹ và tin đồn về chuyến đi Phi Luật Tân sẽ khởi hành vào giữa tháng một. Nghỉ việc để giữ gìn sức khỏe trong những ngày đông lạnh còn là một lý do rất hợp lý. Trong những ngày lạnh năm ấy, chúng tôi được nhìn cảnh tuyết rơi đầu tiên trong đời và được chụp chung với tuyết nhờ chiếc máy hình sắm được từ số lương của chồng tôi. Sau những ngày tuyết, tôi bồi hồi nhìn lại lá cờ vàng ba sọc đỏ và những tà áo dài Việt Nam trong buổi lễ Tết Nguyên Đán. Được ban Quản trị trại cho phép, chúng tôi đã tổ chức được lễ chào cờ, văn nghệ, múa lân và đốt pháo để mừng xuân mới. Sau phần đốt pháo, các em nhỏ được hướng dẫn xếp hàng để nhận phong bì lì xì. Nhìn Tinô hớn hở với chiếc phong bì đỏ trên đường đi về phòng, tôi bồi hồi nhận ra là những người tị nạn chúng tôi dù đã gian truân trong những cuộc trốn chạy đầy hiểm nguy, vẫn mang theo quê hương mình đến tận nơi đây. Trước Tết ít ngày, không khí trong trại trở nên xôn xao vì phòng nào phòng nấy cũng bàn tán Hội Xuân Canh Ngọ do Hiệp Hội Người Việt tại Tokyo tổ chức. Chị Xuân Ảnh và vợ chồng tôi hớn hở đưa Tuấn và Tinô đi mua sắm tết. Chúng tôi ghé siêu thị mua cho Tinô một bộ đồ mới rồi ghé chợ mua hoa quả rau thịt và vài thực phẩm Việt Nam. Sau khi cùng nhau dọn dẹp và trang trí phòng với khăn trải bàn mới, bình hoa giấy mới và màn giăng, chị Xuân Ảnh và tôi nhuộm nếp màu xanh lục rồi dùng giấy bạc gói và nấu bánh tét để chuẩn bị cho Tết. Từ sáng sớm ngày mùng một Tết, chồng tôi và tôi bày bàn thờ với đủ các món hoa quả và thức ăn mặn ngọt để cúng giỗ cha chồng tôi. Tiếp đón bạn bè đến viếng một lúc, mẹ con chị Xuân Ảnh và gia đình tôi rủ nhau đi Hội Tết rồi đi chùa. Cùng những ngày Tết của chúng tôi, người Nhật cũng tổ chức Tết. Chị Thủy đã rủ vợ chồng tôi đưa Tinô ra ngoài trại để tham dự buổi biểu diễn văn nghệ do ban văn nghệ Nhật tổ chức tại Tokyo. Trong buổi biểu diễn này, chị Thủy và con gái đầu của chị tham gia hát đơn ca. Tôi cảm thấy rất tự hào khi nhìn con gái lớn của chị Thủy hát bài hát

Nhật được nhiều thanh niên nam nữ Nhật vỗ tay cổ vũ và vô cùng xúc động khi nhìn chị mặc áo dài Việt Nam khi hát bài hát Việt Nam trên sân khấu rực rỡ của ngày hôm ấy.

Càng đi chơi nhiều tôi càng thấy gần gũi và hòa mình vào cuộc sống của Nhật. Những con đường, những góc phố, những chiếc tàu điện và những mái tóc mượt của các cô gái Nhật là những hình ảnh thật đáng yêu trong ký ức của tôi. Mặc dù tin tức về một thanh niên phạm tội giết bốn đứa trẻ ở khu Saitama, gần Tokyo có lúc làm tôi sợ hãi nhưng nghĩ đến sự phân tích của thông tín viên, qua thông dịch, tôi tin hàng ngàn băng hình kinh dị mà người thanh niên tích trữ trong căn nhà biệt lập của anh đã tác động đến tâm thần của anh và dẫn anh đến những việc làm trái với đạo làm người. Theo tôi, đây là trường hợp rất cá biệt và hiếm hoi. Ngoài tin chấn động này, tôi không nghe gì đến các tội phạm khác trên đài truyền hình; cho nên tôi đã tự tin khi đi bộ một mình ngay lúc chiều tà trên con đường vắng đến siêu thị. Đây là đường tắt dẫn từ trại qua một rừng thông dọc theo một dòng sông đến siêu thị. Sở dĩ tôi tin tưởng tuyệt đối sự an ninh ở đây vì tôi biết Nhật không có tự do vũ khí, tinh thần kỷ luật của người Nhật cao và nhất là vì tôi chưa hề thấy một người ăn xin nào trên đường phố của thủ đô này. Đây là vấn đề mà tôi luyến tiếc nhất và suy nghĩ mãi khi tôi quyết định xa xứ sở này. Nguyên nhân chính mà tôi muốn rời nơi đây là tôi không tin mình có khả năng học chữ Nhật, không thể đọc báo chí Nhật, và không thể đọc các toa thuốc Nhật một cách thông suốt. Hơn nữa, tôi còn muốn sau này Tinô học tiếng Việt, đọc tiếng Việt thành thạo mà chữ Nhật, hoàn toàn khác chữ Việt, sẽ trở thành một vấn đề hết sức khó khăn đối với tôi. Thêm vào đó, nếu tôi phải lao động chân tay suốt cả ngày và không thời gian học thêm tiếng Nhật thì dù có gắng bao nhiêu tôi không có thể có thời gian hay điều kiện để dạy tiếng mẹ đẻ cho con tôi. Lập luận chỉ là thế, còn chuyện đến Mỹ vẫn là ước mơ duy nhất khi tôi nghĩ đến vấn đề định cư. Nhiều thủy thủ trên tàu Đan Mạch khuyên chúng tôi nên tìm cách định cư tại Mỹ vì nó là một quốc gia giàu có bậc nhất trên thế giới. Họ còn nói Mỹ là thiên đường của sự phát triển học vấn và không hề có phân biệt bất kỳ lứa tuổi nào trong các trường đại học; cho nên, muốn cuộc sống tiến bộ và mở mang thì nên chọn Mỹ làm nơi để định cư.

Những người quản lý trong trại vẫn thường động viên những người được phái đoàn Mỹ bảo trợ sang Mỹ ở lại nhưng chẳng một ai trong chúng tôi thay đổi ý định. Sự khăng khăng từ chối của chúng tôi có lẽ đã làm họ thất vọng nhưng họ không từ nan việc giúp chúng tôi đến cùng. Trước ngày chúng tôi rời trại, trại thông báo lịch mở nhà kho cho những người sắp đi Phi tự do chọn lấy bất kỳ món gì tùy thích. Choáng ngộp với những thứ có được hai một ngày lựa chọn, chúng tôi quyết định mua thêm một chiếc va li để chứa tối đa số ký được phép mang theo. Khi xếp đặt các thứ vào các vali, chúng tôi không quên đặt vào những bộ quần áo của những người thủy thủ tàu Đan Mạch cho, của chị Thủy cho, của chị Xuân Ảnh cho và của cô giáo Nhật Ngữ Makino gửi tặng qua bưu điện nhân dịp Giáng sinh.

Ngày 13 tháng 2 năm 1990 gia đình tôi cùng những người được Mỹ bảo lãnh tập hợp trước phòng hành chánh để được đưa ra phi trường. Ngoài những người đã ra trại định cư như gia đình Lắm, hầu hết mọi người quen trong trại đều đến tiễn chúng tôi. Gia đình chị Thủy dù bận rộn với chuyện rời trại để ra ngoài định cư cũng đến chia tay với chúng tôi. Người bịn rịn bên hông xe buýt nơi cánh cửa mà chúng tôi ngồi tì vào tận cho đến lúc xe chúng tôi rời bánh là chị Xuân Ảnh. Với tay vào trong để đưa tiền cho Tinô, chị căn dặn chúng tôi nhớ chăm sóc nó cẩn thận. Cử chỉ của chị làm tôi cảm tưởng đang chia tay với người thân thuộc của mình trong một xóm làng Việt Nam.

Có khoảng hơn một trăm người Việt Tị Nạn ở các trại Nhật cùng lên đường sang Phi trong chuyến đi hôm ấy nhưng trong chuyến ghe vượt biển của chúng tôi thì chỉ có anh Thảo và gia đình chúng tôi. Tại phi trường, chúng tôi trông chỉnh tề chẳng khác gì những người đi du lịch. Chỉ khác là ai nấy đều phải đeo bảng tên và kè kè tập hồ sơ bên mình. Đây là lần thứ hai, tôi chia tay với những ân nhân của mình. Khi từ giã tàu Đan Mạch, tim tôi âm thầm mang theo tình thương yêu, sự quan tâm và nỗi lo lắng của thuyền trưởng và thủy thủ đoàn cùng những kỷ niệm của mười ngày sống trên tàu với họ; thì ngày rời Nhật nó chất thêm những tấm lòng thương yêu giúp đỡ tận tụy của nhân viên trại, của các thầy cô giáo của tôi, các cô giữ trẻ của Tinô và của những người bạn Việt ở trong và ngoài trại Kokusai Kuyen. Bâng khuâng với niềm thương yêu đầy ngập, tôi tin lòng nhân ái của con người vẫn còn rất nhiều trên thế giới này và đời sống tinh thần lẫn vật chất của chúng tôi sẽ được bảo đảm ở những nơi sắp đến.

Những Tấm Lòng Nhân Ái

"Ngày nào Việt nam tang tóc, đời ta chim xa bầy
Nặng nề xoải đôi cánh bay, thiên đường càng xa vời quá.
Là thời thuyền ghe chết đuối, biển sóng gió tơi bời.
Nhận chìm đời không tiếng than, ước mơ cuốn theo nghiệt oan
Suốt hai mươi năm qua, ta vẫn nhớ trước sau đời ta
Suốt hai mươi năm qua, ta vẫn nhớ trước sau đời ta.
Bầu trời nghìn năm bao la, đời vẫn cứ lao tù.
Người vì tự do vẫn đi, đi hoài dù không hề tới
Nhờ còn vòng tay nhân ái, ta mới đến bên bờ
Gục đầu dằn nỗi đắng cay, cố dắt díu nhau về đây
Đã hai mươi năm qua, rồi cuộc sống cũng đã nở hoa
Những bông hoa xinh tươi, nở giữa chốn nhân ái bao la.

Thanks America, for your open arms
Grand merci la France, pour vos bras ouverts
Thanks Australia, for your open arms
Merci Canada, pour la liberté..."

Những Tấm Lòng Nhân Ái

"Con thích bài này ghê!"

Câu nói bất chợt của Tùng làm tôi không tin đôi tai của mình nên hỏi lại:

"Con nói là con thích cái gì?"

"Con thích nghe bài hát này lắm!"

"Vì sao con thích?"

"Vì nó tổng hợp cả tiếng Việt, tiếng Anh, và tiếng Pháp? Vì giai điệu của nó đặc biệt? Hay vì có nhiều người hợp ca?"

"Con chỉ thích nghe thôi."

"Bài hát này trong băng video của trung tâm Asia lâu rồi. Tên nó là Bước Chân Việt Nam. Vì mẹ rất thích nó nên để CD trong xe nghe mỗi ngày khi lái xe đi làm. Hồi nào tới giờ không nghe con nói gì nên mẹ ngạc nhiên khi nghe con nói là con thích."

"Thực ra thì con thích ý nghĩa của bài hát. Nó rất sâu sắc."

" . . .Khắp nơi trên địa cầu, giờ in dấu bước chân chân Việt Nam
 Những đôi chân miệt mài, đang vươn tới dưới ánh ban mai
 Lâu nay ta lặng thinh, hai mươi năm ngại ngần
 Sống giữa ân và oán, muốn hát lên đôi lần

 Grand merci la France, pour vos bras ouverts
 Thanks Australia, for your open hearts

Những Tấm Lòng Nhân Ái

Thank you Canada for the liberty
Thanks America, for your open arms
We, thank the world, for its true freedom
We, thank the world, we thank the world
Thank you, we thank you all. . . "

Lời tâm tình của Tùng làm tôi lặng người trong lúc lắng nghe bài hát. Tôi đã nhiều lần tự hào Tùng là người con có hiếu, người anh tốt, người học trò giỏi, và Hướng Đạo sinh gương mẫu nhưng tôi không bao giờ ngờ Tùng, Tinô của hai mươi năm trước, là một thanh niên hết sức chững chạc và có chiều sâu như thế. Quả đúng như nhận định của Tùng: bài hát Bước Chân Việt Nam có một ý nghĩa rất là lớn đối với tình cảnh của thuyền nhân chúng tôi. Nó đã thay cho những ý nghĩ và sự biết ơn chân thành của chúng tôi đối với tấm lòng nhân đạo của người Đan Mạch, người Nhật, người Mỹ, người Pháp, người Úc, người Gia Nã Đại, người Tây Đức, người Nam Hàn, người Hồng Kông, người Phi Luật Tân, người Thái Lan, người Mã Lai, người Indonesia và những người khác trên toàn thế giới. Nhờ những trái tim nhân ái của họ mà chúng tôi có được tự do thực sự và có điều kiện cư ngụ khắp nơi địa cầu. Xin cảm ơn nhạc sĩ Trầm Tử Thiêng và nhạc sĩ Trúc Hồ đã sáng tác bài hát này thay cho tiếng nói từ tấm lòng của chúng tôi.

Cung thị Lan

Hiep, Lan, and Tino on the Maersk.

Hiep, Lan, and Tino at Omura Refugee Center – Note her shaved head.

Những Tấm Lòng Nhân Ái

Hiep, Lan, and Tino at Tino's college graduation.

Những Tấm Lòng Nhân Ái

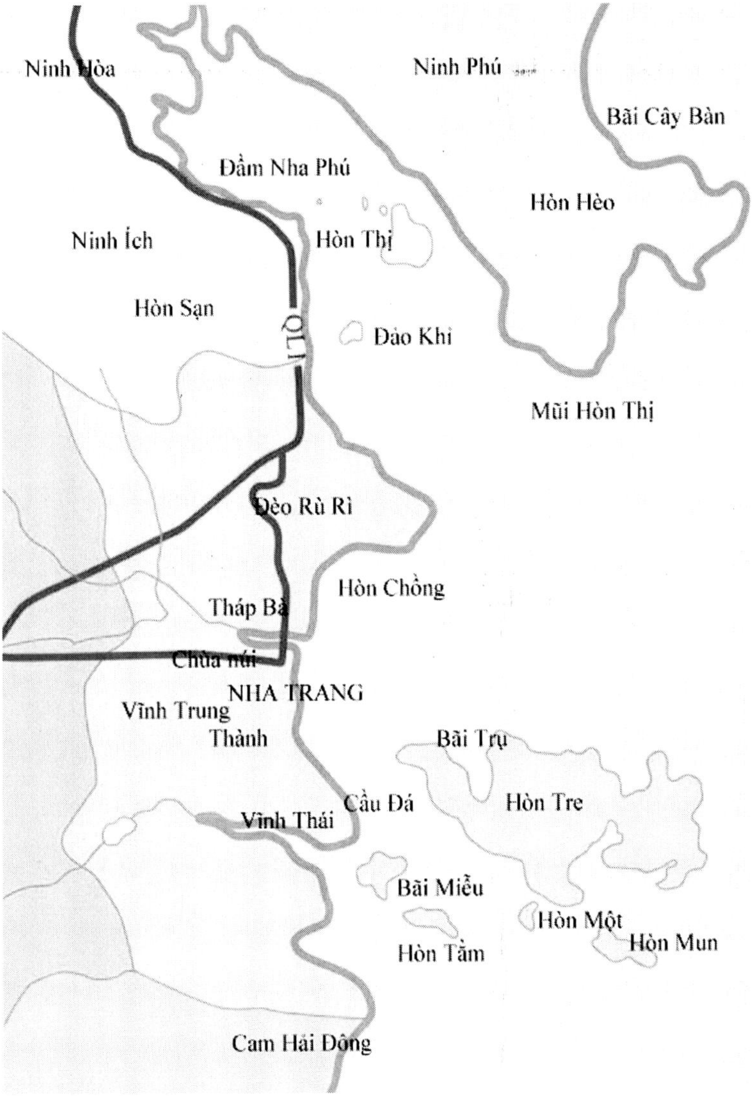

Map of Nha Trang

Những Tấm Lòng Nhân Ái

Cung Thị Lan

Unforgettable Kindness

Translator: Từ Thị Diệm Trân

Unforgettable Kindness

I'd like to thank my sister Cung Thi Cuc who has saved all the letters I wrote from Japan. These letters contain valuable information that may have been forgotten otherwise.

Cung Thi Lan

Unforgettable Kindness

Unforgettable Kindness

Introduction by the translator

As I was reading the story *Unforgettable Kindness*, describing the journey that Cung Thi Lan and her family took from Vietnam to the United States, I had a desire to share it with my own family. I've written short accounts of my leaving my native country in 1975 to my children, but it was a smooth journey compared to Cung Thi Lan's. I thought my children would like to know about this journey which represents the hardship of so many Vietnamese boat people. This story would add depth to their understanding of what the Vietnamese people had to go through. My children were born and raised in the United States, and even though they had seen glimpses of the hard lives of some Vietnamese people in their trip to my native country, they would not have a firm idea of what drove people to sacrifice all their assets and risk their lives to seek a future for themselves and for their loved ones without reading Cung Thi Lan's or similar accounts. Translating the story into English was a vague idea that would not have materialized on my own. For I might share the story with my children about Cung Thi Lan's journey in conversations, I never thought I'd actually pick up a keyboard and type Cung Thi Lan's words into English.

The author thinks it was fate that we met, that we talked, that I read her books, that she mentioned in an email about wanting to translate her book, and that I responded affirmatively. It must have been. How else to explain my thoughts of wanting to translate a book one day turned into a request to translate that very same book the next day? I am aware of coincidences, just as much as I believe in fate and mystery and magic and wonder and love.

I was happy and excited to be entrusted by Cung Thi Lan to perform the task that I coveted from the beginning. In so doing, I received emotional support and encouragement from my family, especially my mother-in-law. I'd like to thank her for her unwavering support and words of encouragement to keep me going and to let me know that the project was a worthwhile one. I'd like to thank my husband for eagerly awaiting each new translated installment of my draft. I'd like to thank my children for reading. I'd like to thank Wendy Hahn, Peter Kratzke, Mike Leali, and Tom Kratzke for taking time to read and give constructive editorial comments. I'd like to thank Cung Thi Lan for being a friend and for entrusting me with the translation of her book.

Kratzke Tu Thi Diem Tran
May 2011

Unforgettable Kindness

Book Introduction by Ngoc Dung

The Distance of Eternal Separation is a collection of short stories and is the fourth published literary work of Cung Thi Lan after three long novels: *Nha Trang Memoir, Two Sisters,* and *Sorrowful Love*. The collection consists of several short stories that are spread over almost 350 pages. As the reader immerses herself in the different tales, she will find that each main character shares the same attributes, even when they appear in different settings – the same attributes that the reader would find in other literary works by Cung Thi Lan. It's as if through her books, there is a series of thoughts and feelings belonging to one person who lives through a sequence of happenings in which people and events are interrelated and intertwined in a systematic way.

The book *The Distance of Eternal Separation* begins with the story *Unforgettable Kindness*. The story is of a harrowing journey, full of peril and suspense, which unfolds over 200 pages. It offers the reader the same sensations as if one were watching a film with heart-stopping moments. Through the story, the author bares her raw feelings as she describes the experience of the ordeal she shared with others on their road to freedom. The story has the value of a memoir, live and real, to mark an era when the human mentality was tested and shaken – shaken by a change in situations, by a life with no sure escape route, by an uncertain future, and by many other reasons that drove a person to forget about all dangers to search for a way out and to escape a suffocating life with irrational demands of a new government regime. A human, in such a situation, risks everything to escape. Even when meeting failure after failure, the person continues to go on to search for a way out, carrying with her the pain of leaving her motherland, for she has no other choice.

Unforgettable Kindness

The road to freedom described in the book was indeed difficult and full of challenges. Under the pen of Cung Thi Lan, who is the author as well as the main character of the story, the readers could clearly see in their minds the mighty waves and fierce winds that the small fragile boat had to fight against in the immense body of the sea... Most people on the boat were women and children; piloting the boat was performed by two people who took turns with the help of a few inexperienced assistants! From the waiting and longing stage at the beginning for the opportunity to escape, to the worrisome and nervous stage of the possibility of being discovered at the meeting site, and then the confused and bewildered stage of having to grope one's way through the forest in the dark of the night without any light; the readers are taken along on the perilous journey while following the changing emotions of the escapees. It is all described in details in an accurate manner. And then there was the frightening stage of having to climb down the slippery and rocky hill during a thunderous rain storm of the night. When the storm ended, the ruthless heat of the sun came as the escapees climbed back up the bottom of the river, which was full of rough rocks that were burning to the touch; all because the plan was compromised or "broken." Such was a huge disappointment.

And yet all that did not compare with the horrors of the storm in the middle of the ocean, when the boat reached international waters. This is where the heart-stopping scenes were displayed, when everyone was in danger of losing his or her life. It was a nerve-wracking moment when the mighty waves kept beating on the fragile boat. The author maintained a clear mind... even during the living nightmares, to comprehend what was happening, and to later bring readers all interesting facts and relive the feelings of the escapees. There were times when the light at the end of the tunnel seemed to arrive just to disappear as quickly, and the escapees were brought back to the hopelessness of ruthless reality again and again. The boat people at times gave up and gave in to their destinies. In such a nerve-wracking situation, the human mentality was terribly shaken at each second and minute. The skilled writing of Cung Thi Lan brings out all details of the dangerous journey in the stormy sea and makes the story alive and "interesting" to the readers. After the storm the boat started to go in a wrong direction... There are many other thrilling moments that the readers will have to find out for themselves.

And then at the end when all dangers had passed, there was a happy ending of indescribable joy when the Danish ship came to the rescue. All terrors were gone and replaced by an unbound happiness, a gift rewarded by the Hand of Almighty God. The longing for freedom was expressed in a very simple statement: *"Our dream had come true when we were picked up and taken to a free land whereas the less fortunate people had to take their dreams with them to the nether world."* Readers cannot help but feel deeply touched. The pursuit of freedom is the common pursuit of humanity and this cannot be denied. The author expresses very well the utmost desire of freedom all people possess: *"But when I thought about the less fortunate boat people, I understood their anguish before they decided to leave their country, their families, their houses, and their properties to flee by sea. I was sure that they had weighed all known dangers against the freedom that would be gained and decided to leave anyway."*

If *Unforgettable Kindness* only described the difficulties of a journey to freedom, it would not provide the readers with anything more than other stories of journeys seeking freedom. One thing that we can not fail to mention is that through the writing of Cung Thị Lan, the readers become aware of the extraordinary ability to suffer by women and children. The mother's feelings and willingness to sacrifice everything, including her life, for her children's lives stand out above all. The epilogue provides the readers with an enjoyable and interesting touch from a tiny character in the book. Twenty years later, the little Tino of the story has grown and become a fine young man who has depth and who shares many of his mother's characteristics. This young man expresses his feelings about the song "Footsteps of Vietnam": *"I like this song so much."* To the author, there could be nothing more touching. The young man is the author's life's reward and is a source of pride and joy for her. Tino of twenty years ago is now the young man Tung of the present time, carrying the role of a good son and a studious student who brings happiness to his parents. Moreover, the epilogue is an invaluable reward of memories which one can not buy and which marked a moment of hardship on the road to find life within deaths of twenty years ago.

Above all else is the unforgettable kindness of the people with golden hearts who showed their compassion through caring actions brought about by their innate love for humanity. The Danish oil ship is a clear evidence of the selflessness of the human spirits expressed by the ship captain and his crew. After twenty days of uncertainty on the sea, the refugees were taken to resettle in Japan. Freedom was obtained. What a contrast between two opposite extremes of life situations that was.

There is much more for the readers to find out for themselves.

Vancouver, January 2010
Nguyen Thi Ngoc Dung
Family Counselor
Multilingual Orientation Serving Agency MOSAIC
Vancouver, BC, Canada.

Unforgettable Kindness

Letter from the Former President of the Vietnamese Writers Abroad Centre

The Distance of Eternal Separation is the fourth published work by Cung Thi Lan. I've had the opportunity to read her first three novels: *Nha Trang Memoir* (195 pages, 2004), *Two Sisters* (424 pages, 2005), and *Sorrowful Love* (365 pages, 2006). This fourth book was finished in June 2007 and published in 2009 (348 pages). If you consider the total number of pages of the four books and the fact that they were published one after another in a four-year span, Cung Thi Lan is indeed a writer with a strong publishing record, a rarity among Vietnamese writers overseas.

Over the thousand pages of her four novels, even when the subjects are different, the same thoughts and style are expressed in the writings of Cung Thi Lan. Most readers would agree that the author has an extraordinary ability to tell stories, especially stories about Vietnamese social and cultural issues. Therefore I would not hesitate to rank Cung Thi Lan's published memoirs as excellent work.

The Distance of Eternal Separation consists of six different stories. The first story *Unforgettable Kindness* and the next three shorter stories are considered "memoirs." With an excellent memory and the ability to make her autobiography interesting, the author brings excitement and engages her readers. She has the special ability to start each story naturally and then allows the characters and events to evolve in a real and lively way. Confucius called this method of writing truthful; in other words, the story is written exactly as it happened and nothing extra is added. The pen of Cung Thi Lan is loyal to this method.

The story *Unforgettable Kindness* in *The Distance of Eternal Separation* is an excellent documentary, recording the real suffering of the boat people, including the author and her family. The images are one hundred percent real. These are painful pictures of a dark period in the history of Vietnam. From the dark and hopeless night, the Vietnamese refugees who fled from communism found the "light of life," – evidenced by the compassionate arms of people from the "free world" and the love of humanity these people shared.

Cung Thi Lan wrote *Unforgettable Kindness,* which I consider a beautiful "Queen of the Orchids" flower with six beautiful petals, as a warm and sincere token of gratitude to offer to all people in the world who have a compassionate heart and who helped Vietnamese refugees find freedom and love.

Thank you, Cung Thi Lan. You have represented us, the Vietnamese refugees, to say thank you to the people who provided us with unforgettable kindness.

Tran Quoc Bao
Former President
Vietnamese Writers Abroad Centre/East Coast Chapter

Unforgettable Kindness

Letter from a Reader

Dear Ms. Lan,

Thank you for sending me the book *Unforgettable Kindness*. You have written a very touching memoir.

I think that the Vietnamese communities outside of Vietnam need such memoirs, so that our children and their offspring can understand why we left our motherland to become birds away from their nests. Since most of the Vietnamese Americans of the younger generations will not be able to read Vietnamese, an English translation of this book is a good idea and is recommendable.

Your writing is very clear, expressing your unbiased thoughts that are not judgmental, but objective and truthful. And yet throughout the book, the readers are moved to sorrowful and tender feelings for our Vietnamese people. From the story of your husband's grand-father – who had to leave the land where he was born in the North to move to Central Vietnam – to your story – when at first you did not want to leave home – and yet in the end you had to go through much hardship and danger and left things to fate, we have a glimpse of the many difficulties that so many Vietnamese people had to go through.

Thank you one more time, and one more time, I'd also like to give thanks to the unforgettable kindness of the compassionate people who showed us humanity.

I have read and enjoyed your writings on the Internet.

Sincerely,
Kim Tuoc
September 14, 2009

Unforgettable Kindness

I'd like to dedicate this translation to Ruth Volkert Kratzke who believes strongly in written records of everything from big to small. Nothing is insignificant. She gave me inspiration, not just in writing, but also in living.

Kratzke Tu Thi Diem Tran

Unforgettable Kindness

Unforgettable Kindness

Prologue

"Mom! Why did you take me on a boat like that? What if I had fallen into the sea and drowned?"

Tino asked me that question when I told him that the basket boat quietly adrift in front of us was similar to the one that took us to a bigger boat to cross the sea. Instead of telling him more, I remained quiet. In the heavy air surrounding us, Tino's reprimanding words lingered on and would not dissipate from my mind. They awakened the dormant images in a deeper part of my soul and brought me back to that time of long ago. It was as if I had to re-hear the painful cries and re-see the horrible anguish of twisting bodies of mothers who had lost children in refugee camps years ago, my nerves seemed to stretch and turn into randomly confused knots in my brain. Before I took Tino to flee by sea, I had planned to die with him if some unfortunate event was to occur. But what would have become of me if I were not able to execute my plans and had to endure the loss of a child as did the other mothers? How would I have lived with the death of my son when the choice was mine to make and not his? Looking at his questioning eyes and sulking

Unforgettable Kindness

face, I had the urge to tell him everything, everything about the ordeal leaving our country, everything that had happened, including all my thoughts and desires at that time. Then I realized that an eight-year-old child would not be able to understand all complexities of life events. I promised myself that I would wait until he became an adult to tell him more.

When Tino was eighteen years old, before I had a chance to realize my promise, he said to me with sincerity, "Thank you for taking me across the sea so I could live in the United States." I was surprised that my oldest son still remembered the question he posed more than ten years before. Then I realized that a child who was born in a different country from the one he is living in would never stop trying to seek and understand his roots. My son wants to understand the differences between the two countries – the one he was born in and the one he is living in – and the effects of the two countries on his present-day living. With the knowledge of a high school graduate and a real-life experience of visiting Vietnam, Tino discovered for himself the answers to the question he posed to me in the past. His words prompted me to think of the kindness and generosity of so many of my benefactors: The ship captain Jorgen L. Olesen, the crew of the ship Maersk, the staff of Omura Refugee Center in Nagasaki, and the staff of Kokusai Kuyen Refugee Center in Tokyo. These people had helped us with everything in every possible way during our perilous journey at sea and during our stay at refugee centers until we left for the United States.

I would like to express my thanks to all my benefactors, and to the organizers of the escapes by sea, the other participants, the people who were living our same plight, and the people who helped us with food, materials, *and emotional support during our journey and while we were living at refugee centers.*

Unforgettable Kindness is a memoir of a journey seeking freedom, recording the hardships of the dangerous days that we, the Vietnamese refugees, had lived through; written to express our sincere gratitude to the benefactors we met on the way.

Chapter One

"You've been pregnant for two months now!"

The unexpected announcement from the obstetrician disquieted me. Having a child after three years of marriage is good news, but what was I to do now while quietly and secretly planning to escape? I tried my best to look normal. "Are you sure?"

The obstetrician replied in a straightforward manner. "The test is very accurate. You need to eat and sleep well and be careful in your daily activities. Do not stretch, climb, or go swim at the beach, to ensure that you'll have a healthy child."

I nodded in agreement and did not ask any more questions. She probably gave the same routine medical advice to all her patients, but I got uneasy by its possible implications. Surely, a woman who carries a new life within her would be careful and know what to do to ensure that her baby is healthy at birth. So, why did my head fill with questions upon hearing her advice? The beach city of Nha

Unforgettable Kindness

Trang, where we lived, was slowly being depleted of its denizens. The people who left consisted not only of city people who lived along the beach or people who were affiliated with the former government, but also of the prized intellectuals of the new regime. The obstetrician and I were two different people who held different jobs and were at different places in society, but each of us knew that one of these days, after one of these nights, if the opportunity arose, we might no longer reside in this city. After the year 1975 when South Vietnam was lost to the North, the South Vietnamese people tried to hide their wishes and dreams to appear that they had adjusted to the new society and that they obeyed the new laws. In reality, they quietly and determinedly found ways to escape from their native country, especially by sea. They wanted to reclaim freedom, the basic right of human beings, and other rights and properties that they possessed prior to 1975. And because there usually was a large number of people who disappeared right after news of successful escapes by boats, we automatically assumed we knew the reason for someone to be absent from work or to behave in an out-of-ordinary way.

I only knew that the obstetrician could probably have made a guess as to why we did not have any children until after three years of marriage. We had planned to have children only after we found freedom in another land. Now with the unexpected news, I figured I had to accept what God gave me, even if that was not what I wanted or planned. I tried hard to appear happy and calm when I said goodbye to the obstetrician. I told her I knew what to do to prepare for the birth of my firstborn.

My husband was very happy to hear that he was about to be a father for the first time. His happiness made him forget about our escape plan by sea that was to take place in a few days. I urged him to go. "You should go. I can stay because I have a job here. Not only you do not have a job, you don't have the residence registration required to be included in the system. With your unstable situation, it's probably best for you to leave the country for a possibly brighter future."

He shook his head. "I will not leave you. Don't think about it anymore. We have to take care of our baby now."

He kept his word and did not participate in an escape plan that a close friend told him about. A few months later, when he heard that his friends had successfully arrived in the Philippines, I saw a glimpse of sadness on his face, but he did not outwardly show regret. Living with the oath of "in sickness and in health," he took care of me very well until our first son was born.

During the first year after our son was born, we accepted our fate and did not talk about leaving anymore. We worked hard to make sure we could take care of our child. Besides teaching middle school in the mornings, I earned extra money by sewing and baking. Although my husband was unemployed, he was not idle. He helped me and his mother in our various business and household activities. He helped me sew the shirts' collars, wrap coconut leaves around the small "xu xe" cakes ("husband-wife" cakes) made for weddings, and sell other bakery goods. He helped his mother carry water, chop wood, and cook food. He did not have to do strenuous jobs, but that left him somewhat bitter because he only got to help two women. He had held many independent jobs such as driving the cyclo (a three-wheeled vehicle – similar to a rickshaw – in which the driver pedals from behind the passengers), gathering wood, weaving rugs, and trading by rail. He was not too successful in any of his endeavors partly because he was too deliberate and honest and partly because business was not good. There were not enough passengers who wanted to ride the cyclo. He accidently injured his knee with his ax while chopping wood and had to be taken to the hospital. He developed back pain while trying to move the loom for repair, and that required treatment. He was cheated while trading and lost all his money. Not only that, every time he got back from trading, our neighbor Thanh would say, "Don't let anh Hiep trade anymore! He can't be like us! The women are very aggressive! Merchandise is plentiful, but the train is small. The women would never yield to anyone. They elbow to take their space and scorn everyone else. We are not afraid of them. They scorn us once, we scorn them twice. Whereas your husband, being a gentleman he is, doesn't dare to say a word. They run all over him. I get very upset when they mistreat him and he doesn't reply. He should find another job!"

I sighed when I heard this. I knew that in the near future, without anyone's advice, he would no longer trade along the Nha Trang – Saigon route. It would not be because he was afraid of being bullied, but because there would be no more money.

My mother-in-law was disconcerted about the situation her son had to face. The more she was proud of her son's education and was hopeful about his seemingly bright future prior to April 30, 1975, the more she was disappointed with his prospect later on. It was a good thing that her firstborn son, my husband's older brother, was employed by a sugar company in the South after he graduated from the University of Saigon. His life was relatively stable. Because my husband refused to accept his job assignment after he graduated, he lost both his job and his residence registration with the new government. The residence registration allowed the new government to control limited resources. Those registered could buy rations of food and other basic necessities. Although my mother-in-law was unhappy with my husband's situation, she understood that he could not have accepted the teaching job at a high school in a small town with the following comment on his record: "Academic records good – but political ideas not good." The school administrators would not have accepted a candidate with "political ideas not good" to be a member of the teaching staff. Sooner or later, they would find ways to isolate or dismiss him after they discovered that his father was a South Vietnamese Army officer who had died while fighting the attack of the North on Vietnamese New Year Day of 1968. He had died under the title of a South Vietnamese officer while on duty defending the Fort of Pleiku during the Tet Offensive. His death was not just a simple and un-glorified death as reported in my husband's school records of the University of Dalat. Nevertheless, my mother-in-law was comforted that we were living with her. She felt better when she did not have to hear about escape plans from us any longer. She had only two sons. My brother-in-law had married after he found a job in the South and decided to live there. My mother-in-law felt less lonely as we all lived together under the umbrella of one extended family.

In reality, my husband and I were the ones who depended on my mother-in-law financially. Our breakfasts were paid for by the glutinous rice she sold in the early dawn. She should not have had to endure such hard work. She was a successful business woman who owned a retail shop at Phuoc Hai market in Nha Trang and had many loyal customers. After the year 1975, she sold her business because she was afraid that the new commerce system would not be favorable to her old enterprise. She bought a few acres of land and tried to grow ong-choy, which is a type of water spinach. Her agricultural business did not thrive because she lacked the right experience to deal with the unpredictable weather. It was a good thing that she was skilled in making

Unforgettable Kindness

glutinous rice. It became the principal means of income for her to survive and to take care of her extended family. Although my husband and I worked many jobs, we earned very little. The teaching salary, combined with the extra income from various activities, was enough to cover only a few necessities for our son. I was able to work more than one job because Tino was an easy baby who did not require a lot of attention. Normally, I would feed him on a regular schedule, but if there were times that I could not strictly follow it, he never got upset. I remember the day that Tino turned exactly one month old; I had a wedding cake to make. The two-tier cake was to be delivered at eight o'clock in the evening to the groom's family so that they could prepare for the next-day wedding. I normally nursed Tino at seven o'clock, but I could not do so that day because I was still frantically working on an unfinished wedding cake. The heat of the September month, which was as harsh as any summer month, together with the heat of the oil lamp nearby, softened the icing of the cake. I could not make roses with the softened icing. I had to make another kind of icing that uses sugar instead of butter. This kind of icing maintains its form to allow better decoration. I worked for another two hours before I was satisfied with the results. Tino waited for me and did not cry. When I held him next to my breasts and saw how he greedily nursed, I understood that he had stayed hungry for a long time. I was touched and grateful that God gave me a son with a mild disposition. I was not aware then that the innate patience of my son would influence many events in his life to come.

When Tino was four months old and I could add solids to his diet, I started to think of ways to increase our family's income. Besides my usual jobs, I began to help my husband with his trading on Sundays. At this time, the merchants at Cho Lon market in Saigon often wanted products for export such as coffee, cashews, and special forest products that would be used for medical purposes. They especially wanted samrong, which the Vietnamese call "hat uoi." Coffee was grown in Ban Me Thuot, cashews were found in Thuan Hai, and we could get samrong in Khanh Hoa. I wanted to take advantage of the samrong craze because we lived near the area that grew it. My husband and I would take buses to the forest areas of Hoa My, Hoa Dong, and Hoa Tan where we could buy this special fruit.

The people who sold samrong normally gathered dry woods in the forests for sale or for personal use. They learned the techniques of gathering, drying, and storing the special samrong until they could sell the fruit at high prices. According to them, samrong is used to make cooling drinks. Cooling is to reduce the body's temperature, as well as to alleviate "hot symptoms" such as rash or constipation. That was the reason given for the craze of this fruit by the merchants from Saigon. When I asked why it was called "hat uoi," no one knew the reason. I was wondering if the orangutans might like these fruits because "uoi" means "orangutan," but I got a negative response. These people could only show us the strange properties of this fruit. The oval-shaped fruit is as small as a chestnut and has a coarse dark brown skin. When the fruit was dropped into water, we watched in amazement as it swelled up in a strange and mysterious way. After the dark brown skin was removed, we were given some white irregularly shaped gelatinous pieces to taste. We were told that this fruit would soften our skin and regulate our digestive system. To extol the special value of the fruit, these people described the difficult job they had to endure to obtain the end product. We learned from them that the samrong fruit ripens during the rainy season. If they lost track and forgot to check on the status of the ripening to cut the branches down at the right time, then all would be lost. The fruit would drop from the trees and be smashed all over the forest floor and there would be no dry seeds stored in big canvas bags to sell to us. Through their words, I could only imagine the destruction of trees which resulted in barren forests, while I understood how valuable the seeds were. However, this fact did not make me feel guilty. I figured these people were just like my husband and me: We were people who lived in hard times and who had to figure out hundreds of different ways to survive and to support our families. While these people had to transport the samrong branches from the forests to their houses, we had to transport the canvas bags from their houses to the city to earn a little something in profit. But nature did not look upon us with favor. We were able to do this only a few times and then there was no more samrong to be had. We tried other products such as green vegetables, potatoes, corn, or beans; but that did not work out. I felt as if our business trips had become our trips of pleasure because the small profit selling these products was wiped out by the cost of transportation. The few things we bought were used for our household. Our money was gradually depleted.

Around the beginning of 1989, when Tino started daycare, I started looking for an extra job besides my teaching job. With the help of friends who had done business and had connections, we were able to lease a bakery slot in the Nha Trang Tet Market. After teaching in the morning, I devoted the rest of the days to our new business. I made everything myself, including baking sweet fruit candies and various cakes, and roasting and dyeing melon seeds – the traditional food for Tet, which is Vietnamese New Year based on the lunar calendar (the same as Chinese New Year). We did well and earned half of a mace of gold which is one tenth of a tael or 37.5 grams. This was one of the larger amounts of money we had earned in our married life. Although this amount of money could cover only a few months of daycare or allow us to buy a can or two of Japanese powdered milk for Tino, it made us very happy to think that we could sufficiently take care of Tino until he grew up. I was comforted with the thought that our hard work had paid off.

I became more and more complacent with our lives and did not think much about my husband's living situation or with his name's not being included in the government system. I lived for the present and did not think of all things related to the past or to the future. I thought I had successfully crossed hardship as someone had said, "We have to cross hardship if we cannot cross the sea!"

Chapter Two

But perhaps God did not want us to continue crossing hardship because someone was sent for us. A middle-aged man came to see us on the lunar New Year Day of 1989. We called him uncle Than. He was the father of C. Son, a good friend of mine from high school. He was also one of my late father's closest friends. It had been a long time since I saw him last. He thought of me as one of his children and started to confide in me. He told me many confidential things, including some dangerous and secretive activities his daughter and son-in-law were participating in. He let me know that C. Son and her husband knew how to connect people who wanted to leave the country with organizations that planned and executed the escape. Because they lived in the Cu Lao area under the foot of the Xom Bong bridge and worked with many people, they knew which organizations were good and which were not. They had helped many people escape successfully. In return, I confided to uncle Than our past attempts of leaving and my resignation about staying put at the present time. The two reasons I cited for changing my mind and wanting to stay were my concern for

Unforgettable Kindness

Tino and the news that refugee camps were about to be closed.

Two days later, C. Son and her husband came to see us. They told us about an escape plan organized by a group of people who lived in their area. They told us we could trust these people. I declined initially because the cost was two taels of gold per person, which was an amount that was more than we could afford. Before we had Tino, we had participated in many escape plans. Then, we often had to pay only a few maces of gold per person for each attempt and we always got some refund when the plan did not work out. The amount of gold we owned dwindled after several escape attempts. Now we had only about one mace of gold left. I was surprised when my husband asked for C. Son's address and told her he was going to see her and her husband so they could introduce us to the organizers of the escape plan.

The next day, at C. Son's arrangement, we met with a representative of a boat owner at the Cu Lao Xom Bong area. It was agreed that we could bring Tino with us and we could pay after the fact, that is, after our relatives knew that we had arrived somewhere safely. The cost was two taels of gold per person. My husband bargained for three taels of gold for the whole family and told the representative that we would pay half of a tael of gold in advance. After some deliberation, the representative agreed to the terms. Looking at the his happy face at the conclusion of our meeting, I deduced that he must have believed that we were financially secure and would have no problems with payment. He probably did not imagine our meager day-to-day financial situation of trying to make ends meet. On our way home, I kept asking my husband about his risky proposition to the representative. My husband did not give me any clear answer, only saying, "I'll take care of it."

Unforgettable Kindness

I had no idea what my husband had planned until the next afternoon when my mother-in-law cried mournfully in front of my late father-in-law's altar. She complained that she had worked hard to raise her son and now he was about to leave her, taking his wife and child away with him. When she returned to our room, she only spoke to my husband in an indirect way and did not even look at me. At first, I thought that she was upset with me because she blamed me as the source of the future separation between her and her son, but then I understood that my husband had asked to borrow two taels of gold from her, the only monetary asset she had left. When she realized that she could not change her son's mind after a few words back and forth, she went to her father-in-law's room to complain and appeal to him. His room was right next to the living room and its door was always open. Therefore, we could hear her cries and complaints and then his stern reply.

"Why do you want them to stay here, so that they would all eat shit?"

His question echoed loudly throughout the house and shook up everyone in the extended family. I was reminded of the stories my husband's uncle told us about the hardship my husband's grandfather had to endure when he decided to leave the North to go to the South in 1954. He gathered all of his children and took them from his village Ninh Binh to the city of Hanoi, and then he managed to take them to the port of Hai Phong to take a boat southward. As a result of his decisive action, his children grew up in freedom from 1954 to 1975. He built a large estate for the family to live in as well as for renting out. The extended family that lived together now included the three of us and other relatives from my husband's side: His paternal grandfather, his mother, his two aunts, his uncle, and a few cousins. Among all these people, I respected my husband's grandfather the most. He was a devout Buddhist and he worshiped his ancestors. He never forgot to pray to Buddha and to dust the ancestors' altar daily. I admired his faithful devotion to his religion and his fulfillment of duties to the ancestors who were now long gone. One of the things I remembered the most about my husband's grandfather was the way he took care of the remains of the family members who had passed away. The year when the new government required that tombs be removed from cemeteries – while everyone else was scurrying this way and that, trying to decide whether to move tombs or to perform cremation on remains of their loved ones – my husband's grandfather calmly purchased glue, rice wine, plates, ash containers, and frames to do what he had to do. He inquired about crematories and figured out the good time for exhumation of bodies. After having the exhumation and cremation done, he carefully wrapped each set of remains separately and recorded the correct name down on each package, before he took the packages home. Seeing that he was busy with four packages – one for his wife, one for his son (my husband's father), and two for his daughters – we offered to help. He yelled, "Go away! I'd be so carefree if you knew what to do!" That was his way. He was reticent but when he spoke, he was harsh. Because we knew he cared deeply, we did not mind the harsh words and found them harmless. The cremation left a few bones that would not turn to ash. He cleaned these bones with rice wine and left them out to dry. Then he mixed the bones with ash and used both hands to gather them and transfer them to the ash container, handful by handful. He was very careful not to let any speck of ash left on the newspaper. He closed and glued the lid tightly, wiped the container clean, and put the containers on the altar according to rank. He showed respect to the dead by lighting the incense and bowing before the altar.

Unforgettable Kindness

That day, his yelling was louder and harsher than usual and forced everyone in the family to think hard about our dim situation under the Vietnamese Communist system. It might seem natural that we all lived together and therefore should be counted as one family unit. Technically speaking, my husband was living with us illegally because my husband's name was not recorded in the new system. That means he was not legally part of the extended family and did not receive any portion of the basic needs that the government deemed fit to allot to each family unit. I was forced to keep my name and report Tino under my mother's family unit in order to receive our basic needs from the government. Though my husband and I worked hard all day, we still had to depend on my mother-in-law for survival because our combined income was not enough to cover all our expenses. Our assets continued to dwindle no matter how much we tried to save. These facts shook me up and pointed to a gloomy future.

When I first went to live with my husband's extended family, I had heard much about the courage of my husband's grandfather during the journey from the North to the South. He had single-handedly managed to bring his wife, his children, his daughter-in-law, and his grandchildren to the South, away from the communist regime in 1954. Now I saw with my own eyes his determination to help his grandson and family find freedom. He not only gave us half of a tael of gold, he encouraged his daughters to combine resources to come up with a total of three taels of gold to pay for our trip. This trip would cost us three or four times more than each of the previous trips, but we could accept the terms because we did not have to pay the whole amount until after our family would have heard back from us. In the end, I was happy that we received the amount of gold required for the trip, but the success of the trip was something that lay in the future and I had no clear idea if that was to happen. I tried to erase bad images in my head by taking Tino to the Hundred-Step Temple in Ma Vong to pray to Buddha and to Thap Ba Pagoda to pray to the Goddess PoNagar.

In March, C. Son and her husband told us to limit our outings because a messenger could come anytime to tell us when and where to meet. They told us that the planners were waiting for good weather and when they were sure of it, they would act within a week's time. C. Son's husband talked about the repair of the boat being done by the boat owner while C. Son assured me of many things. Among other things, I learned that the planners were trustworthy, that they limited the number of attendants, that they prepared for children, and that they equipped the boat with enough food, medicine, and other necessities for the trip. I felt good with the assurances, although somewhat uneasy when my friend repeated this advice several times: "Lan, don't forget to bring a cloth baby carrier, the same one that the mountain people use."

Chapter Three

One evening, my husband interrupted my cooking to tell me to hurry and feed Tino because it was time to leave. Tino was an easy eater, and I had already prepared everything we might need for the trip in two bags, so I was ready within minutes. I was delayed only a bit by my indecision regarding how much soporific to give Tino after he ate. According to what I heard, children had to be given soporific to make sure they would not make noise. However, some of these children never woke up when too much soporific was given to them. I did not want the trip to be discovered and have everyone captured along with me, but I did not want anything wrong to happen to my son. In the end, I decided to give Tino only a half of a teaspoon of soporific. I figured I would be able to put him to sleep by stroking him at a later time when we were at a peaceful and practically empty beach front, an image I had from previous escape attempts. Our extended family got busy helping us and everyone was very concerned for our safety. After some hard moments of trying to say goodbye, the older generation went into the altar room to pray for us. I was so touched and could hardly compose myself to say goodbye to the cousins.

Unforgettable Kindness

Long, one of my husband's cousins, was dependably ready in front of the house with his motorcycle, an old Honda '67. He tried to appear nonchalant while saying hello to the neighbors walking about. We climbed onto the motorcycle seat behind him and did not look at anyone. I was afraid that the piling up of four people on a motorcycle in the evening would attract unwanted attention. We did not want to say anything to anyone for fear that we would have to answer the usual friendly greetings from the nearby shop owners. As soon as we got situated on the motorcycle, my husband instructed Long where to go.

"Go to Xom May Nuoc first, and then pass the Nha Trang station before going to the National Highway."

"Why do we have to go that way?" I whispered in surprise. "I thought we were going to leave from the Xom Bong bridge."

"No, not from the bridge," my husband whispered back. "I have no idea from where we'll leave from, but they told us to meet at the Ru Ri summit. To cover our trails, we go toward Thanh first. I'm afraid that with several groups going in the same direction, parking at the same place, and acting confused together; other car drivers will be suspicious, especially the surveillance police cars."

I did not ask any more questions. It seemed as though all the escape plans were carried out in the same way. That is, the location from where the boat would launch would be different from the place for the group to meet. As long as we did not attract the police's attention, then we would be fine. Mostly, I worried about three things: The duration of the journey, the weather, and our safety until we arrived at our destination. I was haunted with bad images of anything that might go wrong. According to C. Son, it would take a

Unforgettable Kindness

maximum of seven days for us to arrive at Palawan Island. *Palawan! I pray to you, Lord God and Buddha, please help us arrive at the island safely.* I heard that many people who left from Nha Trang ended up at Palawan Island of the Philippines, so I was hoping I would meet many of my old friends there. Looking up toward the sky, I prayed again for good weather for our trip. I wished only for our safety and successful escape; I did not worry too much about having enough to eat for myself, as long as there was food for Tino. In reality, I did pack a lot of food in the two bags, including water and other miscellaneous items for the trip. If the planners did not provide enough food, water, or medicines, we would still be able to manage.

Tino seemed content and curious for he probably thought he was going on an outing with his parents. However, he probably sensed the nervous quietness because he did not babble as much as at other times when he got to be on a motorcycle. Situated between the two of us, holding his father's neck tightly and being held by me, he quietly looked at the scenery around him. The warm evening breeze did not put him to sleep and I wondered when the soporific would take effect. It took us about forty minutes to get to the foot of the Ru Ri summit, and Tino did not show any sign that he was sleepy. It was still early, around five-thirty in the evening. My husband asked Long to stop at a street café. There were only two groups of people besides us in the restaurant, a group of two co-owners and a group of four construction workers, sitting at two different tables. Wanting them to think that we were people who were coming back from a pleasure trip from Ninh Hoa to Nha Trang, we talked loudly among ourselves about our made-up trip. But when we sat at our own table, we were cautious and whispered to each other. Long told us it would take only ten minutes to get to the summit. My husband thought perhaps we should arrive there three to five minutes late so that we would not be in a big group all trying to leave at the same time, causing a commotion that could possibly reveal our secret mission. My husband's face was full of worries, showing the preoccupation of being captured. The image of being captured by police also haunted me, but I tried to reassure him with a theory that perhaps there was a bus at the summit to pick us up, appearing to others to be broken down. I figured that the planners would take us to a beach front such as Luong Son, Dai Lanh, or Song Cau, and then we would be taken to the boat at midnight. My guess was based on the experience of past escape attempts. I had never been in a situation when the boat would launch before midnight. I guessed that the time from six o'clock in the evening, our meeting time, until midnight must be the time for us to be transported to the beach, and for the planners to wait for the all-clear signal prior to departure. My husband seemed to agree with me. We deliberated some more and decided to be at the meeting place on time.

We arrived at the summit at six o'clock as planned, but were puzzled and nervous to see that the summit was extremely quiet and the road was deserted. On the only asphalt road leading to the summit, there was no appearing-broken-down bus as I had imagined. There were no other vehicles around. Long parked alongside the road, where there were short bushes and large trees, across from the barren rocks on the other side. He took a look around and became as alarmed as we. This was the first time all of us witnessed the quiet wildness of Ru Ri summit in the purple evening sky. The loud wailings of the winds gave me a creepy feeling. Turning around, I was even more frightened. My eyes followed the dark green forest stretching across the enormous mountain range toward the mysterious and empty abyss below. My husband was no less scared, scanning empty wilderness surrounding us. We had participated in many escape attempts by sea, but we never encountered a meeting place on such a high altitude, with no houses and no living things around. It was ethereal. While we could not decide whether to stay or to leave, I saw some people coming up the hill across the way. Seeing that these people also carried bags with them and appeared as confused as we were, my husband quickly ran to Long, who was still on the motorcycle.

"Ride away quickly! Hurry up! Otherwise you may be captured by the police along with the whole group."

"Have a safe trip!" Long said. He started the engine, revved it up, and rode off.

It was good that there was no traffic on the road at this time. Otherwise, our plan to escape would be obvious to passers-by. No doubt, we would be questioned and searched by the police. However, we had no idea how we would be picked up or where we should hide so that the people who were to pick us up would find us when they came. While we were looking at each other in a confused manner, a voice came from behind us.

"Hey, come over here! Hurry up and run!"

Turning around toward the bushes on the hill below, I saw a young man beckoning us with his hand in a frantic manner. We followed his lead and ran toward the bushes. My husband carried his big bag while I carried Tino and my small bag. I ran after my husband. It was hard to keep up with him, but somehow I managed to run as fast as he did. While looking for a place to hide, I saw that there were a few people already behind some bushes, staying quiet at their own places. I assumed that they had been here for a long while. The group of people that came after us received the same greeting as we did.

"Do not stand out there anymore! Hurry up and come behind the bushes here!"

They hurried as we did, each person tried to find the tallest and widest bush to hide behind. I was afraid that our original hiding place did not cover us completely; I started to look for a different bush from my husband's. I was thinking that if the police came, I would stay and perhaps my husband could escape without worrying about me. To plan for the possibility that we would be separated, I had divided food and clothing for Tino between the two bags, one for my husband and one for me to carry. Obsessed with the possibility of separation, I had made plans about how to find my own way back if necessary. I thought I would throw everything related to the escape away and pretend to be someone who had lost her way.

One woman with a teenage girl that looked to be about sixteen came to the same bush where I was. The woman asked, "Do we need to hide deeper in the woods?"

"No," I whispered. "From here we could look out to watch the road. If a vehicle shows up to pick us up, we will be ready."

The woman knitted her brow. "A vehicle to pick us up? I don't think there will be one. I heard that we would have to walk through the forest to get to shore!"

Half believing and half doubting her words, I looked behind me. Thousands of dense trees lined the mountain's gentle slope and continued down toward the unseen bottom. I could not imagine that was the way to shore; but when I looked up at the road, I saw no vehicles. I was bewildered and unsure if I should believe the woman. I began to think about C. Son's advice of bringing the cloth baby carrier and regretted that I did not listen to her. Just then, Tino began to cry mournfully. He tearfully and repeatedly asked for his father. The woman shrieked, "Oh my God! Can't you shut him up! If you let him cry like this, we will be discovered and captured by the police."

I was not sure how to react.

"Have you given him soporific? How could we cross the sea if you bring your little son and do not make him sleep?"

"I have given him some soporific," I said while trying to comfort Tino. "But I don't know why it has not taken effect."

The woman immediately lectured me. "How much did you give him? You probably did not give him enough, that's why he did not fall asleep yet."

"I have given him almost a tablespoon."

"Only a tablespoon? That is not enough for him. Give him some more. You have to give him at least two more tablespoons. Otherwise, we will be captured for sure."

"I do not have soporific with me. But if I did, I would not give more to him. How can we give a one-year-old baby three tablespoons of soporific? Do you want him to die?" I threw her a harsh reply while taking my baby to another bush when my husband came.

"Hurry up, honey! They say we have to begin our journey right now or we will be late."

Unforgettable Kindness

I was still distraught because I did not understand why we had to go into the forest rather than being picked up on the road. There was nothing else I could do but carry Tino and my bag to follow everyone else. My husband saw that the weight of Tino and the bag prevented me from going fast; he helped me out by taking my bag and gently urged me to go faster. The people in front of me stayed quiet. No one said a word to another person. We walked in an orderly way in a single file, almost as if we had been directed to do so. The deeper we went through the short bushes, the faster people walked. I felt like we were a group of soldiers impetuously advancing toward a known target. At times I felt scared that I would be left behind. My husband tried to follow the group closely, but the two bags were weighing him down. Sometimes I tried to run fast and passed him to make sure to keep up with everyone. The longer we went, the harder it was to make out our surrounding. In a short while, everything went into darkness. The trees became black shadows and morphed into irregular shapes moving slowly in a blurry eeriness. I had to keep my eyes wide open to follow the people in front of me. Their shapes were swallowed by the darkness and blurred together with the shapes of the surrounding trees. Once in a while, the leader used a flashlight to light up the path and show us the way. Going steadily, everyone remained quiet. No one questioned the leaders where they were taking us. Perhaps people were afraid that their voices would carry through to some guard post of a guerrilla outpost's unit or border police.

The cool breeze put Tino to sleep on my shoulders. Holding him tight against my chest, I could run fast at times. But most of the time, I had to slow down to help my husband with his heavy bags by holding one handle of the big bag. Try as we might, we could not close the gap between us and the person right in front of us. As time went on, the weight of the two bags slowed us down more and more. But we felt we could not throw away any of our provisions. Most of the weight was due to the amount of water we brought along for Tino, sufficient for the duration of the journey across the sea, which was estimated to be seven days. We had heard of many stories about famine and thirst prior to the death of people from many unfortunate unsuccessful sea journeys. Obsessed with these horrifying stories, we were determined to make sure Tino had enough water even though carrying the water was an extra burden on us.

The people in front of me only worried about what was ahead of them. They never looked back to make sure everyone was together. They, just like us, probably would be left behind if they did not hurry their steps to make sure they could follow the leaders. If we did not pay attention every single second, we would be totally lost. So, we steadily walked in silence, no one uttered a word and no one looked behind. As for me, being the last person in line, I did glance backwards once in a while. I was in fear of being pursued. Looking back, I saw only vague shapes of trees in the dewy atmosphere and the rocky summit from far away. Disappointed that things had not happened the way I had thought, I began to have doubts and worry about my unpreparedness for the foot journey to catch the boat at shore.

My difficulty with walking increased when Tino refused to rest his face against my shoulder. He determinedly stretched his body out horizontally, looking for a bed to lie down. He probably thought he was at home and imagined his bed behind him. Unable to make him sleep on my shoulders, I held him with outstretched arms and continued walking on.

At one point, the group suddenly slowed down and broke up. When I got to where people were standing, there was a stream of water in the way. The stream was not very wide, but no one wanted to be the first one to cross because we did not know how deep it was. Everyone bent down to roll up their pants. People got in line to follow the leaders. My husband offered to carry Tino. I transferred Tino to him, rolled up my pants, put the two bags on my shoulders, and went after him. Half way through, my husband stepped on a slippery rock, slipped, and fell backwards, dropping Tino into the water in the process. Tino woke up, coughed up the water that entered his nose and mouth, and screamed loudly for me. Luckily I was right there to help my husband pick him up right away. Once we crossed the stream, we quickly dried Tino with a towel and changed his clothes. I used the opportunity when people gathered around to ask how he was to plead with them.

"Could you please slow down? With my baby, I can't keep up with you."

"You don't need to have a baby to want to slow down," a man said. "It's not good for us to ignore each other. It's too dark. Sooner or later, we will be separated from each other."

Thereafter, everyone agreed to take stock and count the number of people in the group and have the main leader in front and his assistant in the back. Then we resumed our journey. People dropped their guards and began to open up to each other in whispered conversations. Tino, although warm in dry clothes and being carried in his preferred horizontal way, did not fall back to sleep. Perhaps he wanted to make sure he was carried by me, he kept his eyes wide open and stared at me the whole time. When my husband offered to carry Tino to make up for the accident and to show how sorry he was, Tino shook his head while holding on to my neck. He repeatedly called for me. "Mommy! Mama! Mommy! Mama!" So, I continued to hold him, one hand at his head, one hand at his bottom, while walking steadily. The young man behind me who had seen the tragic accident in the water kept inquiring about Tino to see how he was doing. That made me feel good about the decency and compassion of the people on my journey and I became hopeful for the journey's success.

After walking a long time, we got to a more open space. The trees here were shorter, grew farther apart, and were lined up along an imaginary column. Their leaves resembled papaya tree leaves and I reckoned that they were cassava trees. Past these fruitless trees was a garden with plenty of fruit trees. The leader stopped at a tree almost bare of leaves and told us to rest. He picked a few fruits from this tree and put them in his mouth. "You may want to eat a few of these Otaheite gooseberries for thirst."

Two women and a few children went along and picked some fruits. One of the women said, "I am saving a few in case there is no water on the boat."

Hearing that, I also picked a few to put in my shirt pockets.

The men did not seem to be concerned with hunger or thirst. They questioned the two leaders in a serious and important tone of voice.

"When are we going to continue?"
"Is there enough time?"
"How long will it be before we get to shore?"

The main leader answered in the same serious and important tone. "We'll just rest for a moment and we'll have to continue very soon. The boat owner is to meet us between one and three o'clock. If they don't see us at three, they'll leave without us."

"Then we should go right away!" a man said. "The sooner, the better. It's better to be there early rather than late."

"I hope we'll be there on time because the road ahead is very rough," the leader said in a worried tone.

"It may be hard to be there on time because our group has a lot of women and children," the assistant leader said. "Everyone, please try to walk as fast as you can. If we're not there on time, we will be left behind. The boat owner will not wait for us."

Everyone remained quiet but got up quickly and hurried on to continue the journey. When I stood up, I pulled out a flashlight from my bag. When I turned it on to check, I heard a warning from the leader. "I request that no one use flashlights. Although it is dark and the road is rough, we have to stay with and follow the person ahead of us instead of using light. If you don't listen to me, don't blame me when the police come."

I did not say anything even though I was confused as to why he turned on his flashlight after he delivered his directive. After counting heads, the leader told us to follow him.

I need to be in the middle of the group to make sure I won't be lost! I immediately inserted myself after the fifth person in line.

Chapter Four

When we began this part of the journey, Tino went back to sleep. At this time, he was used to sleeping with his head on my shoulders, so I could hold him with one hand at his head, and one hand at his bottom. We followed the narrow path by staying tight with the person immediately ahead of us. Once in a while, the leader flashed his light toward the back at the line of people behind him, seemingly to check that everyone was together more than to see the road. We were walking more carefully, still keeping his warning in our heads. Once in a while, there were rocks on the road, but it did not seem "rough" as he described. However, the road became more twisty and narrower as it wound itself around dense and tall trees. Everywhere I turned, there were branches that stuck out and were full of leaves, such that they not only covered the sky above but also hindered the path below. Sometimes, I was forced to turn sideways and use my back to push the branches aside while being careful so that they would not jab Tino's back or scratch his head. I received all the jabs and scratches from those branches and thorny bushes myself, and my clothes were torn in the process.

Unforgettable Kindness

After about thirty minutes walking along the tortuous path and the dense trees, the group gradually slowed down. People ahead stopped and gathered in one place. When I got near them, it seemed as if I had just walked out of a dark tunnel. In front of me was an open space. Farther ahead was an area that was thick with trees all the way down the mountain. Masses of white clouds, suspended in the air and flowing across the tree tops, slowly drifted toward the mountain top to unite with more masses of white clouds all over the sky. Layers of these silvery white clouds gave the scenery a mysterious beauty; it was as if I were in a fairy tale or in paradise. I was not the only one whose heart was moved; everyone else was mesmerized with the feral beauty and seemed lost in the mystery of the forest at night. The leader did not allow us time to admire the scenery, he hurried us on. There was a drop in elevation that required us to climb down. We had to wait our turn. Watching people in front of me having difficulty finding a safe way down, I realized that the road ahead was dangerous and difficult. My husband probably felt the same way. He told me to let him go first and he would direct me from below. I agreed and let him go first. We had to either slide down or use lower rocks as steps to place our feet on. It took us a long time to find our way because it was dark. The people behind us had to wait for us to transport our son and our bags down. It was all right because the people in front of us could not go too much faster anyway since no one could see very well. Slowly feeling our way down, we depended on the advice of the people ahead of us. The leader never once turned the light on for us, nor did he ask us how we were doing. Feeling like a blind person, I turned my face toward the sky hoping for any gleam of light. But the more I looked up, the more hopeless I felt. There was no moon and the sky's color had turned from blue to grey. The clouds kept things in darkness. As we climbed down, we encountered steeper hills and larger rocks. I carefully carried Tino down each time my husband directed me toward a safe and convenient way to do so. At times I took off my flip-flops and held them in my hands and walked barefoot to make sure I would not slip, but then I would have to put them back on again when I encountered sharp edges. Once when my husband was too far below me, I decided to use my flashlight to find the safest location to hand Tino to him. As soon as I was able to see, I immediately became dizzy with the scene below. While I had not had time to recover from what I saw and had not yet found the safest way down, I was startled with a yelling from the main leader.

"Who turned on the light? Turn if off right now!"

I immediately obeyed, but I did not feel bad about ignoring the leader's warning. In fact, I was upset with the stupid way the leader was conducting the journey for people who had little ones with them. The group included other children who were behind me. The children were about eight to ten years old. Besides being upset with the whole situation, I was also upset that I did not gain anything by disobeying the leader and turning on the light. The short duration of the flash of light did not give me enough time to find a safe way to hand Tino to my husband. The only thing that I saw and remembered was the enormous amount of jagged rocks ahead of us and the long distance between me and my husband.

From below, my husband said, "Drop your arms to bring Tino toward me. When I have him, I'll let you know and you can release him."

I sat down at the edge, put my arms under Tino's armpits, and lowered him down. My husband stood on tiptoe to get Tino. It was only after he got Tino safely in his arms that he directed me down. When I finally reached my family, I heard some unhappy grumbling from the leader. He probably wanted to scold me to my face to release his anger, but he was too far below us and it was not worth his while to come up.

My husband dragged the two bags with him. "Don't turn the light on anymore! We should not disobey the leader. I will try to find a safe way to direct you down. There's no reason to hurry."

So we continued on slowly and deliberately, groping, sliding, creeping, handing Tino back and forth, and following the leader. Our eyes gradually got used to the darkness, to the surrounding blurry shapes, and to the sharp rocky ground under foot. Behind me, once in a while, came the cries of two boys, the comforting words of their mother, the complaints about lost shoes, and the ensuing search for them. Hearing their cries made me extra careful with my flip-flops. To us, people trying to escape, our flip-flops were valuable property in case we needed them to return home. Anyway, these indispensable items only protected the bottom of my feet. My heels could not avoid the scratches from the sharp rocks on the way down. The situation of other people in the group could not have been better; the whining and wailing continued unabated. Our complaints to each other about the stupidity of the organizers who chose such a dangerous route were stopped by an unexpected torrent of rain. The downpour came heavily and angrily as though from a heavenly waterfall. The dense sheets of water diminished the blackness of the night and the images around us. The roaring of the rain drowned out the crying, whining, cursing, and pleading. Torrents of rain drops poured from our heads, through our bodies, onto the rocky surface, and created streams and streams of water on the ground. People stopped their forward-moving activities, including climbing, hanging on, sliding, and creeping, in order to figure out ways to deal with the rain and to stay dry as best as they could. My husband had to stop himself in his tracks and climb back up to try to help me cover Tino. No matter how hard we tried, we were all soaked to the bone. My husband quickly got new dry clothes from his bag and asked me to change Tino. I did so while both of us bent over to protect our son. It was a wasted effort: Tino immediately became as wet as a skinned rat. We tried in vain to squeeze water out of our hair and our clothes. Then for a long time after finding a comfortable position to hold and protect Tino, I sat at the same place and did not dare to move even though my feet were tired and my flip-flops threatened to come off. Finally, I decided to turn around and look hard to assess the situation. From up high, lightning flashed and then disappeared as quickly as it came. The white silvery clouds had become a grey dense mass, bringing rain all over the forest, as far as my eyes could see. I became angry at the leaders. I did not understand how they could be so ignorant to choose such a rocky and dangerous route and to demand that we would be on time. Worse yet, they probably never planned for the heavy storm. We stopped because we could not see and the road became slippery.

The leader shined the light toward us. "Please try to go faster, sisters and brothers! If we're this slow, we'll be left behind."

We had to obey and tried our best to keep up with the leader. I was angry at myself for not thinking to bring a raincoat while packing. But perhaps no one else thought of rain because the weather forecast the previous day never mentioned rain. Besides, the local weather where we lived had been beautiful. No one expected a storm like this. *Could it be that clouds flow toward the mountains at night time, that's why we have such a heavy rain? Or could it be that it rains in the forests during the nights?* I asked myself many questions while I changed another set of clothes for Tino.

Unforgettable Kindness

I no longer could wait until my husband found a safe way for me to follow because as soon as he got down below, people behind started to rush. I decided to slide down while holding Tino tight. My husband could only help by pulling out dry clothes for me to put on Tino, putting away the wet clothes, and carrying the two bags which were now much heavier because of the soaked clothes. After the last set of dry clothes was changed, I asked my husband to get out the towel that we used to dry Tino when he fell in the water earlier. I had to use this damp towel to dry Tino off and cover him. It was better than the soaked clothes. The storm kept Tino awake, but he could not cry for he was too cold. I hysterically turned on the flashlight to check on Tino. This time, the leader refused to let it pass. He made an effort to climb back up to stand in front of me. His face was hard.

"Didn't I tell you not to turn on the flashlight?"

I turned the light off, but I screamed back. "So why can you turn on the light? Don't you think you could do anything you want just because you're a leader! You're a strong young man and you allow yourself to use the flashlight to find your way, and yet you don't allow me to do so when I have a little one with me. Tell me how I can carry a one-year-old baby on this rocky road, in the dark, and under a heavy rain like this?"

The leader turned on his flashlight and shined it on Tino's face. Tino frightenedly closed his eyes to shield from the light and the rain, but he could not utter a sound. His lips were purple from the freezing cold. The leader's eyes were as frightened as Tino's. Turning off his flashlight, he cursed. "F. the idiots! How could they accept such a young child? The boy will die."

Unforgettable Kindness

I thought again of C. Son's advice to bring a cloth baby carrier, similar to those that the mountain people use to carry their babies on their back while going about their activities. Perhaps she knew I would have to walk through the forest. I supposed she did not imagine the stormy night and the dangerous rocky road I had to encounter. Even without the rain, I would not have been able to use the baby carrier while sliding or climbing down because I would not be able to protect Tino's head. I was numb and could not think what was right or wrong or what to say. I only wanted Tino to stay dry and warm and safe from the freezing cold.

The leader lowered his voice, almost as if confiding in me. "The reason I do not let anyone turn on the flashlight – and I do – is because I know how to do it correctly. Right now I am standing in front of you, my back is to the shore, and therefore, I can turn on the light. Whereas you are up high, you shine the light down below, that's not okay. I can let you use the light if you turn around and try to cover it so that the light will not shine below."

Seeing my dazed face, he continued. "Look below! You'll see the sea ahead of you. If you look carefully you'll see the twinkles of tiny lighted dots below. Those are the small boats' lights. At this time, there are many police surveillance boats. If the police see lights from up here, they'll know about the escape plan, and they'll be able to pinpoint our location right away."

I remained quiet.

"At this time, I don't want to keep this from you any longer," he said. "We are following the bottom of a dry river to go to shore. The boat will pick us up at the end of this road."

"Bottom of a dry river?" I was terrified and could hardly believe what I had heard. "Oh my God! No wonder there are only hills of rocks."

I tried hard to make out the dark scenery ahead at the bottom of the road. I was still shaken. "You kept saying 'the road, the road,' I never thought of anything else but a real road. No wonder, I did not understand why the road kept going downhill and why there were no living plants at my feet."

Looking back at the summit, I spoke louder over the rain. "Why did you choose such a dangerous path? With this heavy rain, how would the river stay dry? We'll drown in torrential water when we get to the bottom."

I became angrier when I looked at my frozen son, who was still shivering. "Go ahead and continue your journey. I don't want my son to die. Let us return home."

No one interrupted our conversation from the beginning to the end. Everyone stayed quiet, including the leader who did not utter a reply to my wanting to return home, as though he had been hypnotized after my announcement. My announcement probably was more shocking to the group than the leader's disclosure of the nature of the road. No one knew what to think and what the correct course of actions should be. People were still hopeful that if they followed the river a little farther, got a little wetter, and slipped down the deeper rocks, then the boat would be there for them. Everyone understood that the journey was too perilous for little ones like Tino, but no one could offer any advice as to whether or not I should stay or go, now that we were already half-way through our journey.

While everyone remained quiet, the assistant leader came over to me. "I know this area very well. This river will never fill up again, no matter how much rain there is. With its steepness, all the rain will go into the sea. At the foot of the river, the water is deep enough for boats; we won't have to swim out to sea. If we continue on and get there on time, the boat will pick us up early. When we get on the boat, we can look over your baby and give him better care."

I was quiet.

"It's ten o'clock now," he said. "It will take us another four hours to get to shore. We're already half-way there. I think you should make an effort to go."

The torrent went on while I held my baby, standing between two young leaders. I was reasoning that if we were already half way, then returning home or continuing on would expose Tino to the elements equally. I could not make up my mind for hundreds of "ifs" danced in my head randomly, crowding out my thoughts. I asked myself many questions. *If I decide to go back, will Tino stay warmer or will he still be so cold? If I decide to go back, who in the group will sacrifice his escape and lead us home? If no one leads us, will we be able to find our way home by ourselves? If we succeed in reaching the Ru Ri summit, will we be able to find transportation back home during this time of night?*

My husband broke the silence.

"Would it be okay if I help my wife see the road more clearly by using our flashlight according to your instructions?"

The two leaders nodded in agreement. My husband took the flashlight from me. Then he found a sweater for

Unforgettable Kindness

Tino in his bag, gave it to me, told me to change Tino, and suggested that we continue on with the journey.

Chapter Five

While we quietly resumed our journey, the rain continued. Tino's sweater soon was soaked just as his other clothes were. Seeing that he was shivering, I quickly took off his sweater. In panic, I unbuttoned the front of my shirt and pulled him tight against my breasts. With the light shining on us, the people behind us could see us in full view. They were shocked to see a naked Tino and even more so to see my open chest. They pretended they did not see what was in front of them by averting their eyes and looking for another way to walk down. At that moment, I did not care for modesty and did not feel embarrassed at their tactfulness. I only wanted to transfer the heat from my body to Tino's. I was ready to sacrifice my life to make sure he was okay and to compensate for the hardship I put him through. Although I only worried about Tino's well-being, I benefited from the warmth coming to my chest from Tino's body heat. I felt better then for I knew he also got warmer. I started to walk faster following the light shined by my husband.

We got a routine going. My husband found the best way to go down, pulled the bags down with him, and then shone the light for me. We did that for a while until we came to a deeper hill. He threw the bags to the bottom of the hill down below to check its depth. Then he found a gap between two large rocks. He wedged himself in between the rocks to give himself support while getting down. I could not hold Tino under his armpits and hand him down to my husband as when he was still awake. Neither could I hold him on my side and slide down as before. I held Tino around my stomach, secured his head and body around my arms, and slid on my bottom to the edge where my husband began his descent. There I put my back against the side of the rock and dropped myself down.

My husband was dismayed. "What are you doing? Why did you drop down without warning me?"

"That's all I could do. I couldn't hand him to you because I was afraid if we slipped a bit, his head would hit the rock."

I was pleased with myself although my body was in pain and I could not get up right away. My husband helped me up. He was full of worries. "Check to see if you're hurt anywhere. Check to see if you've sprained your ankle."

Moving my legs to check, I shook my head. "I didn't sprain anything, but my flip-flops are gone!"

My husband started to grope around to look for my flip-flops. I stopped him. "I don't think I need my flip-flops anymore. Barefoot may give me a better grip on the slippery surface anyway."

I stooped down to find a way to continue the journey. I knew that if I did not wear my flip-flops, my feet would get more scratches and cuts, but I did not want to delay. *It doesn't matter that my feet get cut or bleed if we get to the shore on time, and get on the boat safely. If I don't have to return home, I won't need my flip-flops.* I tried to walk faster and not to think about my flip-flops or the roughness and steepness of the road.

The farther we went down, the faster I walked and the easier it became. I was not sure if that was because I felt psychologically safer and became more energetic, or because we were almost at the destination and the road was easier. The road appeared less steep, and we did not have to slide down as much. We could stand erect again as when the road was flat. There were not as many rocks or trees, and the rocks were not as large. Once in a while, we had to walk on small rocks and pebbles or pass through muddy ground. As we got nearer to shore, everyone seemed to gain energy from the hope of being picked up by the boat, and all of us walked faster. The rain had stopped completely, and the sky was clear. In front of us there were bushes among the tall grass. The short dense bushes spread all the way to the sea, where the blue water danced at the horizon, disappearing and reappearing with each of our steps. We could hear the sounds of the waves and winds from far away. A man's happy voice came to announce that it was forty-five minutes past midnight. But we could not savor the happy thoughts of finally being picked up because the two leaders started to behave strangely, causing us to feel alarmed. They told us to stay in one place, then went ahead to look around as if searching for something. After a while, they came back and the main leader spoke in a very sad voice. "Our plan has been compromised."

"How can that be? We only just got here."
"What kind of organization is this?"
"How can we believe you after all our efforts through danger?"

Unforgettable Kindness

The group was vocally unhappy, but everyone stood still. No one wanted to believe the leader's ruthless verdict while we had not fully enjoyed the taste of fulfilled hopes and dreams, which now was about to be taken away.

The leader repeated his warning. "I am telling you the truth. Our plan has been compromised. We need to return at once." He ignored the complaints, walked to the middle of the group, and spoke earnestly. "We need to turn around and walk back right away! The farther we go from this spot, the better. Otherwise, all of us will be captured."

People stared at him. They stayed put.

"What game are you playing?" my husband angrily questioned. "We're not even there yet, and you tell us to return. What proof do you have that the plan has been compromised?"

The leader was taken aback by the outburst. "We have our own signals and know something is wrong. If we stay here, we'll be captured sooner or later."

The man with a huge bag, bigger than any other bags, tried to reason. "If something is wrong and the boat can't pick us up at one o'clock, then the boat owner will try to pick us up at another time, between one and three o'clock. Let's try to wait a little bit longer to see."

The assistant leader said, "When we gave you the time between one and three, we were just adding time just in case. If nothing was wrong, then the boat would be here at midnight already. I thought perhaps the boat owner went to pick up his family at another location for he wasn't here yet. But it turned out that he didn't come because he knew something went wrong."

Unforgettable Kindness

Still no one wanted to believe the revealed truth. We wanted to believe that the boat would come between one and three o'clock. Seeing no reaction, the leader said, "If you all want to stay here, that's fine. We need to leave. If we're captured, you'll get a few months in jail, whereas we, as organizers, will get lifetime sentences."

The leaders started to leave. They only walked a few steps when I spoke up. "Please wait for our family!"

The two leaders stopped in their tracks and looked at each other in silence. Then the main leader walked back down to where I was standing. "If you want to take your baby back home, we'll show you the way, but we won't be able to let your husband follow us. When we get to the National Highway, he will be suspected."

I glanced over and saw the worried face of my husband. "So why did you tell us to return home? Wouldn't it be the same to have the whole group or to have three people? How would it be different if we all return? It doesn't make sense if the group is broken up and we all walk separately."

"When I said we had to leave, I meant we had to get away from this spot. Then we need to find hiding places before scouting out transportation to go home. Whereas you want your whole family to go back together, we won't be able to find transportation for all three of you at the same time. We may be able to if there are only you and the baby."

While the leader and I were negotiating, the man with-a-huge-bag pleaded with me. "Please stay! The boat won't pick the group up unless there are at least twelve people. If you leave, they won't pick us and your husband up because it's not worth their while. It's not that easy to get here. Let the leaders leave and figure out how to let the boat owner know we're here. Who knows, maybe the boat will pick us up in a few days."

His reasoning made sense because I knew that had happened to people who did not get picked up at the appointed date and time on their escape attempts. These people had to stay overnight near their intended launching place and eventually got picked up a few days later. But I did not know what to do due to my son's situation. I could not leave my husband here and go with two strange men into the forest, especially with an unbuttoned shirt – and besides what would I do if something untoward were to happen to Tino? Everyone was staring at me, waiting for my answer. I did not know what to say, I avoided their stares by looking down at the ground while contemplating. Tino was quiet in my arms, sleeping peacefully. His breathing was regular and normal. I touched his forehead and his back to check for any sign of fever, I did not find any. Pulling the sides of my shirt around toward the front to cover him some more, I finally declared.

"Go ahead without me. I'll stay."

Chapter Six

We quietly watched the two leaders leave. Other people in the group probably went through the same emotion that I did. The feeling of being abandoned filled us with regrets. We stayed put, did not know what to do, and wished the two leaders would come back. We were like a snake without its head. Whether we would get picked up or have to return home, we needed the leaders. The sight of the two leaders came and went, like a light that flickered on and off, and then disappeared completely. The finality of their departure took away our thin hopes. The path they took now held only the grey rocks of the dark forest, stretching from the summit to where we stood. I shuddered, imagining that dark path covered with water. It would be a full-fledged river, large and strong, with unimaginably powerful currents thundering its way down toward the sea, forming tremendously tall waterfalls. I did not know how the leaders found out about this dry river or why they were so sure that the river would never be active again. I did not know their names or if they were the ones who organized the trip. But they left me with a strong impression of using the bottom of a dry river as an escape route. If there were no children involved, this would be a perfect way to go to avoid detection.

Thinking of detection, I quickly told my husband to find a safer place to hide higher up. People had broken up into smaller groups, but stayed near each other. While waiting, we squeezed water out of our wet clothes and hung them on branches. We did not climb up too far from shore, maybe because we thought there would be enough time to run away if we saw police at the shore. In truth, I did not think too much about that possibility. The space between us and shore was a muddy ground with short trees. I was still hopeful and dreamed that some boat would come, and then some people would run toward us with waving hands and happy voices, calling and beckoning us to come to shore. We waited until after three o'clock, everything remained quiet. There was no calling from anyone, nor was there any boat coming to shore. We heard only sounds of waves and winds, blowing from some vague direction. The sky became lighter and the sunrise erased any gleam of hope still held inside each of us. The blue of the ocean appeared clearly now ahead of us and we could see many boats coming and going in the distance. We understood that no boat would pick us up at this time. Everyone agreed to pack up and quietly began the ascent to the same road that we came down on.

Whereas this path of the bottom of a dry river gave us difficulty the previous night due to the storm and the darkness, it gave us difficulty this morning due to its steepness and the heat of the sun. The huge boulders were heartless barriers for the small children and women with little babies like me. The warm breeze had dried out the wet clothes from yesterday. Tino was now wearing dry clothes, and my shirt had been buttoned up. As time went on, the heat from the sun took away any drops of water remaining on the rocks, and the path also had dried under our feet. People became friendlier with each other since they could see more clearly each other's faces. I could list the people in the group: The man with a huge bag, the woman with her sixteen-year-old niece, the woman with her two young sons, the man with the teenager, the young man of about twenty-five, and the three people in our family. The men in the group took turns carrying the young children or helping them go up the hill. The young man who was by himself sometimes carried Tino on his back when the climb was harder. I was lucky to find my lost flip-flops on the way back. But by then I was used to walking barefoot, so I put them in my bag in case I would need them to go back home. Though at some level, I was still hoping that the boat would pick us up that night, as the man-with-a-huge-bag predicted. The more we climbed, the sweatier we became. When we were about six hours away from shore and thinking that it would be impossible for police to find us, we agreed to stop and find a place to eat and rest. We shared our food with a few people, including the young man who helped carry Tino, but we refused to give our water away. We even deprived ourselves of the water meant for Tino that was kept in the two bottles in our bag, even though we were very thirsty after a hard hike in the heat. To combat our thirst, we sucked on a few of pieces of lime sprinkled with sugar that we prepared from home. We gave Tino all the food and water that he needed.

After eating, everyone agreed to go farther up. When I picked Tino up, he began to scream loudly and pound on my chest with his fists. I sat back down, intending to check over his body to make sure he was not hurt anywhere. Although he was eighteen months old, Tino did not talk very well and could not tell me what was wrong. Every time he cried, I had to check him over. As soon as I sat down and before I had a chance to open up his shirt, Tino stopped crying. Assured that he was okay, I picked him up again.

Unforgettable Kindness

Before I started walking, Tino pounded on my chest and screamed again. My husband was very puzzled with this strange behavior since Tino never acted like this before. He tried very hard to figure out what was wrong but gave up. Even though people were leaving us behind, he was patient, telling me to sit down to comfort Tino and see what he wanted. Strangely, every time we sat down, Tino stopped his tirade. We figured that Tino sensed the danger and did not like the difficult journey; we thereafter decided that we had to go on and catch up with the group so that we would not be lost. Therefore the group had to endure Tino's cries during our climb. The sun was right on top of us when we got near the summit. While wiping sweat from our faces and looking for shade, we realized that the man with the teenager and the young man who was by himself were no longer with us. They must have taken another path somewhere below. Our group knew we were lost, but no one wanted to walk back down to find the way. From up high, we could see clearly that there were many boats with red flags going back and forth around the shore at the bottom of the dry river. Apparently our plan had been suspected just as we were told by the two leaders. Afraid, everyone decided to hide until night-fall before finding transportation home.

Past noon, the sun hit harder and the temperature rose, causing everyone to feel very dry and thirsty. My husband and I still did not want to touch the water reserved for Tino, we sucked on the sugary lime pieces again. The Otaheite gooseberries I picked and stored in my shirt pockets were no longer there. They must have fallen out the previous night after several of my falls. Tino wanted more water than usual after screaming too much and being exposed to the sun for a long time. After he finished his little bottle of water, we had to open up the bigger bottle even though that was supposed to be for the journey on the sea, in case a boat would pick us up that night. When the two boys saw Tino

Unforgettable Kindness

drank water, they wanted some and cried to their mother. I could not refuse. I handed the bottle of water to their mother and asked her to let only her sons drink it and that each of them should take two sips. The woman did not keep her word. After letting her sons have as much water as they wanted, she also drank greedily. Looking at the almost empty bottle of water, my husband did not hide his disapproval. He blamed me that I did not know how to keep the water intended for our son. I did not react to his being upset because I understood that his worries were valid. However, I had my reasons to behave in a way that was opposite of our plan. I knew that being lost and thirsty in the forest is not worse than being lost and thirsty while at sea. I could not turn away when the two boys were crying for water when I had water in my hand. The more I thought about the situation, the more I worried about being lost and not having enough water for Tino. Then I silently cursed the insipid woman who did not plan well for her sons. I was angry at the woman for not keeping her word and at myself for trusting people too much. I sat quietly, not reacting to any complaints from my husband.

The man with-a-huge-bag probably saw everything that had happened. He came over to where we sat. "I think that when we participate in this kind of trip, we need to have sympathy for each other because we are all dependent on each other. We have to have solidarity and be ready to lend a helping hand to each other. I admired you when I watched you carry your son across the steep hill in the downpour. I really wanted to help you out in some ways, but I could not because my bag was too heavy."

Coming even closer, he lowered his voice. "To tell you the truth, my bag is full of maps of land and sea. Because I know how to read maps, I'm in demand for this kind of trip. I've collaborated with another organizer but because they didn't plan to leave until next week, I agreed to take part in this one, not knowing it would end up badly like this. If you're interested in trying again, give me your address. I think it would be okay for you to bring your son because the organizer for this upcoming trip also plans to take his children along."

My husband was very happy to hear this. After some conversation among the three of us, he pulled the man aside to another place for more private talking and planning.

Chapter Seven

When evening came and the sun was no longer intense, we started our way down to look for the way home. This time, just as before, I had to ignore and withstand the violent kicks and the screams of horror from Tino. About thirty minutes down, we saw a teenage boy, about seventeen, coming up the path. He introduced himself to us as our new leader who would guide us home. He said he found us by following Tino's cries. After he learned of my name, he told me that my friend C. Son had worked hard to find someone to guide us home when she heard we were lost. He led us to a garden with many large jackfruit trees, then told us to stay there quietly to wait for someone else to come to guide us the rest of the way. At this place, we shared with others all the food we brought with us in the two bags in order to destroy all evidence of the escape plan.

    Night came quickly, bringing darkness and turning green trees into black shadows, but Tino would not go to sleep. Perhaps he sensed the danger and the unusual silence around him; he became cautious and curious. He was defiant and violently refused my coaxing him to sleep when I pushed him down. The more I tried to soothe and coddle him, the more he kicked and cried while raising his head up high. The loud cries in the otherwise quiet atmosphere in the garden frightened my husband. He shouted, "Be quiet! Right now! Can you shut your mouth? You keep doing this and you'll help the police take your father away, Son!"

Since my husband already scolded Tino, no one else said anything, although they probably were very nervous because the garden was not that far from the National Highway. With a broken heart, I held Tino tight while tears kept pouring down my cheeks. I was torn inside because I was the cause of Tino's misery; I kept saying sorry to him while trying to pacify and calm him down. Tino probably was half afraid of his father and half understood the feelings of his mother; he whimpered some more before gradually stopping his crying and going to sleep. At that time, I made myself a promise that I would never subject him to any escape plans by sea anymore.

Around midnight, we walked out to the National Highway. We divided ourselves into smaller groups while waiting to be picked up by motorcycles. My husband and the man with-a-huge-bag went ahead together while the women and children had to wait. Tino and I were picked up about five minutes afterwards. I thought we would be taken all the way to Nha Trang, but instead we got dropped off at a small bridge at Ba Lang. When we got to the bridge, I was told to take Tino to the place where the man with-a-huge-bag and my husband were hiding underneath. The hiding area was small, so I sat very close to my husband. It was good that the man with-a-huge-bag did not bring his bag with him since we did not have much space, and it was also good that Tino was sound asleep. I felt a little more secure while waiting for my next mode of transportation.

Unforgettable Kindness

After everyone arrived at the same place, the women and children were taken to local families. After dividing up the group, a young man told me to take Tino and follow him to the village. We acted as though we lived in the same neighborhood and coincidently were walking on the same route; we did not walk next to each other, but one person in front, another behind. After passing a dirt road between two dry meadows, we stopped at the first house right after we entered the village. The young man knocked at the door and talked to the house owner in a low voice. Then he told me to sleep there and that he would be back at five o'clock in the morning to take me home. The house owner was very nice to my son and me. She gave me a sedge mat to sleep on, told me to go to lie down next to the rice box, and promised to wake me up when the young man returned. The young man came back before five o'clock in the morning. He took my son and me to the National Highway and waited until we were able to call a cyclo to take us home before he left. I followed all instructions of all the "leaders," coming, going, leaving, returning; I never asked for their names, their relationships with the organizers, what they did for a living, or who they were. These mysterious people, who helped us in silence and confidence, never demanded payments in return for their services. I admired them and pondered over them and their deeds constantly on our way home. Feeling safe on the cyclo, I offered thanks to God and Buddha for our safety and for sending these compassionate people our way.

When the cyclo entered the city, I felt more at ease and was no longer afraid for our safety. Passing Nga Sau, the six-way traffic circle, I saw my husband and the man with-a-huge-bag walking in front of Nha Trang Catholic Cathedral (Nhà Thờ Núi). Although the man was not carrying the huge bag with him anymore, he was walking unsteadily and strangely, as though he was carrying something very heavy.

Unforgettable Kindness

My husband was no better. Even when the cyclo we were on already passed them, I could not help but turn around to look at them once more. I was puzzled, wondering why they would not take a cyclo home, especially when their odd way of walking would attract the curiosity of passers-by.

I got home around six-thirty in the morning. That happened to be the day of commemoration for one of our ancestors. So other relatives had come from many different places since early morning to help prepare. As soon as we arrived home, my mother-in-law and my husband's aunts stopped everything they were doing, ran over and took Tino from me, and fussed over him. My mother-in-law could not hide her excitement. She said to all of my husband's cousins, "Make sure to work hard and help your sister cook. She looks so beat, she won't be able to do much." (My husband's cousins call me sister as it is the Vietnamese custom.)

No matter what, I needed to show up at my school to prove that I was not absent any day. After cleaning up, I took my bicycle in a hurry and left. As soon as I got up on the bicycle seat, I felt as though I were carrying heavy weights on my feet. It was good that I only lived five minutes from school by bicycle. At our school, teachers normally went straight to the classrooms in the mornings, except on Mondays. Which classroom they would go to first depended on what subject they taught. On Monday mornings, everyone had to attend the flag ceremony. After the flag ceremony, students and teachers alike must stay and listen to a speech from the vice principal. Teachers got to sit on benches, of course, while students had to sit on the ground. On that day, for some reasons, some students misbehaved by rudely imitating the manner of speech of the vice principal. The vice principal was too angry to give his usual lessons under the flag and deliver the principal's weekly announcements. Instead, he bitterly said, "To tell you the truth, I've skipped breakfasts for many years. I've struggled for a long time until now so that the next generation will advance and have a better future. And yet, you behaved so badly today."

We, the teachers, looked at each other helplessly. We did not understand why he felt the need to disclose his private matter about skipping breakfasts to the students. I felt sorry for him when I looked at his amputated arm. I felt sorry about his missing breakfasts and about his losing the battle with the students. While the teachers were still not sure of what to do, the vice principal dismissed the students. Watching the students walk back to their classrooms in low spirits, a sharp pain clenched my heart when I imagined Tino as one of those students one day in the future. I did not know if he would be one who obeys in deference or one who rebels, but he would be repressed with the label "political ideas not good" just as his father was. Teaching is truly a challenging profession. Not only that it is already difficult to deal with rebellious teenagers; it is even more difficult to handle bright ones. I had seen the condescending attitude of the brighter students. Their attitude was not the result of ineffective parental guidance, but instead it was due to their innate intelligence. I remembered the ironic questions posed by some eighth- and ninth- graders during history lessons. "You told us that everyone would be happy when our country advanced to communism, and yet I see that our citizens refuse to be happy, but keep leaving by sea. Why is that?" "Why do people take risks to go to capitalistic countries when these countries exploit their workers with barbaric practices?" "Do you think people risk their lives to leave just because they are materialistic?" It was very sad that I had to listen to these taunting questions. In fact, I was not blameless because I could not talk about international events or about the pluses and minuses of each political system, the way things were taught before 1975. Now I had to teach exactly according to what was written in the books.

Unforgettable Kindness

Feeling embittered by these thoughts, I compared us, the teachers, with the two leaders on the Ru Ri summit two days earlier. We were just like these leaders who walked in the dark but could not turn on the light, and were opposed to and yet had to lead. The occasional flashes of light had to be extinguished quickly, just as our knowledge had to be forgotten when the button on the flashlight was turned to the "Off" position. I did not know where the role of the vice principal fit in my analogy, but I felt uneasy when I put myself in his shoes. I remembered the violent kicks that Tino gave me on the dangerous journey. *One day when he grows up, will the kicks turn into rebellion, as the rebellion of students that we cannot stamp out?* The bothersome thinking tired me out; I got up sluggishly and followed other teachers to the office.

As soon as the vice principal saw us come in, he said, "Students are like that nowadays!"

"That is just because theories in books are different from reality!" I was about to shout out a reply, but I thought better of it. My appearance was not normal at this time; it was best to be quiet and not attract attention to myself. The other teachers, all of them South Vietnamese, smiled and did not reply, as usual. Disappointed, the vice principal left on his bicycle. On that day he went to his main office earlier than usual. The rest of us stayed behind to chat for a little while before getting to our classrooms. I waited for others to leave first because I did not want anyone to see me walk from behind. When I stood up to leave, there were still two teachers T. Phuong and T. Hong in the room. They were immersed in their own conversation. I exchanged some small talks with them while backing up slowly to appear polite by not turning my back toward the people I was talking to, but in reality I did not want them to observe the way I was walking. Talking and walking backwards until reaching the

Unforgettable Kindness

door, I quickly exited after saying goodbye. I heaved a sign of relief when I saw no one on the school ground. But I still tried to walk normally along the hallway to avoid any suspicious eyes from other classrooms, especially from my own students. Just as I thought, as soon as I walked into my classroom, my students knew something was wrong. As they stood up to greet me, I saw surprise and awe in their stares. I tried to stand straighter while walking to my desk. I kept a smile on my face to hide its fatigue while conducting classroom businesses such as taking roll, checking homework, and reviewing lessons. Try as I might, I could not escape the students' perceptiveness. Seeing that they kept looking at each other with questioning eyes while I was writing on the blackboard, I decided to give the task of copying my notes onto the blackboard to the class leader. Ignoring the curious stares, I sat straight up at my desk while keeping a friendly and calm smile on my face. These students of mine were very well-behaved. I was their history and geography teacher, as well as their homeroom teacher. They silently copied notes from the blackboard onto their notebooks. When they could not read what was written on the blackboard, they quietly consulted each other before they asked the class leader for help.

After some time of playing the role of a serious teacher watching her students copy notes, I fainted and fell on my desk. The class leader nervously ran to the office to report my condition to the two teachers who did not have to teach during that period. I woke up just when they came back. I told the teachers I had stayed up the night before to take care of Tino and that was why I fell asleep in the classroom. Teachers T. Phuong and T. Hong would not believe me. T. Hong was sure that I got sick for not eating breakfast. T. Phuong wanted to put balm on my back and rub it with a coin to relieve the symptoms. I did not want to increase the commotion and the students' curiosity; I told the students that I would go rest in the office for a while. I tried to look normal when I stepped out of my chair, but I staggered and was about to fall. T. Phuong and T. Hong had to hold me up and support me on the way out. The students did not dare say anything, for T. Phuong was their stern math teacher.

When we got to the office, T. Phuong told me to pull up my shirt so she could begin her coin rubbing treatment. I refused for I did not care for this kind of treatment. I told her I would be better after I rested a bit. Unfortunately for me, T. Phuong thought that the common sickness I had could be fatal with no treatment, she insisted on treating me. She was always ready with her "nursing equipment" in her purse. Pulling out a jar of balm and a coin, she insisted to rub my back a few times and warned that I would get worse otherwise. She went on and on about the effectiveness of this treatment which would facilitate the circulatory system. She thought she should continue with the treatment until I was completely recovered. Under her plea to render medical services without cost, I resigned and pulled up my shirt.

"What did you do to your back? It's full of deep scratches." T. Phuong's surprised voice startled me. So my back had recorded evidence of the mountain climbing and I did not even know about it.

"Really?" I asked nervously. "My back is full of deep scratches?"

"Definitely! You don't know about these wounds?"

"I fell off my bicycle yesterday."

Unforgettable Kindness

T. Hong examined my back. Then she looked straight at me and calmly asked, "Where did you fall to be smashed up so badly?"

"Ah.. ah.. at the Hon Chong Beach." I racked my brains for the details of my real fall in the past to add to the story. "I rolled over several times after I fell off my bicycle because the brake did not work and I could not stop."

"And yet you had to go to work!" T. Hong scolded me in a suspicious tone of voice.

T. Phuong showed concern. "And how is the baby?"

"Which baby? Ah.. ah... you mean Tino? We were lucky that he was on the motorcycle with his father and uncle, so he was okay."

"You're so busy, and yet you could go to Hon Chong for pleasure!"

While I did not know yet how to answer the remark full of implications of T. Hong, T. Phuong pulled my shirt back down. "Now that your back is so badly wounded, I can't give you the coin treatment. Let me ask a student who lives in your area to take you home and I'll sub for you. Leave all your lesson plans with me. If the vice principal comes back, I'll tell him that you're sick and need to go home."

Unforgettable Kindness

Chapter Eight

The abnormal scratches on my body could not have escaped the sharp eyes of T. Phuong and T. Hong, but they were not the type of people who would tattle. So I was safe with the title of "advanced instructor" at Phuoc Tan Middle School where we taught. During the teachers' meeting that Thursday evening, when the principal praised me, these two teachers gave me a quiet and private glance instead of making some remarks such as "So you worked hard!" as they used to do. Perhaps after they found out my secret, they were able to differentiate between my passion for the teaching job and my desire for a new life. I loved teaching geography and had learned and developed effective teaching methods. As a result, I had won the best teacher contest three years in a row. Because I worked hard and was the "best teacher" of the city, I was voted to be the school's advanced instructor and the principal often used me as a model for other teachers. The older and more experienced teachers who were retained from the South were different. They suspected that my records were used to buy favor from the principal. They did not care for my working hard. I could not explain to them that the reason I worked hard was because I loved teaching and wanted to serve my students and not because I wanted to gain favor from the administrators. I remembered well the first year I entered the best teacher contest. I taught about seas and oceans in the morning, and then attempted to flee by sea in the evening of that very day. When I was at the shore and looking out at sea, I thought much about my students, the visiting teachers, and the praise about my teaching technique. *How could I explain to others about the contradiction of loving to teach and wanting to leave? Don't they understand that currying favor does not change the situation of my family?* I only had one wish then that if and when I had children, they would not be treated differently because of their political thoughts and their rights would be respected as mine were under the former government.

During the teachers' meeting shortly afterwards, T. Phuong and T. Hong were possibly the only two teachers who no longer thought of me as "brownnosing" or "fawning over the leaders." The event of "opening up my shirt to expose my back" to these two teachers hopefully indicated to them that winning the contest only manifested my dedication to the teaching profession, no more no less. But in any case, I was not worrying too much about the taunting or critique of my co-workers. Presently I was paying attention to the happy face of the principal. He was announcing excitedly that I would receive a bonus that year. My heart skipped a beat when I thought of my latest escape attempt at the Ru Ri summit. If the plan had been successful and I were gone, his good words would definitely be replaced by blame and terrible curses. If so, I would not be blameless since I would be the cause of his bad evaluation and punishment. As for now, I was still being praised, and still received the unfriendly stares of other teachers due to my advanced instructor title. If my fate had me stay here, then there was nothing else I could do but continue what I had been doing, that is, teaching with a passion and finding ways to improve my teaching. Thinking so did not help me feel good on the way home. I felt very restless when I thought of my promise to Tino. I could not seem to be able to focus after the latest escape attempt. I had an information overload regarding staying or leaving. The more I thought of all that I heard, the more I felt unsure and unsettled.

Three days earlier, C. Son and her husband had paid us a visit to check on Tino and to return the gold my husband gave her for the purpose of buying fuel for the boat meant for the escape that failed. C. Son was very sorry when she saw the scratches on Tino's head and arms. Stroking him, she explained that she only knew we would have to go through a forest but did not know the exact route and the pick-up point. She said if she had known that the route was so dangerous, she would have asked us not to go. I told her I understood the secrecy regarding the escape route and told her not to worry about it. I also told her I appreciated her efforts to find people to guide us home when she knew we were lost. Then I switched subjects to talk about our old times together in high school. The more we reminisced with each other, the sadder I felt when I realized we had not had time for any girl talks for over thirteen years. Before teaching at Phuoc Tan Middle School, I had taught at Vinh Tho in the same Cu Lao area where C. Son was living. I had met with Trang, C. Son's youngest sister, who told me about the changes in C. Son's life and about C. Son's business of buying and selling sea products. Upon hearing this, I had felt sorry for C. Son and for myself, but I did not have time to ever think of getting together with my friend again for a chat. Busy working like crazy to survive, I did not have time to think about friends or about our innocent time together in our youth. The white Vietnamese dresses, the palm-leaf hats, the mini bicycles, the smiling faces, the carefree and mischievous time of the long-ago past were now like fairy tales. When we reminisced about what we used to do

Unforgettable Kindness

together, I felt like we were telling each other mythical stories. How could I imagine that the woman with wrinkles on her forehead and unironed clothes on her body was once the innocent teenage C. Son in a silk white dress? And I supposed I looked just as pitiful in C. Son's eyes.

C. Son's husband seemed disheartened. He told us that the boat owner's wife was too careless and therefore was captured on the way to Ru Ri summit. Because she revealed the plan under questioning, the police sent surveillance boats to the right area. He lowered his voice to tell us that the boat owner was lucky. A good friend of the boat owner's went all the way out to sea to inform him of the bad news. Because he did not go to shore to pick up people, and because the police failed to capture the people who were lost in Ru Ri Mountain for evidence, he was safe for now. After a moment of silence, C. Son's husband added that in any case, whether the boat owner would be watched by police or not, from now on, he would not dare to organize any escape plan again. C. Son's husband also informed us that no one living in the Cu Lao area was planning to escape by sea anymore because the refugee camps would be closed in eleven days. After his long monolog, C. Son's husband sat immobile with a long sad face as though he were the one who failed to leave and had to return home from the mountain and now was bitter. That made me guess that the organizers of the failed trip must be very close to him or he was also going to participate in the plan. My husband was as quiet and thoughtful as C. Son's husband. He decided to give C. Son and her husband a ring worth half a mace of gold to compensate for their loss from the failed trip. Seeing how touched C. Son was when she held the gold ring we gave her, tears welled up in my eyes. During high school, C. Son's parents always invited us, her classmates in the French class, to their house on Sundays. On those days, we followed each other on the mini-bikes passing Xom Bong bridge, over to Thap Ba, then to Hon Chong, and then back to Cu Lao to C. Son's house. We would stay at her house all afternoon until late evening, eating and playing. The gold ring C. Son was holding now certainly would not have meant much to her and her family back then. It could not have held the same value of her devoted friendship and her parents' generosity to us. Could it be that the hardship we had to endure now somehow promoted the materialistic value of this ring?

Not too long after C. Son and her husband said goodbye to us, anh Thao, the man with-a-huge-bag, came to see us. Just as C. Son's husband had told us, anh Thao said April 1, 1989 would be the closing day of all refugee camps in South East Asia. He also said that the escape organizers about whom he told us at Ru Ri mountain would plan to leave the next week. After that day, anh Thao came to our house often to update us with the latest news in utmost optimism. To be truthful, he was the one we trusted the most out of those we had worked with regarding escape plans. He had a square face and a straight nose, which are the physiognomical characteristics of an honest person. Besides that, he possessed the needed materials for the trip across the sea. We held high hopes that he was not only a very compassionate person, but also a talented person who could guide us through difficulty. We never asked about his past, but knowing his age and hearing about the more than ten years he spent in re-education camp, we assumed that he had served in the South Army as my father-in-law had.

For a while, anh Thao's visits to our house coincided with the time I was teaching. However, through my husband's words, I felt as though I were there myself to listen to anh Thao's updated news.

"My friend chi Hanh has spent money to buy a boat and supplies needed for the trip. She's sending her three children to the United States to be with their father. She has to stay behind to settle the trip expenses. If you want to participate, you do not need to pay upfront."

"Chi Hanh says if all three of you go, you only need to pay two and a half taels of gold. You will need to put down a half tael as a deposit. The rest can be paid by your family after they receive your telegram from the refugee camp. There will be about fourteen people in our group."

"The launching place will be right at Xom Bong bridge. There will be no forests or mountains to cross. You don't have to worry about food or water. Chi Hanh will take care of all this. If you want to bring anything else, you can put them in a bag and give it to me. We'll make sure the bag will go into the boat beforehand. When you leave, you don't have to carry anything."

"The men will pretend to be fishermen and will go to the boat early evening. We'll pick up the women and children around midnight and will begin our journey."

"The international laws are very strict. The United Nations High Commission for Refugees has decided to close all refugee camps. We can't dawdle. If we don't go now, we won't have another chance because there are only a few days until April. I think this trip is probably the last trip for the people from Nha Trang City."

Leave or stay? I had asked myself this question so many times as I was riding my bicycle around town. My heart ached when I thought of the promise I made to Tino and the danger and misery he went through in the mountain. But when I began to think of my husband's unsettled legal status and his housing and job situation, it was clear to me what we had to do. My husband's situation dominated my thoughts and subdued other feelings of my wrenching heart and allowed me to put these feelings aside. It propelled me to accept a one-in-a-million chance to take my son away from the hardship and the insecurity that we were enduring. Moreover, when I thought of the political system in my country, its unfairness and contradictions, its propaganda versus reality, I had a sense of despair and hopelessness. The fourteen years of personal experience living under the communist regime should have been enough for me to decide to take my son away from here. Trusting in anh Thao's intelligence and honesty, I completely believed he was the multi-talented person who would help take my son to a bright future in the days to come. I also believed in "you reap what you sow" and in our fates under God's grace, I made the decision to leave.

Feeling satisfied with my final decision, I turned my bicycle around, going toward my own mother's house instead of going home to my husband's extended family. I needed to say goodbye to my family members in person – and at the same time, to borrow my sister's jacket which had two huge pockets.

Chapter Nine

My husband's grandfather was doubtful about our upcoming attempt to escape, based on our recent failure. He did not say a word and just sighed deeply when he heard me tell him that my husband had already left and that we were waiting for someone to pick us up. The light shakes of his head during the long silence seemed to imply that our effort would be in vain just as before. And that meant he expected us to come back full of bodily wounds, if not already captured. My mother-in-law was a nervous wreck. She bustled about, trying to find something to do to help. There was not much she could help with since my luggage included only a tiny cloth bag. She fussed around a bit before quietly walking into the altar room to light incense to pray for us. Instead of saying goodbye to the rest of the family, I went back to my room to wait. I did not want to repeat the bittersweet parting and then our returning of the previous time. I acted as though everything were normal. I set up the mosquito net for Tino to take his afternoon nap. I stayed longer than usual on his bed, causing Tino to fix his eyes on me strangely. Tino usually did not need me to put him to sleep. The teddy bear I had made out of scraps could put him to sleep easily. I thought about that coming night when we would be in the mountains. I knew that if Tino did not have the familiar scent of the teddy bear, especially in a strange surrounding, he would react badly. So, that meant I would have to give him soporific before we left. Thinking that soporific might affect the nervous system, I agonized but I did not know what else I could do.

"Your husband and I will pretend to be fishermen and will go to the boat first. This evening, chi Hanh will pick you and your son up. Make sure you dress as beach people so that you won't attract attention from the police or the guerilla."

I reviewed anh Thao's instructions. I told myself I would try my best to be very careful so that I would not spoil the trip with any mistakes. Yesterday, anh Thao told us that the bag of food and clothes that we packed for Tino had been sent to the boat skipper so he could hide it in the boat ahead of time. According to anh Thao's calculations, it would take us eight days to get to the Philippines, but I had packed enough dry food, sugared limes, ginseng, water, and clothes to last for two weeks. Looking at Tino sleeping peacefully, I prayed that God would look after him and I made a silent pledge to be a vegetarian for one month if or when we arrived somewhere safely.

Around five-thirty in the evening, a woman came to our door. She was petite and had a quiet and seemingly timid demeanor. It was hard for me to imagine her to be anh Thao's friend, the person who had planned everything for the trip and was executing the plan. When she introduced herself as Hanh, using the name of her first-born daughter as that was a Vietnamese tradition, and spoke with a calm voice as though nothing extraordinary were about to happen, I came to admire her and believe in her. Asking her to wait, I ran

Unforgettable Kindness

quickly inside to pick up Tino and my hand-bag, said goodbye to my mother-in-law, and returned to the gate of the house. Chi Hanh put on her hat, turned her bicycle around, climbed on the bicycle seat, and told me to sit on the bicycle rack behind her. When the bicycle wheels turned, I had a feeling that all eyes were on us: Two pitiful women wearing odd clothes that were inappropriate for the weather. Chi Hanh wore a set of grey flannel clothes and covered half her face with a huge hat, probably to avoid recognition. I wore pants made out of coarse cloth and a jacket with huge pockets to carry extra stuff since I could not bring a large bag with me. The funny clothes must have aroused curiosity among the neighbors on both sides of the street. When we got out to Phuoc Hai street, chi Hanh lamented that she had had to carry many people on her bicycle that evening. I felt bad hearing the exhaustion in her voice and the labor of her breathing while she was bending her back to pedal the bike. I was not a heavyset person, but it was too much for her small and skinny frame to support the weight of both me and Tino. When we got to Nha Trang Catholic Cathedral, chi Hanh was able to ride a little faster without exerting as much effort. As though trying to show me that transporting the load was not too much, she started to talk to me. She told me what had happened and what was about to happen. She told me in details about how she had taken her three children and a girlfriend named Phu to Cu Lao market. I would be joining them and all of us would be staying at a house until someone picked us up at midnight.

From Thap Ba to Cu Lao, chi Hanh stayed silent. I did the same. It seemed like a long time before we got to our destination which was a market. Once there, she told me to wait at a busy place. She took her bicycle away with her, walking on foot, squeezing in between and around buyers and sellers. After a while, she came back with a plump lady who had a friendly face and who looked like the woman on

Unforgettable Kindness

Ru Ri Mountain who was with the sixteen-year-old girl also named Hanh. Chi Hanh introduced this person as chi Phu and as a caretaker of her three children during the trip. I had a feeling that this was not the first time chi Hanh had chi Phu take care of her children on an escape attempt. After some small talk, chi Phu said she had to go gather chi Hanh's three children and told me to stay put right where I was until her return. She kept repeating the order for me not to go anywhere else. She had let the children go their separate ways to find something to eat in the market. If I moved from this spot, she would not know when all of us would ever be together as a group to go to the next destination. After both chi Hanh and chi Phu left, I followed the instructions and did not move an inch from the corner where there were many people coming and going.

    I waited for a long time but I did not see chi Phu return. I began to worry. In the evening, the beach people liked to gather at little shops and carts for something to eat. I felt self-conscious with so many people passing by the corner where I was standing. I worried the most about accidently running into former students because I used to teach in this area of Cu Lao Vinh Tho Xom Bong for a few years. If they saw me here wearing winter clothes during the summer, they would be very suspicious. My hope was that if I ran into any of them, then maybe the image of Tino, an eighteen-month-old baby, would reduce or eliminate their suspicion entirely. I felt conspicuous if I did not do something, so I stopped at a beverage cart and got Tino a glass of sugarcane juice. Chi Phu still had not come back after Tino finished his juice. So I ordered a balut (a steamed duck egg) from another street vendor for Tino. I stayed at the same place for a long time after Tino had finished eating and still there was no chi Phu. Finally I decided to walk up the hill to the three-cornered area of Thap Ba to get transportation home. I thought it was the right thing to do for

Unforgettable Kindness

Tino's sake and for mine. If my husband got to leave and find freedom, then he would sponsor us to join him in a safe manner. When I got to the top of the hill, it was already dark and there were no more motored three-wheeled vehicles, so I called a cyclo. When the cyclo driver got in front of me, the image of my husband came clearly to me and I began to wonder. *What if he does not get to another place, then what?* This question stopped me in my tracks. Mumbling a few words of regrets, I told the cyclo driver I had made a mistake. Ignoring his angry stare, I turned my back on him and went back down the hill. As I was walking back, I recalled the times my husband refused to participate in escape plans with his friends while I was pregnant. I decided that I would stay by his side no matter what and would not depend on his risking his life to give me freedom later. Holding Tino tight as if to say sorry, I walked as fast as I could. When I got to the corner where I was supposed to stay, I saw chi Phu scurrying around. She gave me a piece of her mind.

"Where have you been? I've been looking for you everywhere! I've taken the children to the house already. Hurry up and follow me!"

I followed her to a fairly large house with a tile roof not far from the market. There were many people coming and going, but these people only gave each other greetings and did not talk much among themselves. Gradually, I realized it was a shop that sold fish and seafood, both wholesale and retail. People were there to do business and only talked to each other enough to conduct the necessary transactions. There were no personal conversations. After a while, a girl came to say hello. I said hello back, but I felt self-conscious with my strange clothes. The girl did not seem to mind. She introduced her parents to me and then carried on about her time with me when she was my student in geography. I smiled and tried to get out of the conversation with her by asking the people around about wholesale versus retail prices. I felt lucky when her parents let her go see a movie.

Sometime after ten o'clock in the evening, a young woman came to take us to the fishing village. For about fifteen minutes, we walked through narrow streets full of sand and lined with small houses of tile roofs, built right next to each other with no space between them. Then I was taken to a very small house with beds made of wood planks. Tino and I were given a bed right at a thin wood sliding door at the front of the house.

After putting the older children to sleep, chi Phu came to me. "Don't forget to give your son the soporific."

I did as she bid, but I only gave him one teaspoonful. I carried a small cloth bag that contained soporific, sugared limes, mung bean cakes, ginseng, a set of clothes for Tino, and several plastic bags. I thought I might get seasick because I often got carsick; hence the plastic bags.

I only got to lie down with Tino for a few minutes when chi Phu came back to our bed and spoke into my ear. "Try to stay awake! Otherwise we may be left behind when they come."

Then she lay down next to us but with her head at our feet. Normally, I often fell asleep once I heard Tino's snores. But that day, for various reasons, I could not fall asleep. I worried too much, I was at a strange place, and I was constantly bitten by fleas. I worried about Tino as I scratched myself, but I could not check to see if he was also badly bitten.

Unforgettable Kindness

Around midnight, when the young woman of the house answered a soft call from the outside, chi Phu jumped up and hurried me along. Then she called on chi Hanh's three children. The children probably were also bitten by fleas and could not sleep because they got up right away when called. While we readied ourselves, the young woman of the house said goodbye to her mother and carried her two-year-old child with her to the outside. The person who came to the house was also a young woman who was carrying a child about the same age as the other one. She whispered to us to follow her in silence.

We followed the women, passing the zigzag narrow streets which were totally empty at this time. We first passed a dense area of small tile-roofed houses built right against each other; then we came to a sparser area with houses on stilts near the shore. We were hiding under the stilt houses behind the supporting poles and staying silent, hoping the nearby barking of dogs would stop. Chi Phu followed the act of the two women, who rolled their pants all the way up to their groins, and told the three children under her charge to do the same. I followed suit and sat down on the sand trying to roll my pants up to my thighs with one arm while holding Tino on the other arm.

When the dog barking subsided, the two young women carried their two children and took off for the sea. We hurriedly followed them right on their heels, stooping on the way. No one spoke a word. The whole group steadily ran past some poles used to hold fishing nets and a few fishing boats set on the sand. We were heading toward two small round basket boats that were bobbing in the water. Basket boats are lightweight boats about four to five feet in diameter and are usually made with strips of bamboo woven together and coated with several layers of waterproof materials. They are often used for fishing in shallow water.

Unforgettable Kindness

The basket boats we were heading toward would take us to the big fishing boat that would cross the sea.

The two women yelled out to the two young men who were rowing the two basket boats, and proceeded to walk straight out into the sea. Because they were truly sea people, they could walk quickly through the water as if walking on land, no matter how high the sea or how big the waves. We followed the women's example of leaving our flip-flops behind on the sand. We tried to wade through the water as best as we could but we could not keep up with them. Chi Phu had to help Hoan, the youngest child of chi Hanh, while I tried my best to avoid the big waves in order to keep Tino dry. The two young women continued to go farther out while copiously calling the young men on the basket boats. The two young men steered the basket boats toward the two women. One said to us, "You'll have to wait for your turn. Our small basket boats can not take everyone at the same time."

Chi Phu did not back down. She pulled the three children right next to the basket boats. She was firm. "If so, you'll have to take these children first. They are Mrs. Hanh's children. Their mother bought the fishing boat and she's the one who takes care of the finances for this trip. You can't leave them behind or make them wait."

"We're not leaving anyone behind. But what can I do when everyone wants to go first?"

"You have to take the people who already signed up and paid for the trip first. You can't take others just because you know them. If we have to wait and the police show up, then you'll leave us behind, eh?"

Unforgettable Kindness

While nothing was yet resolved, the woman who came to the house at midnight jumped up on one basket boat with her child and the other young man pushed the basket boat out to sea by swimming behind it. The young man who was talking to chi Phu had to negotiate with the woman whose house we stayed at to wait her turn. He then helped the three children into his basket boat. Just as the other young man, he also pushed the basket boat by swimming behind it. This was different from the way they rowed to shore from the sea. Then they were rowing the boat with an oar while either sitting or standing.

From the fishing village, the dog barking resumed and got louder. That made us very nervous since we had to wait for the basket boats to return. We wanted to wade farther out to sea. But we could not go very far. We had to stop and stand on tiptoe after a few steps because the water had come to our chest and there were many big waves coming. We thought we would have to stay in the cold dark water and deal with the waves for a long time, but we were happy to see that it was not that long before the basket boats reappeared. The woman whose house we stayed at went on one basket boat while chi Phu and I went on the other. The young man who steered our basket boat was tall and thin and appeared to be quick. He climbed out of the boat, held on to its side, pulled it down toward him, and told us to climb in. We tried to do so quickly but had some difficulty because the waves hit the boat and it was unstable under our feet. Chi Phu was successful in getting in first. She held Tino for me so I could manage to get in myself. When I got Tino back, I held him and turned around to sit opposite from chi Phu, trying to keep the boat balanced. The young man waited for us, then pushed the boat forward and swam behind it. He must have had to use all his physical strength to be able to swim and push the boat at the same time while having to overcome the tall waves. The young man held on tight to the rim of the boat to hold it against the force of the waves and continued to push his body forward while kicking his feet to move the water backward to direct the boat over the coming waves.

The turbulent movements of the boat woke Tino up. He raised his head up high to look around. I tried to shield his eyes from the menacing waves by pushing his head down on my right breast and lulling him back to sleep. Suddenly, my mouth was wide open in fear when I saw a very tall wave coming our way. The young man seemed to be able to read the direction of the wave. He pushed the top edge of the boat further down and readied himself. The circular bottom of the basket boat stood up vertically causing chi Phu and me to fall down to the edge of the boat. We were on the brink of falling out of the boat into the sea. The young man never paid attention to our well being; he waited until the wave came down, then he pushed the boat forward and above the wave. When the bottom of the basket boat fell back onto the water into the horizontal position, we also fell from the edge of the boat to its bottom. While still in shock, we fell right back down to the edge when the bottom went vertical again. Just as the first time, the young man pushed the edge of the boat down to be ready to meet the coming wave. This time the wave was higher and the young man pulled the boat even more toward him. Tino and I were in the position to fall backwards. Frightened out of my wits, I held Tino tight and pushed myself against the boat's bottom which was now in a vertical position and prayed loudly.

"I pray to Buddha Phat Ba Quan The Am Bo Tat, please save us!"

Chi Phu was terrified. She waved her arms. "Lan, Lan, Lan! You yell this way and you'll help police capture all of us!"

Unforgettable Kindness

I did not reply, and I did not care because I was still scared to death by the image of Tino falling into the sea and being buried beneath a tall wave. Shaking with fear, I meant to hold Tino even tighter as if it were possible and continued to pray for our safety. The young man never said a word; he calmly steered the boat past all the waves, and eventually we were in calmer water. I felt safer now that we had passed the area with rough waves and the basket boat was steadily moving forward; however, I had to withstand the shrill cries of Tino and the constant whining of chi Phu.

"Oh my God, my dear God! Going with these two people will put me in jail sooner or later. Lan, can you please calm him down? You have to make him shut up because the police station is right over there!"

Following the pointing of her finger, I turned around to look at the fishing village. A tall watching tower imposed itself high over the small houses. There must be a few guerrilla or surveillance policemen in there. I had no idea if they heard the dog barking or the screams and cries from Tino and me, but I did not worry too much because the basket boat was now far away from shore.

Chapter Ten

Before long, our basket boats arrived next to a fishing boat anchored quietly away from shore. A few heads appeared from the fishing boat, and some arms reached down to pull us up. Tino was crying because he was transferred to another hand, and he did not realize that was his father's hand in the dark. When I got up to the fishing boat, I was stunned to see that the dimension of the object that was responsible for taking us across the sea was much smaller than I thought. At that time, I understood why the guards at the tall watch tower in the fishing village did not react to the dog barking or the screams and cries. *Going across the sea in such a small boat will result in us being prey to the Sea God sooner or later. There is no way such a boat could cross the sea! No wonder the guards didn't bother to go search for the people risking their lives like us!* Those were my thoughts at first, but then I realized I was wrong because of the soft shushing sounds issued to me as warnings by people lying quietly on the upper deck, as I was groping my way across their bodies.

"Walk over there and climb down below, honey!" my husband whispered softly as he gave Tino back to me.

Unforgettable Kindness

Happy to be reunited with my husband, I followed the guidance of some extended hands helping me move down below deck. I walked on top of many people while stooping across the upper deck to get to the stern. At the lower deck, I teetered in the dark for a while before I found a spot between chi Phu and some large slabs of ice. Huddling down with my legs bent toward my body while holding Tino at my stomach, I felt dizzy. Trying hard to look at the opening to the upper deck, I saw a few human shapes coming down. There was whining and crying from several children, but when the lid to the opening was closed, we received both darkness and quietness. The odors of motor oil, smelly fish, and mold made me feel like vomiting, but nothing came out. Knowing I might get seasick, I prepared myself by pulling out the plastic bags from my pocket. Tino had stopped crying, probably because he was trying to get used to the dark and to the other children's cries. He listened to the unfamiliar sounds for a while, and then started coughing violently and throwing up. I was able to catch his vomit by putting a plastic bag right at his mouth, so it did not get all over my body. However, I was far from being dry. Since the time I waded into the water and then went through two tall waves, my clothes were soaked. Now, I was sitting on a wet floor with melting ice next to me. My body was cold. It didn't help that I was trying to control an urge to vomit. Right after Tino vomited, it was my turn.

We took turns vomiting until there was nothing to vomit anymore. Although I was dead tired, I tried to search in my pocket for the bottle of eucalyptus green oil I brought with me. I rubbed some oil on Tino's forehead and neck. I put some under my nose and some on the tip of my tongue. The oil fragrance made me feel somewhat better and ameliorated the reeking odors around us. Tino probably also felt better because he stopped his dry vomiting. I found a place among the slabs of ice to put the plastic bag down in case we needed it again. I put Tino's head against my breasts and softly caressed his head and forehead. Knowing that Tino liked to be stroked before falling asleep, I used my fingers to comb his hair and stroke his ears. Tino started to breathe regularly and fell asleep easily. While he was peacefully sleeping, I used my right hand to explore the slabs of ice. I found out that they were covered by rice husk, fish hooks, and torn old canvas bags. I pulled a canvas bag down to put under my bottom. Although the canvas bag was not dry, it served as a cushion to raise my body up and keep me from getting wetter.

Before we left home, I had learned that the skipper would use the water from melted ice for drinking. If questioned, he would say the ice was to keep the fish fresh. It sounded as if it might be a good plan, but I did not know how he planned to garner the water from the melted ice. The rectangular prisms of ice had melted some more and now there was even more water under me. I saw that other people below deck bunched up together, probably to share body heat due to being wet and cold themselves. After some time, the crying, whining, vomiting, and comforting sounds gradually quieted down, and I could only hear the regular whirring sounds of the boat motor. The boat probably was moving on calm seas because it had steadied itself. I was less dizzy and no longer nauseated. However, I was very cold, especially my right hip. I explored the ice slabs again with my right hand. I was able to pull down another canvas bag and a piece of ice. I put the canvas bag under my right hip and the piece of ice in a plastic bag. I tied the plastic bag and put it in my pocket. The jacket I borrowed from my sister had two square pockets with sides of about 17cm in length – big enough to hold many things such as a bottle of eucalyptus green oil, a bag of sugared limes, some ginseng packages, and a few plastic bags. These items did not fall out of the pockets after many of my falls and movements in the

Unforgettable Kindness

basket boat. The little cloth bag that I put around my neck also still had everything I put in it. Currently, it was lying next to Tino.

"The man over there sent you this bag."

The voice startled me. I reached out to take a bag of sugared limes from the person who sat across from me. I did not know my husband had come down from the uppder deck; now, he passed the bag to me to express his care. Rays of sunlight passing through a few cracks of the above planks indicated to me it was day time. Right now our fishing boat was probably among other fishing boats because the skipper made all young men go down below deck. I was sure he was a nervous wreck worrying about sudden cries from the children when the boat was near other fishing or surveillance boats. It was good that everything was calm at the moment. The children probably had fallen asleep from exhaustion. The adults were lost in their own thoughts – now that they were used to the wet, smelly, and moldy atmosphere. I did not know what others were thinking; as for me, I was trying to guess when the boat would get to international waters. I remembered clearly that the basket boat brought us to the fishing boat around two o'clock in the morning and we started the journey about thirty minutes afterwards. If I used the calculations done by anh Thao and my husband before we left, then we would be in international waters the next day. Today was Thursday the 30th of March, 1989. Every Thursday morning I taught two sixth-grade geography classes. Looking at the sunrays, I guessed it was about ten o'clock in the morning and I imagined the confusion of my students when they realized my unusual absence without an explanation. The principal probably was being very bewildered. I was unsure whether he knew I was attempting to flee by sea, but I assumed the denizens of Cu Lao neighborhood already were talking about the absences of many people. The police, no doubt, were already informed about our escape attempt. News often got passed around very quickly in the beach city of Nha Trang. It would not take long before the news of us leaving would reach my school. I had a gnawing feeling when I imagined the whispering and gossiping of teachers within the school whenever there was news about people escaping. Then, I nervously imagined the principal's anger and the unfortunate consequences of a failed trip if we were to be captured and returned to the mainland. A whirlwind of criticism aimed at the principal from his supervisors came to my head. *"Comrade, how do you perform as a principal when you cannot control the political ideas of your teaching staff" "How could a teacher who is so anti-government be awarded the title 'advanced instructor' of your school for several consecutive years?"* After that, there would be other degrading statements of government officials aimed at people who left the country that I often heard. *"After the war, these people do not try to contribute to our effort to build up our country; instead they escape to another country. Where is the honor of this kind of people who have to cling to foreigners to beg for left-over crumbs!" "These are the people without roots, who fawned over foreigners! They only want to be slaves to foreign capitalists so they had to run!" "They deserve to drown in the sea for their betrayal of their motherland!"* The more these words came to me, the more I felt heart-broken and anguished. The worst thing was that the label of betrayal to motherland would be pinned on me. It was so painful for me to receive such a label when I was a person with the utmost wish to be able to live and die where I was born. This wish had been with me in my subconscious mind since the beginning and would stay with me to the end of my life, even though I did not know what the future held on this fishing boat adrift on the sea. Thinking of never being able to come back, I wondered at this hour if the skipper and his crew on the upper deck were able to see the green islands around the

Unforgettable Kindness

city of Nha Trang for the last time. When I realized I would forever be away from my relatives and neighbors, I wept quietly.

I could not stop crying when I thought of our uncertain future and of my husband's grandfather and mother stooping in front of the altar day and night praying for our safety. The more I thought about them, the more I missed the daily activities at our house. This afternoon, without me, my mother-in-law would prepare rice husks for fuel. Or maybe she would only burn a few of the dry sugarcane pieces since she had to cook for only two people. Or maybe she and my husband's grandfather would not cook or eat anything because they were still worrying about us and waiting for our news. Then I thought of my side of the family and recalled the terror-stricken face of my aunt when I told her I was taking Tino to escape by sea. The horror in her eyes clearly reflected how much she worried about all the dangers awaiting us when I told her we were leaving. That day when I came home to say goodbye to my own family, I confided in my aunt as though she were my own mother because my mother was not around. My mother had gone to the village where she was born to pick rice, so I could not inform her about my leaving by sea. When I asked my sister to lend me her jacket, she said, "You will only return it to me!" Right now my sister probably still thought I was going to return home as I did after the last attempt. She had no idea that I was now adrift in the middle of the sea without knowing if I would live or die. Both my sister and I were teachers, but we could not help out our mother financially. While I had to work several jobs and did not earn enough to take care of my son, my sister had to teach and sell pastries and cigarettes at a market and did not earn enough to take care of her child. I did not know how badly my mother felt for us. When I thought of her, I could imagine very clearly the tiredness shown in her deep eyes, in the wrinkles of her forehead, and in the dry cracks of her lips. The misery that marked a deep impression on her face and the hard work she had to endure continued to stack on the top of her bent back days after days with no end in sight. After the year 1975, she did not have enough money to continue with her business, she resorted to picking up pieces of rice that fell on the ground at the rice market or were left over after being harvested at the rice field.

My heart was heavy when I thought of my mother's hard life. I had not realized how much I yearned for freedom until this day. I prayed for the compassion of God and Buddha to allow our boat to go smoothly to another shore that would give us freedom. The people around me probably shared the same feelings and emotions. They were leaning against each other and were softly praying according to each person's belief and faith. Eventually, sleep took over, and we were sleeping every which way, on top of, and all around each other.

We were awakened by calls from above. The people on the upper deck were handing food down to us. Plastic bowls of rice and plastic cups of water were passed around. Our family scrunched the rice into balls and shared a cup of water among ourselves. After I fed Tino, I ate his left-over and saved my portion in my pocket. I did not feel too hungry. I was actually feeling good, with a seed of hope growing within me. The light that shone through the opening to the upper deck told me that evening was coming. Our boat had been going for more than half a day and I was sure that the police were far behind us. A few men, probably thinking the same thing, pleaded with the skipper to let them go to the upper deck for more room. But the skipper refused, saying that there were still many state-run fishing boats on the high seas that were on the way back to shore. He said if people on those boats saw our boat with too many people, they would get suspicious and would report to the police and we would not be able to escape. The women remained silent when they heard the men's conversation. As for me, I felt uneasy knowing that our boat had not arrived in international waters. While everyone was feeling stifled in the heavy air, a cry from a baby arose. The skipper looked down below deck with a worried face. He suggested to the baby's mother that she check his temperature and nurse the baby more often. Because he showed such care, I realized that the baby was his newborn and remembered that anh Thao had told me that he was taking his wife and children with him. I could not guess how many children he had or how many children there were on the boat, but when I heard the concurrent cries of other children following the cries of the skipper's baby, I deduced that the number of children was no less than the number of adults. Because there were so many of them and they continuously imitated each other in crying, no one was able to quiet them. Even Tino, although he had already eaten and slept well, cried with the other children as if being pinched. The adults were helpless and could not do anything but sit still.

    About half an hour later, when the children's crying had turned into whimpering, it was the adults' turn to utter terrifying cries. At this time, the boat was in rough water and the turbulence sent people from one side to the other every which way. After a chaotic moment, I was thrown into the middle of the boat. Here I took all the vomit and saliva from those around me. Other people did not fare better; each person threw up onto another person, and in return, received the same in kind. The screaming, crying, and vomiting combined with the roaring of the sea unnerved me. The violent sounds reminded me of the tall waves while we were on the basket boats. I was fearful when I imagined that the planks that held the boat together would break apart, plank by plank, and explode in the waves. Now the prayers uttered were no longer personal and quiet. Names of all gods known to men were mentioned in loud voices, including Lord Jesus, Mother Maria, Buddha Phat To, Buddha Quan The Am Bo Tat, and Buddha Di Lac. No matter how much we prayed, the boat did not stop shaking. We continued to be thrown here and there, clumped together, and then separated. Sometimes, I had a sensation that my body was in mid-air, and then I was dropped down violently on the boat hold. I was thrown to the right, to the left, to the stern, and then back to the middle. Tino was crying and vomiting and screaming for me all at once even though he was holding tight to my neck and sitting on my stomach the whole time. He looked just as horrible as I did from head to toe. There was no dry spot on our hair, our clothes, our feet, or our hands.

"Let me have our son."

Turning around, I realized that my husband was only one person away from me. After I gave Tino to him, I pulled myself closer to them.

"I feel so suffocated. Tino is probably feeling the same. Let's ask the skipper to allow us to go up. If not, we'll perish here sooner or later."

Then, I went over to the opening and determinedly pleaded with the skipper until he agreed. The skipper's wife also called out his name, but he did not poke his head down as he did before. An assistant did so and told us that the skipper had granted us the request to go up to the upper deck.

Chapter Eleven

As soon as I climbed to the upper deck, a wave of sea water crashed down on me. I would not be able to imagine the horrifying scene that my eyes beheld presently if I were still below. The sea was in full fury. Thousands of dark waves were surrounding our boat. White crests dumped water on the boat. Gusty winds blew, taking water with them and scattering it everywhere. Shivering, I followed my husband slowly baby-step by baby-step toward the stern. Then, both of us sat down, glued to each other in a corner. I felt as though we were little ants on a small delicate leaf being thrown about on rough water. Through the veils of water in the air, I saw a few heads bobbing up and down in the engine room. The screams and cries were drowned out by the thunders of the winds and waves. The skipper was yelling some instructions to his three assistants who were trying to follow orders while slipping and falling on the wet surface. The horrifying screams of orders by the skipper, the nervous calls to each other of his assistants, the desperate calls for help from the people still below deck, and the continuous pounding of the waves on the boat told me that the boat would sink and we would not be able to avoid drowning. My husband must have been thinking the same thing; he squeezed my hand hard while I held onto Tino for dear life. I closed my eyes for I did not want to witness our end. Tears ran down my face. My entire body was filled with the guilt of bringing our son to his death. I prayed with all my might that God would spare my son's life and take mine in exchange. I continued to cry because I did not think our boat would receive any mercy. Imagining the scene of bodies being separated from the mass while sinking to the bottom of the sea, I painfully realized that the price for freedom was very dear. The price was not just gold, silver, emotions, or strength, but also life itself. My heart was broken into a thousand pieces, and I truly thought it would die before the Sea God took away my life.

The roaring of the waves and the howling of the winds continued as though teasing us by lengthening our time awaiting death. When the human screams had diminished and then stopped completely, but while the roaring and howling of the waves and winds were still going strong, I dared open my eyes just a little to find out what was going on. I saw that the bow was still gliding forward atop the waves. I immediately became excited and hopeful because I believed that some invisible force had acted to save the boat on our behalf. Looking at the engine room, I prayed that God would give the skipper the wisdom and skills to drive our delicate boat safely across the dangerous waves. I was not praying for very long when I saw a huge wave which seemed to be at least as tall as a two-story house, coming straight toward the boat, causing me to scream in terror. Our boat seemed to sink farther down below this wave. The wave crest darkly bent down and looked like the upper jaw of a wide-open mouth of a giant sea monster, waiting to swallow us whole. My body shook while I bent down to hold Tino tight awaiting the inevitable. While I was imagining the sinking of my body in the water, I began to feel very light. I opened my eyes to see that our boat now was on top of the monster's upper jaw. Then I realized the boat had somehow caught the wave and now was riding on top of it. It was there for just a few seconds; then, it dropped down to the sea surface when the wave broke.

People fell on top of each other and tried to use each other for support when standing up. While I was still trying to get out from under someone's body, another upper jaw as tall as the previous one appeared and I heard more screams. This time, I did not bend down or close my eyes, but looked straight ahead at the monster. I saw the bow stretched valiantly in front, waiting and ready, and immediately rode up when the wave broke down. The boat truly rode on top of the wave, stayed afloat up high, and then dropped down along with the broken wave to the surface of the sea. I had no idea how many times our boat was lifted up high, hung in mid-air, and then dropped down to the sea level; but every time it happened, I had a feeling that all the nerves in my brain were breaking into a thousand pieces and I was paralyzed with fear. I recalled that I had answered "No" to a question posed by a co-worker when he asked me if I had ever experienced an event so terrifying that I felt as though my nerves were broken into pieces. He said he had felt that way when he almost fell off a helicopter. If the question were posed to me today, I would not hesitate to answer that this was the most horrifying moment of my life. The horror I was experiencing was not just a one-time event as the scary feeling of almost falling out of a helicopter of my co-worker; but the image of the wide open mouth of a monster, the huge tall wall of the wave, the sensation of being lifted up high and of being airborne, and then the violent crashing down onto the sea surface – all happened over and over again and took away all my nerves. I did not think I would survive to tell my horror story as my co-worker was able to do his.

Unforgettable Kindness

Eventually everything was calm again. Our boat did not sink, even though it was like a delicate leaf being beaten up by an angry storm on the thunderous sea. The fact that it was upright after such a storm was beyond my understanding. It was a mystery that I could not explain. When the regular whirring sound of the boat motor was louder than the combined sound of the waves and winds, I understood that the boat had passed the stormy area. The storm decided to hide after giving us a bad scare after all, though the people on the deck were still soaked with sea water and shaken with fear.

A few brave souls who were hiding below deck began to climb up. Every single person – whether man, woman, or child – looked ashen and tired. No one spoke. We threw ourselves into a heavy silence. The older children were exhausted after having to scramble about. The younger children had no more strength to cry. Tino was still shaking with fear; he did not react or pound on my chest as he did at Ru Ri mountain. I lifted him up high to examine him. I saw that he was much more soaked and dirty than I imagined. When I asked my husband for the big bag we had given to anh Thao to have the skipper put in the boat ahead of time, I learned that it was still in his house. At the last minute, he was afraid to be discovered and dared not move any bags, including his own, to the boat. I was fairly disappointed to hear about this. I had to use the only spare set of clothes I carried in my tiny cloth bag to change Tino. Although this set of clothes was far from being dry, it was much better than the set Tino was wearing, which was full of bodily excretions and sea water. After I changed Tino, I fed him with the left-over food I had saved earlier. And then I rubbed eucalyptus oil all over his body. I always brought with me this Eagle-brand eucalyptus oil because of its versatility. It not only keeps odors away, it also cures aches and pains, especially stomach pains from a cold or flu. Whenever my extremities got cold, I would get a stomach ache. So I also rubbed some oil on my stomach.

Night came and the waves became calmer, but the skipper did not rest. After he did whatever a skipper had to do, he called us up to sit with him and his wife in the cockpit area. I was very moved by his action and appreciated his fairness. I felt that Tino was the second youngest child, after his baby, on the boat, and therefore deserved to be there. But I could not figure out why my husband also was invited while there were many women with children lying every which way on the deck. After I observed his weary and jaded face behind the dimness of a flashlight, I thought I was able to read his hidden thoughts. I understood that although he had conquered the stormy waves, he was unsure of his ability to continue to do so in the upcoming storms. And if some future storm was to take us, he let us sit next to each other so we could die together. The cockpit was where he stood for many hours to turn the wheel to guide the boat. It was a sparse square area, covered with a roof, where the opening to below deck was. It was raised from the deck floor and measured about a half meter tall and was about 1.5 meters to the stern. From the stern, I had to walk only a few steps to get to the cockpit. If I lay down on the edge of the raised platform, I would have to stay close to the person next to me lest I fall down. My husband eliminated my worry by offering to be on the edge. I lay so close to the skipper's wife that I received the warmth of her body. That did not seem to bother her, so that was where I quietly stayed. I continued to be lost in my thoughts. It appeared that the skipper's wife was in the same situation, lost in thoughts.

Although we had passed one danger, there were still many to come. Right now, our children were in our arms, but we did not know what would happen next. I suspected that many other mothers on board were also having the same thoughts. Prior to being here together, I did not imagine there were so many people who were in my same situation, taking a risk to bring their children with them. Presently, I heard a loud yelling from the skipper, louder than the combined crying of all children on the boat, from both main deck and below deck. I curiously looked hard beyond the foggy air and saw shapes of people moving and working on something. After a while, a mast was erected at a corner of the cockpit, and a sail was open wide; I knew then that the skipper had given instructions to people to work together to get the sail ready. The sail was extended at a correct angle; it took advantage of the wind to speedily move our boat forward.

We were very happy when we heard that anh Thao was serving as the navigator and he reported that the boat was moving straight east and if it kept its speed, it would be in international waters in no time. From midnight of Thursday March 30 to dawn Friday March 31, our boat was as speedy as a ship because it was run by both sail and motor. I became hopeful when I saw many ships from afar. The conversation among the skipper, anh Thao, and my husband included two magical words: "International Waters." It sowed a seed of indescribable joy within me. I was elated with the thoughts that we had avoided capture by police and would be safe from being taken back to the mainland. But the good feeling was short-lived. I was stunned when I heard the discontinuous clacking of the motor. I was even more dismayed when the clacking finally stopped completely. I tried to listen to the discussion around me.

"Can you check to see if the oil was empty?"

"Of course I've checked very carefully. The motor wouldn't have lasted that long without enough oil."

Unforgettable Kindness

"It was probably because we ran the boat continuously without rest; something went wrong with the motor."

"I think so too. Let's open up the engine to see."

"It was a good thing that I had a new motor put in. Otherwise this F8 boat with its old motor wouldn't be able to withstand the storm we just had."

"Even though it was new, you'd have to let it rest after running it for a long time. Although I knew we had to run it that long because we were trying to avoid being captured."

"How terrible it is for us! It broke right at this hook. We're doomed."

"You let it run to its death. That's the reason. Let me try to put it back together with wires."

"Okay. It looks good now. Try to turn the motor on!"

"I just turned it on, but nothing is happening."

My husband decided to go to the deck to join the skipper and the navigator. I heard him chime in. "Do you have chopsticks and rubber bands? Let's try those."

After a moment of silence, there was a sound of the motor followed by happy exclamations of the men. My husband came back to the cockpit and told the skipper's wife and me that the motor stopped because a part was broken. He chirped out a sigh of disappointment when explaining to us that the part was broken right at the "L" hook. He said the skipper used wires to hold the part together, but that did not work. He could not believe that his idea of using chopsticks and rubber bands did the trick. I had no idea about engine parts of a boat; I supposed in a vague sense that it was a screw or something like that and therefore it had to be metal. If it broke, it would need soldering. I had no more hope that our boat would get to the Philippines when an essential part of the engine was held to the rest by rubber bands. Looking at ships from far away, I needed to hope that one of them would become our savior – even though I had heard rumors about the closing of refugee camps and the turning away of large ships when encountering small boats in our situation.

Unforgettable Kindness

Chapter Twelve

The calm sea in the afternoon allowed everyone to come up to the upper deck. As an F8, our boat was small, about only seven meters long and two and a half meters wide. I had seen lots of these F boats at the foot of the Xom Bong bridge. The police did not pay much attention to these boats because they were used only for fishing in shallow water, not in open high sea as the "blocs" which had much stronger engines. I was unsure if by chance any of the big ships out there was aware of the existence of our boat. I had heard many rumors from city people: *"People have run out of compassion. There are no more boats that would want to save refugees now." "Even the refugee camps are closed, much less the big ships. Where would the captains of these big ships take the refugees? Do you think to their homes?" "If you want to go by sea, you better get to the Philippines and report that you have left before April 1st, the day that the United Nations High Commission for Refugees decided to close refugee camps. That's the only chance you have."* Recalling these words dampened the hope I nurtured about being rescued by big ships.

Unforgettable Kindness

The boat skipper quietly came over to his wife and rubbed his son's head. I suspected that the chance to get to the Philippines was nil even though the boat motor was whirring and the boat was still going strong. Studying the face of the person who directed the boat during the recent storm, I sensed something was troubling him deep inside. His uncombed hair, unshaven beard, and a few scars on his dark face gave him a ferocious look, but the gentle words he saved for his wife and children allowed me to see the intense love he reserved for them. Listening to their conversation, I knew that they had seven children and they were all together. The people who helped take care of his children, who were lying all over the deck, were mostly their relatives. I could not guess what he was doing prior to April 30, 1975, but I did not think he was a regular fisherman, based on the way he handled the delicate boat through the storm and the way he carefully made a sail by sewing pieces of the canvas rice bags together. The materials for the sail probably were deliberately put in the same place with other pieces of canvas bags on the boat, thrown together in a seemingly haphazard manner, to avoid detection if there was a search. His intelligence and skills compensated for the fact that he allowed extra people without contracts to be on the boat. And maybe the extra people on top of the original fourteen had helped balance the boat and given it more weight to fight the big storm. In any case, no one could tell what was going to happen to us in the next few days.

When the boat motor stopped again for the second time, everyone suspected that death was waiting, but did not know exactly when the final hour would be. Encouraged by the success of the previous time, all the men, young and old, went down to the engine room to look for chopsticks and rubber bands to tie up the broken part. Using this method allowed us to go another ten hours since the motor stopped for the first time.

Unforgettable Kindness

When we ran out of chopsticks and rubber bands, the motor stopped completely. This time something else about the motor also malfunctioned. The boat stayed put for a long time. The skipper did not have with him any tools to repair the motor. My husband decided to give the skipper the folding knife that he had hidden deep in his pants' pocket, to use as a screwdriver to open up the engine parts. We always brought this knife with us every time we tried to leave. It was a souvenir from my father-in-law. We carried it with us this time to protect Tino because we did not know what kind of people we would encounter on the boat when we left by sea. We had heard about cannibalism with children as victims and food. We had told each other that we would not let anyone know we had a knife and we would only use it when absolutely necessary to defend ourselves. So, I worried a lot when I saw that my husband handed the knife to the skipper; however, I understood that he did not have a choice when saving the boat meant saving the lives of everyone on board.

Every time the motor stopped, the skipper told his assistants to paddle as hard as they could. He also called for Thiên (who is anh Thao's nephew) and Hung (who is his own nephew and has the same name as he) to come to the hold to use buckets to dump water back out to the sea. Water had leaked into the boat by the way of the screw propeller. Maybe he did not trust that Thien and Hung could handle the task themselves because he also enlisted the help of Tai, a boy about twelve years old. Tai had a round face and was quick and cheerful. I assumed he was a good swimmer because he was allowed to sit at the bow while raising his head to look out in all directions. No one yelled at him to move farther in. I was not sure if I was correct about his swimming ability, but I knew for sure that he had very sharp eyes as though there were binoculars built in his eye sockets. Every time he yelled "Ship! Ship!" we thought he was pulling our leg because no one saw any dot in the immense blue body of the water, but then we would see an appearance of a big ship about half an hour later. Since the time he came up to the upper deck, he had stayed in a group with the skipper's children who were about his age or younger, and helped these children move about the boat several times. He seemed to be willing and able to follow orders in a timely manner. When he was called by the skipper, he answered the call and was at work right away. He used a bucket near the propeller to fill it with sea water and throw the water back into the sea. He worked hard to save the boat by continuously and repeatedly bending down, filling up the bucket, and dumping out the content, acting as a mature strong young man. While he was working hard at his assigned task, anh Thao and my husband were asking the skipper about a bucket that contained all the screws and components of the engine. After they had looked all over for this bucket, they realized that those important parts must have been dumped into the bottom of the sea from the same bucket that Tai was using. Knowing that he was careless, Tai was abjectly distressed. He did not say anything when he heard complaints from the men. Seeing how sad he looked while still working hard, no one had the heart to yell at him.

My husband came back to where we were sitting with a dejected face. He said that even if Tai did not dump the engine parts into the sea, there was no way they could have repaired it. The fuel pump no longer worked. The skipper called on every young and old man on board to take turns taking the helm and rowing the boat while he also depended on the wind to propel us. Anh Thao said the boat was still going in the right direction and we had covered half of the distance.

The women listened to the men's discussion, but they did not add any words of wisdom or ask any questions. As for me, I had no idea how far half of the distance was, but

Unforgettable Kindness

when I saw how weakly the men were rowing the boat and how slowly the boat was plodding in the immense sea, I thought it would take us another year before we arrive in the Philippines if we did not encounter any more storms. The boat was moving so slowly that it seemed as though it were not moving at all. The assistants who were rowing the boat did not seem to make an effort to move the boat faster. They probably felt even more hopeless than I. Their hopelessness and fatigue did not push them to waste any effort in the futility of rowing the boat. I tried to pump up their enthusiasm by sharing with them the sugared limes and ginseng. They accepted the sugared limes but did not care for the bitterness of the ginseng. They did not respond to the urgings of the skipper as they did at the beginning, despite his authority. Observing their rebellious silence, my thoughts came to my husband's folding knife. I asked him about it several times until I learned that the knife went missing after it was passed around by men working on dismantling the engine. Thinking of its sharp point and blade and the fact that it could be folded and hidden easily, I kept asking my husband about its mysterious disappearance. My husband was no less worried; he said he did not know why someone decided to keep the knife. He was sure that it was not in the bucket that Tai used. I was panic-stricken when I imagined that the object we were going to use to defend ourselves would become the object that could be used to attack us during some commotion in the next few days.

Between twelve noon and four o'clock in the afternoon, we saw many big ships around us. I likened their path to the main current of the sea or a "crossroad" in the area of international waters. The appearance of the big ships gave me some hope at first, but hope turned to sadness, hopelessness, and then despair when the ships ignored us and disappeared over the horizon all together. Perhaps the people on the big ships thought we were on a tourist sail, even though the sail looked monstrous and the children looked disheveled and haggard. After a while, we got so used to the indifference of the different ships coming and going that none of us, including the children, bothered to wave or to call for help.

To pass the time, I pointed out different flags on different ships to the skipper's wife and told her which country each flag was from. I pointed out the stars on the red flags from socialist countries. I added, even though I was sure she already knew, that if we were unfortunate enough to come upon a ship belonging to a communist regime, then our boat would be taken to the mainland and turned over to the police. The skipper's wife looked at me intensely when I was talking, but she did not ask any questions or interrupt me. I pointed out a ship in front of us and told her it was a Japanese ship because I recognized its white flag with a red circle. Then I told her a story that I had heard a few days earlier. A boat that was launched from Long An was hit by a big wave. It rolled over and was at the foot of a big Japanese ship. It took two hours for the Japanese ship's captain to give orders for his sailors to throw down floats to save the refugees. The Japanese ship that we were looking at was probably as big as the ship in my story, but it did not cause our boat to flip over because there were no big waves and our boat was not too close to it. However, the indifference exhibited by this ship wiped away any last vestige of hope and longing inside each of us. The Japanese ship passed our boat without stopping and then gradually disappeared from our sight, as other ships had done before it.

While we were crying silently inside, the children entered a crying contest. At that time, I realized that the adults had neither fed ourselves nor the children for over a day. We did not feel hungry due to the fluctuation of wide-ranging emotions of fear, happiness, hope, and hopelessness.

Unforgettable Kindness

The skipper could not stand the children's crying, he called out for help in cooking. Two of his three assistants came and left the rowing to one person. The two cooks were busy looking for pots, pans, wood, and rice while the person who was left with the rowing job seemed quiet and weary. He was one of the two men who came to pick us up on the basket boats. He never uttered a word. I had not seen him talk since I got on the boat. His enigmatic silence made me observe him closely. He was rowing in a sluggish and reluctant manner. I followed his melancholy stare to the horizon and shuddered with fear. The purple of the water intensified my perception of the depth of the sea. I looked around and saw no other ships. My fear increased. I had a feeling that something bad was about to happen since other boats had all gone somewhere else. My nose puffed out. I felt like crying with a feeling of loneliness. No one would be able to come to our rescue when the next storm came. While death was toying with my mind, I was startled by the sound of something hitting water. Everyone was stunned, staring at the place where the water splashed. We still did not understand exactly why the assistant either fell or jumped into the water when we heard the skipper's voice, loud and clear.

"What are you doing, Chau? Where are you swimming to? You want to die? Come back right now."

Chau, the lone oarsman, continued to swim farther away. No one understood what he was trying to do under the purple water. In trepidation, we watched his arms fanning the water and his head bobbing up and down. I nervously wondered if he was trying to commit suicide from hopelessness; I was relieved when he began to swim back.

A few people helped pull Chau up when he came to the boat. Jumping up onto the deck, Chau shook his body and his head while his teeth were clattering. "Uh uh uh uh… uh uh uh… uh uh uh uh!"

Questions were thrown at him.

"What were you doing?"
"Where were you swimming to?"
"You wanted to catch some fish for dinner?"

He showed us something red he held in his hand. "I was swimming after this fruit. I couldn't stand hearing the children cry for food, so I jumped in to catch this for them. I didn't know how cold the water was. Uh uh… uh… I forgot about the 'Misters.' It was a good thing I didn't encounter any of those shark guys, otherwise I'd lose at least a limb. Uh uh uh…."

While the adults gathered around Chau who was holding a red apple in his hand, a few children curiously came over to look at a fruit they had never seen before in their life. In an instant, the boat became animated with debates about the source and reason for the apple to appear in the sea. Each person provided a theory and at the end we came to a consensus that someone from one of the big ships that passed our boat had thrown an apple into the water. A few people praised Chau for having sharp eyes to be able to discern an apple in the dark water. Amid the excitement, I was moved by the sight of a fruit that I had not seen for fourteen years. I had once seen and known this kind of fruit; I started to hope I would live to see many more things that I had known and lost. Chau suggested for us to share the apple by cutting and dividing it into the number of people on the boat. When I heard this, I was hoping that the folding knife we lost would resurface, but I was disappointed to see Chau use a regular knife that the skipper had on board. Some people suggested cutting the apple into 14 pieces, which was

Unforgettable Kindness

the number of children, but in the end, it was cut into 31 pieces which was the total number of people on board. Tino was given two thin pieces, but he did not know how to eat it. After one bite, he spit it out. I tried to force feed him by pushing it back into his mouth, but he was determined not to swallow it. So, I ate the spit-out apple pieces in order not to waste food. The other children were no better than Tino, they cried and screamed of hunger, and yet refused to eat the strange food. Most of the children who were crying belonged to the skipper. He, therefore, quickly gave orders to burn firewood to cook rice. The cooking area was set up right at our feet below the cockpit. People had gathered and sat next to each other in a circle as if trying to block the wind, but in truth, they were there to observe the cook. We nervously watched the flickering fire in the intermittent winds and the young assistant who was adding sea water into the pot. Tino was sitting on my husband's lap and did not miss any actions of people around him. He fixed his stare on the pot's lid and once in a while, gazed up to look at the cook with hopeful expectations. After ten minutes, when the assistant opened the lid and stirred the pot, Tino took his father's hand, opened up each finger, and held it out in front of the cook to ask for rice. Tino repeated these actions many times, causing the cook to give him the first bowl of rice when it was ready. The rice was passed around on the pot's lid, plates, bowls, or lids of old Guigoz baby food cans. Some people scrunched the rice into balls and gave back the containers to the skipper to use for others. Even though there was no other food to complement the rice, everyone was satisfied with the meal. After people got their portion, the men finished up the rice by eating the crust that was burned at the bottom of the pot. We were given a piece of small rice crust. When I ate it, I felt as though my soul were in heaven. Either because I was too hungry or because I never had rice cooked in sea water, I did not think I had ever tasted anything as good as that piece of rice in my whole life.

Unforgettable Kindness

When we finished the meal, it was dusk. Dark clouds appeared in the sky, the winds blew more strongly, and the waves grew higher and higher. *Another storm is coming!* I muttered to myself because I suspected that storms came to angry seas at nights. Death was still dancing in my mind, but I comforted myself with the thoughts that we would die with a full stomach. The boat seemed to be moving faster. Perhaps the oarsmen had regained some of their strengths. Through the darkness, I saw shapes of two oarsmen. The rest of the people were lying on deck. In the absence of human voices, I heard only the howling winds and the roaring waves. After a while, I heard a loud argument between the skipper and anh Thao. The skipper said it was impossible to steer the boat toward the direction that anh Thao wanted while anh Thao was saying if we continued in the direction we were going then we would not arrive in the Philippines. The winds grew stronger every minute and continued to push the boat away from the direction that anh Thao wanted. The skipper's wife left the cockpit to find a place less windy for her baby. I also decided to take Tino back to the stern. I went to a corner and squeezed myself into a spot, and then nervously directed my gaze forward to see what was going on. There was a bunch of people gathering at the cockpit, right below the sail which was being blown by the wind and twisting this way and that. The men's voices – including anh Thao's, the skipper's, and my husband's – grew louder as though the men were trying to talk over the storm. They were discussing how to bring the sail down to remove the boat from the effect of the whirlwind. The sail was now a liability. At times I felt as though the stern was sinking whenever the sail was blown so that it lay almost flat toward the sea surface, but then immediately it was straightened out and was blown in the opposite direction. Actually, I had no idea if the movements of the sail were due to the wind or to the men's hard-work bringing it down.

Unforgettable Kindness

Once the sail was pulled down by the men, the boat became steadier, and there were no more terrible loud flapping noises. Although I felt better that the boat was no longer affected by the gusty winds blowing on the sail, I was still nervous about the big threatening waves all around us. Sea water splattered all over the boat, forcing us to move closer to each other to share warmth and stay as dry as possible. Lying right next to another person, I opened my eyes wide to peer into the darkness and tried to listen carefully to everything that was happening. When I thought I started to get used to the howling winds and the roaring waves, I unexpectedly heard a most forlorn and despairing call for help from far away. I tried to pinpoint the source of the call. I tried to pay utmost attention to the different sounds to discern the differences among waves, winds, and human voices. I came to the conclusion that the desperate call for help must have come from someone on the boat. I thought perhaps the reason it sounded so far away was because of the effect of the wind. The wind must have distorted the sound to make it so ghostly and scary. I was still trying to analyze my logic and had not stopped worrying when I was startled by anh Thao's question.

"Anh Hung, did you hear calls for help? I was hearing such pitiful crying and calling for help."

I tried to listen to the skipper's reply but I did not hear anything besides the howling winds, roaring waves, and the ghostly and pitiful cries for help. I heard anh Thao speak loudly again.

"I hear the cries for help from this direction. There probably is another boat crossing the sea like us and is sinking. Can you ask your assistants to row our boat over there to help?"

I did not know which direction anh Thao was pointing to because it was pitch-black, but the hair on my body raised up. I did not see any other boats around us the whole evening and decided there were no other boats nearby. Even if there were, I did not know how a small boat such as ours could save others when it itself was being thrown around by the harsh winds and waves. After a while, I stopped hearing the cries for help from somewhere or the urgings from anh Thao, but only his sorrowful lament.

"Our boat is going in the wrong direction!"

Chapter Thirteen

All alone in a vast sea battling high winds and strong waves, our boat continued to head northeast instead of straight east. Listening to the men who were making plans to take turns rowing the boat and to turn the bow in the right direction gave me high hopes that they had not given up. I heard anh Thao say that we would not be able to overcome the strength of the wind to change the direction the boat was going, and therefore we needed to light a torch to send an SOS signal to other ships nearby. The skipper called to his assistants to look for wood, cloth, gasoline, and matches. In no time, a brightly lit torch appeared. I thought the torch would be able to break the night's darkness, but it stayed lit just for a short moment and then was blown out by the wind. The short-lived flame allowed me to only see a few bobbing heads at the cockpit, and nothing else. Even though I did not see everything, I still did not believe there were any other boats or ships around us. I kept thinking of our boat being alone in the dark and immense body of water, an image of utter loneliness. That was enough for me to deduce that the big ships knew ahead of time where the storm would be and had avoided this area of the sea. The men tried hard to keep the torch lit, but the wind kept blowing it out. The men kept re-wrapping or adding cloth to it and re-lighting it. Bright then dark, dark then bright, the torch continuously turned on and off my hope according to its on-or-off status. Eventually, we lost all hopes when the men lamented that there was no more cloth and gasoline for fuel, and anh Thao reported that the boat had gone too far from the right direction. I felt like my heart were squeezed shut and told myself this was the moment I had to accept the consequences of my decision. Most people lying near us remained quiet. All of us appeared to have accepted death as our fate. Around us there were only sounds of the winds, the waves, and a few whimpering. It was painfully depressing.

The silence was suddenly broken when we heard the skipper and anh Thao speak from the cockpit. So, these two people did not give up piloting and navigating the boat in order to cope with the danger we were facing after all. Although they could not turn the boat to the right direction, they continued to work together to combine their strength and effort to row and steer the boat and dump water out. I tried to see through the darkness while listening to their conversation. My hope returned when I heard the report from the navigator.

"Hey guys, do you see a lighted area over there? Look over this way."

The guys that were called looked up, along with a few women, and their eyes were searching about. My heart danced with joy when I saw a lighted area in the horizon.

"There it is. It looks like a huge ship," the skipper said.

Unforgettable Kindness

"No, those lights are not from a ship. There is no ship that has that many lights. I think that's an oil rig and the lights turn on automatically at night. But let's row over there. Who knows, maybe there are people there to help us."

Anh Thao was convincing. The skipper excitedly urged his assistants. "Did you hear that? Hurry up and try to steer the boat toward the string of lights. Once we get there we can rest."

But despite the excited encouragement of the skipper, the men who were at the helm and at the oars could not change the direction of the boat with all their strength. The boat continued to plow ahead at 90 degrees from the direction of the lights. Besides going in the wrong direction, its speed suddenly increased tremendously for reasons unknown to me. The boat was going even faster than when it was propelled by both sail and motor. Dismayed, the skipper yelled his instructions to his assistants. The more he yelled, the faster the boat moved away from the lights. While I was frustrated and was looking back toward the lighted area, I was startled by a grating noise from the outside of the boat. It sounded as if something was scratching the side of the boat where I was leaning against. I felt part of my body being lifted up. It seemed to me that one area of the boat was getting higher and higher while the other side was slanting further down. The place where my head and shoulder were leaning against seemed to sink down while the place where I tried to stretch my feet out seemed to rise up. I was bewildered. It felt as if something was under the boat right beneath me and was pushing the boat forward. The thing that was pushing the boat was the cause of the increased speed and was the catalyst for the movement of the once slow and sluggish boat in the big waves. I did not understand the reason for the strange thing to come to push the boat, but it was clear that it had sped up the boat no matter what obstacles might lie ahead. Our boat moved speedily on the high sea like a reckless motorcycle without a brake on an infinite highway. We were lucky that the highway for the boat was the vast sea with no traffic, so the pusher could push the boat as much as it wanted to and in any direction without any traffic collisions or accidents. My curiosity increased as the strange grating sound continued along with the sound of running water, but I could not see anything outside of the boat in total darkness and with water being blown everywhere. The boat was going the highest possible speed in my mind, causing me to feel I could easily fall into the sea. I grasped the person next to me for support and closed my eyes tight to lessen my dizziness. Then I began to throw up. While this was happening, someone stumbled around and kicked my feet. I pulled my legs back when I realized someone was trying to pass through. Through a glimmer from some light source the person was holding, I saw the face of our skipper. At first I thought he wanted to go to the restroom at the stern, but he only walked through a few people near me, searching and looking at the outside of the boat. I did not know what he saw and if it was good or bad, but after a moment of shining the light and examining whatever was outside of the boat, he quietly returned to the engine room. Anh Thao's voice came up.

"Try as hard as you can to turn the boat around, young men! We went too far away from the lighted area."

"I think our boat is caught in an eddy and can't get out of it," an assistant said.

"It's not an eddy," the skipper said. "But we won't have a chance to get to the lighted area."

The grating sound on the side of the boat gradually diminished to allow the regular sound of running water to become clearer. The running water made a pleasing sound as when the boat turned to high waves. The area where I lay was still slanted and the bow was still very high in the air while plowing ahead. I did not hear any more conversation between the skipper and anh Thao, or the sound of water being dumped out. Perhaps these two leaders and their assistants had given up directing the boat while it was moving at such high speed. When the dim light at the engine room went out, the sounds of vomiting, crying, and praying went up. Staying quiet in the dark, my heart clenched when I heard a prayer from someone.

"Higher Power, please have mercy on us and look after my child! God and Buddha, please save our lives. We are all honest and innocent people."

Holding Tino tightly, I cried my heart out. While I felt hopeless because I could not think of any way out of this deadly situation to save my son, I kept hearing more earnest prayers from the women around me. They made me think of Lan, a neighbor of mine, and a conversation between the two of us. She told me the reason she shaved her head was because she had recovered from a severe illness after she prayed to Buddha Quan The Am Bo Tat. At that time, I told her that if I ever prayed earnestly, I would only pledge to be a vegetarian for a few months, and never to shave my head. When I said that, I believed that my statement was as strong and steadfast as a nail imbedded in a pole. And yet, during this dangerous time, I found myself praying to Buddha Phat To and Buddha Quan The Am Bo Tat to take us to a safe place, and I promised to Buddhas I would shave my head when we arrived there. In my mind at this time, a safe place would be the lighted area, presumably of an oil rig according to anh Thao. But as time went on, the lighted area appeared farther and farther away until it became only a small dim dot and then vanished totally. Crumbled with total hopelessness,

Unforgettable Kindness

I squeezed Tino more tightly, determined not to let him get away from my body even if we were going to sink into the bowels of the cold sea. The people lying next to me squeezed in closer together, not to keep warm or to prevent themselves from falling into the sea, but to prepare to die together as though it were our common destiny. And then gradually, the crying and praying diminished and finally died out. In the dark night, there was only the howling of the winds and the steady running of water. We slowly drifted off to sleep, leaving the boat in the hand of the Sea God, no matter where it was taking us.

Chapter Fourteen

"There's a ship! A ship! Look, there's a ship!"

Tai's excited shouting woke me up. Taking time to search the horizon, I nonchalantly looked at the shape of a ship far away. *It will be just another indifferent and cheap experience to behold.*

Although I thought so, I was calm and at peace. The dawn light and the relatively serene sea gave me a sensation of being in a sweet dream after a nightmare. Remembering the thing that was pushing the boat underneath me, I quickly hung my head over the side to look, but there was nothing around the boat except the blue color of the sea amid the bouncing waves. The sea was flat and the boat was not slanted as in the previous night, but that did not convince me that what I saw was only an illusion and did not actually happen. I believed that the pusher, whatever it was, had raised the boat up above sea level and had taken our boat out of the stormy area when it was making the grating sound at the side of the boat where I was lying against. It was indeed the pusher that took us to this calm sea before it left us. Now that it was gone, our boat became slow and sluggish again, almost immobile. The assistants had to work with all their might to row and prevent water from coming into the hold by the way of the propeller.

While everyone was just sitting around looking out at the sea, the children joined each other in a crying fit. Tino jerked his body with each sob. Knowing that he was uncomfortable being in dirty clothes, being hungry, and being stuffy just as the other children were, I removed his shirt and threw it into the sea. It was soaked with sea water and soiled with bodily excretions. I took him back to the cockpit and asked the skipper to let me sit at the same place where I had sat before. I did that to make sure Tino did not get too hot and I was hoping I could get him some water from the container in the cockpit. The container did not have much water left. The skipper tried to reserve water and did not ration out very much the previous day. The ice slabs that he had planned to use for drinking had melted away or had been lost to the ocean long ago. Now the container, which was filled with a few broken-off pieces of ice, was almost empty, and whatever was left was supposed to be reserved for children.

Tino seemed much better after drinking some water and after having his shirt removed. His contentment put my mind at ease somewhat, but I was still troubled with his being shirtless. I tried to justify his nakedness by saying to myself that his back needed to be exposed to air because of the rash that had developed recently and I could not put his other dirty shirt back on. I planned to use my jacket, albeit dirty, to cover him during the nights. A few mothers also took off shirts and even pants from their children and threw them into the sea. These clothes were so dirty that the children had developed rashes and their skin was red. We, the mothers, were feeling bitter and torn that our children had to go naked; each of us was lost in our own thoughts. The boat was encircled with a heavy silence. To others, our boat might look like a tourist boat leisurely taking its time on the sea. Not paying attention to anything else that was going on, the two assistants rowed the boat half-heartedly, sluggishly, and without aim.

"The ship already went away." Tai sounded disappointed.

The report saddened me just as in previous times, but for some reason, this time, I was looking forward to another report "There's a ship" from Tai. The rumor I heard about the indifference toward the refugees' plight was still ringing in my ears, but I did not believe the world had run out of compassion. I was still hoping and believing that one of these days, we would be saved, as long as our boat was discovered by someone before it encountered a storm and sank into the ocean. The sea exhibited a dark blue color, the same color as the sea in Nha Trang of the old times when I used to go to the beach to enjoy the scenery. Then, looking at the vast sea from shore, I had wished I would be floating in it someday while having my soul fly into a peaceful and calm realm of my own. Now, being in the middle of the vast sea as I had wished, the dark blue color did not bring me calm and peace. It had changed its impression on me. The color now appeared dangerous and menacing. I was wishing so badly for some green color of land so our boat had a place to stop by. But it could not be any land; it would have to be an empty island where we could find food and water while waiting to be rescued. Arriving back at the land we just departed from would mean being captured and serving jail time.

"There's a ship. There's a ship. There's a big ship over there."

Unforgettable Kindness

Tai's excited annoucement startled me. I followed his pointed finger with my eyes. A bitter voice came up.

"There's a ship. There's a ship. I bet you a grenade that it won't matter."

I was alarmed. "Hey, don't talk nonsense. We're in international waters. If there's any explosion, other ships will think we are pirates and we'll be in big trouble."

I knew what I said did not make much sense. I spoke only because I was scared. But the skipper's wife followed up by throwing a stern look toward the assistants who were rowing the boat. "Who just said that? Teo? Luan? Chau? I forbid you to do anything bad. You hear me?"

I quickly corrected myself. "If the people on the big ships look at us through binoculars, they will see that we are full of ragged women and children, they won't think we are pirates. But it's illegal to throw a grenade in international waters."

The skipper's wife did not reply to me. She continued to yell at the assistants. "Did you hear me, Teo, Luan, and Chau? I said no grenades and that means no grenades. If you don't listen, then don't blame me later for any consequences."

"Teo was just making a joke." Chau reassured the skipper's wife. "He doesn't have any grenades."

"Only you know if you have any grenades. If I say no, that means no."

The skipper's wife then turned to me. "They usually bring grenades to stun and catch fish. I don't know if they have them, but I said that so they won't attempt to do anything wrong."

I stayed quiet because I was shocked. I had felt regrets over the loss of our defense weapon, and yet I never imagined the young men on the boat might have grenades. That would mean even if we still had the folding knife, we would not be able to defend Tino. The person who had a grenade would wield power over everyone else in a time of chaos. I felt despair when I imagined the horrible disasters that were about to happen, even more so when I heard Tai's words full of disappointment.

"Oh, the ship went away again."

"There's a ship, and then there's no ship. You keep saying the same thing over and over but I haven't seen any ship coming to rescue us. I'm going to throw you into the sea to feed the fish before long!"

The skipper's mumbling scared me. I knew that he just said that for effect or to release his anger and disappointment, not because he wanted to harm Tai. Tai was his or his wife's nephew. But the rash words of both the skipper and the assistants indicated to me that they were rattled and psyched out after a string of recent unfortunate events. I shuddered as I imagined bad things happening. I promised myself I would not discuss or say anything to anyone so we could all remain as calm as possible.

Tai was not fazed by the harsh words of the skipper; he excitedly reported again. "There's a ship. There's a ship over there."

Everyone looked toward the direction of Tai's pointed finger. A few people at the bow agreed.

"That's true. There's a ship. There's a ship."
"It looks like that ship is moving toward us."

People were excited this time and the excitement was contagious. I felt merry and hopeful. I stretched my eyes to look carefully at the ship from afar to discern its direction. Just as people said, the ship was moving slowly but its bow was in our direction, unlike other ships before.

"I think it's the same ship we just saw," and Thao said. "It's returning to us."

My heart was filled with joy and hope when it was evident that the ship was moving toward us. It came to view more clearly as time went by, but it was moving very slowly. I was excited when I could see many people running to and fro on the big ship. They probably were trying to come near us while trying to minimize the disturbances that could flip our small boat.

"Look everyone! It's a socialist ship. There are stars in its flag."
"Oh no! This time we'll be captured and turned over to the police."

Startled, I looked again at the ship, following the eyes of the people who reported the news. I saw that the ship had a light blue flag with a white star in the middle. I pondered for a long time because I was not sure if it was the flag of a socialist country. After a while, I decided that I had never seen such a flag while learning about all the flags in the world. If I had, I would have easily remembered its two delicate soft-hued colors. I did not think it was a flag of a socialist country because the quick to-and-fro movements of people on the boat seemed to indicate care rather than punishment. Although I came up with that conclusion, I did not dare to enter into any discussion, including expressing an agreement with a woman's statement. "Even if it's a socialist ship, I'll go on it. Otherwise, the children will die on this boat sooner or later."

Looking toward the source of the voice, I saw women and children waving at the ship while sitting and kneeling all over the deck. A few people were crying openly while bowing and pleading. My husband and a few men also joined in the waving, crying, and calling. Everyone, just like me, was full of hope but was still haunted by the coldness and indifference of the previous ships. We could hardly believe what was happening and we could not stop crying. *Thank you, God and Buddha, for leading the people on this ship to come rescue my son.* I whispered a prayer while squeezing Tino tightly. In my embrace, Tino fixed his eyes ahead with expectations and longings. So, in his immature mind, he even understood that the people who were running to-and-fro on the big ship would be his rescuers.

When the big ship and our boat was about forty meters apart, a man with the imposing presence of a ship captain signaled for us to steer our boat to a location where he directed. At this time, the ship had stopped completely but perhaps its engine was still going and that produced waves swirling around it. Seeing the hesitation of the two assistants who were rowing the boat, our skipper took over. I had seen the tense face of the skipper these past few days, but I had not seen such tension on his face as at this moment. Clearing an area on the right side of the boat so he could stand in a stable condition, he rowed the boat carefully and guardedly. My heart was beating a thousand beats a minute as I watched the boat ride the waves. I understood that the boat could flip easily without warning in just a second if the rower made a mistake. If it flipped, no one would be able to save any children, much less the adults who, as I, did not know how to swim. All eyes were on the skipper and on our boat. Everyone nervously watched every movement of the boat atop the waves instead of looking at the ship ahead. Slowly and with difficulty, the boat was turned to a position parallel to the side of the big ship and then it was moved to where the man on the ship with the imposing and serious presence of a ship captain had directed. This man was tense when he gave orders to his men to drop a light blue rope down to the boat. Quickly, the men on the boat tied the end of the rope to the bow to hold the boat in place, near the ship's metal stairway. Being excited and happy, the women and children moved themselves en masse toward the left side of the boat near the bow, where the metal staircase was. That caused the boat to shake and rock from one side to another. While the skipper held tight to the oar to keep the boat balanced, anh Thao pleaded with people to slow down and not run over each other, but no one seemed to pay any attention.

I could not keep quiet anymore, I declared out loud. "Can't we all take turns? We've lived through storms together without being hurt; now we compete with each other to race to the stairway. We'll regret it if we fall into the sea. No one will be able to save us quickly enough."

The skipper's wife was going to get up, but sat back down after my speech, and together we fixed our eyes toward the stairway. One black man and one white man from the ship climbed down the stairs to help carry children to the ship. They continued to climb up and down the stairs several times to safely and carefully transport the children.

When the boat was almost empty, the skipper came over to his wife, took their baby from her, and happily turned to me. "Did you see how well I rowed? It wasn't easy at all."

"Everyone knows you're skillful," I said. "It's not just when you pulled the boat next to the ship but also during all these past stormy days."

I was about to add "You're truly 'Anh Hung' just as your name says." But I stopped because the flattering words would not add anything when the prize for his skills and talents was already rewarded by the unexpected rescue. (Hung is his name and 'anh Hung' is how he's called, 'anh hung' also means 'hero.')

My husband carried Tino and followed the skipper up the stairs. His face was as cheerful and happy as the skipper's. I recalled that I did not hear any man pray during the dangerous journey. Perhaps to them, the united strength to cope with the elements to safeguard the boat was more realistic than what the women and children did when we were helpless. Now, the dangerous road was behind us, and security and safety were awaiting us on this ship; our happiness was as infinite as the sea.

The white middle-age man with the imposing presence was indeed the ship captain as I thought. When all of us were on the ship, he had his workers untie the boat and let it drift away. While anh Thao was reporting to the captain in English what had happened to us on the boat, the skipper regretfully watched the boat drift away. He was wistful.

"If the motor did not break, we'd have gotten to the Philippines and be able to keep the boat as a souvenir. It is small, but it was really tough."

Following his eyes, I touchingly looked at the object that had brought us this far through stormy waters. Truly as the skipper said, it was small but it did not break or tear, and it was not destroyed by the big waves. Perhaps the skipper had assessed its true strength and had prepared it carefully for the journey with the hope of keeping it on the shore of the Philippines as a souvenir. For a moment, as we were leaving and getting farther and farther away from the small and lonely boat in the sea, I shared with the skipper the tender feeling of leaving something dear behind.

After anh Thao spoke to the ship captain, he reported to us that the ship was not from a socialist country but was a merchant oil ship from Denmark. The ship was heading to Japan. We would be taken there and resettlement would be taken care of later. When we heard the news, we expressed our excitement with joyful noises. The men sighed with relief while looking at each other with cheery eyes. Anh Thao was as cheery as anyone, and he told us of how we came to be saved. A young man on the ship usually jogged on the deck every morning. This morning, after his run, the young man looked out at sea with his binoculars. He saw naked and shabby children on our boat and immediately reported this to his captain. The ship captain had rescued other Vietnamese refugee boats in the Pacific Ocean several times in the past. After receiving the report from the young man, the captain convened a meeting to discuss how to rescue our boat. Because his ship was very big compared to our boat, he planned with his crew to allow a wide berth and slow the ship down a great deal when it came near us so that our boat would not be swamped by turbulent waves. He also ordered the cooks to make soup and dinner to feed us. Seeing that we were already very touched by the ship captain's generosity, anh Thao added that the ship captain also asked for our names and enough information so that he could arrange rooms for us to stay in, according to family size and gender.

After about twenty minutes, we were shown to our rooms to freshen up and shower. I tiptoed on the way

Unforgettable Kindness

because I did not want my soiled feet to ruin the elegant and clean red carpets. The sailors shared their clothes with us and gave us towels and soap. My husband and I were given two sets of clothes that belonged to the Filipino chef. We threw away the clothes we were wearing, which were too dirty to be worn again. I had to wash Tino's long pants and put them back on him while they were still wet. Some other children did not have shirts just as Tino, whereas some did not even have pants. Young children and small women seemed lost in large sailor shirts that looked like dresses on them.

After washing ourselves, we were led to a dining room one deck below our rooms. It was large and elegant. It was separated from the kitchen by a counter, which was as fancy and beautiful as any bar in any luxurious and spacious restaurant that I had seen in foreign films. When food was served, I felt like a fine customer in a fine restaurant. We could sit at any table we wanted. Most people sat with their families and chose to sit near the windows where they could look out at the sea. The cheery and happy faces that were waiting for dinner made me feel as though our group were having a party to celebrate our rebirth. While breathing in the aroma of soup and hot bread, I thought of this day fourteen years ago when the beach city of Nha Trang was lost to the North Vietnamese Army. April 2, 1975 was a sad day for people of Nha Trang then. But April 2, 1989 was the day we were reborn. I felt overwhelmed with love and compassion when I received a bowl of soup and a piece of bread in a humane and caring manner. This was a meal that I would never forget. Choice delicacy would not compare in value to what I was having that day.

The chef and his assistant were probably moved when they saw how the esurient children devoured the beef soup; they doled out extra milk, apples, and cookies for the children to share. The only thing we could do was to say thank you and those simple words could not have expressed the depth of our appreciation. Because of the language barrier and the fact that we were shy, there was little communication between the sailors and us. We cleaned up after the meal and told the children, especially the older teenagers, to respect the ship and to not touch or play with anything. We told the children to behave well to reflect the honor of the Vietnamese people and to give the foreigners good impressions of us so that they would continue to rescue other Vietnamese refugee boats.

Before we had a chance to get back to our rooms, the ship captain invited us up to the deck to take pictures for souvenirs. Afterwards, he offered to send telegrams to addresses in Vietnam to report our safety. The three addresses we gave him were the skipper's, to represent his family and relatives; chi Hanh's, to represent anh Thao and his friends; and our extended family's, to represent all other participants.

Unforgettable Kindness

Chapter Fifteen

We were so filled with happiness and could not sleep even though we had warm blankets and soft mattresses in private and quiet quarters. Resigned to insomnia, we walked up and down the stairs, went to the dining room for a drink of water, or talked to each other in the hallway. Anh Thao admonished us for moving about. He told us to limit the use of the stairs and the hallway to make sure we not disturb the sailors. He thought we should stay in our rooms as much as possible both during the daylight and at night. In reality, we did not cause any troubles because our rooms were not on the same deck as the sailors' rooms. We were on the third deck and the sailors were on the two lower decks. There were not very many sailors, and there were a lot of empty rooms.

I visited many other rooms, and they all had the fresh smell of newness. Each room had a bathroom and was furnished with a bed, a dresser, a desk – all in new conditions. The layout of windows was unique in each room, plus the windows all faced the sea at different angles, so a person could see different views of the ocean from different rooms.

Unforgettable Kindness

I had little to do and often stood at the window's drapes on the red carpet in my room and looked out at the sky and sea. Each time, I imagined myself an important guest at an exquisite hotel and marveled at the luck I was having. While suffering on the small boat and having to deal with the dangers facing us, I never imagined or dreamed of living in luxury and comfort as I was now. In my wishes and dreams when on the small boat, I only wanted a deserted island to save us from the stormy sea, and that would have been enough. Now, our luck was a sweet miracle beyond any imagination. It was as if I were pulled from hell into heaven. Although my soul was flying high, my mind was not completely at peace. The images of high winds, menacing waves, hunger, vomit, and bodily excretions stubbornly stayed and refused to leave my mind.

To stabilize my confused state of mind, and to put myself to sleep, I tried counting numbers. But every time I closed my eyes, my soul was at once soaring high with the image of the light blue rope being thrown in the air and descending in slow motion and the happy feeling associated with such image. At the same time, my head tightened with tension as the image of an immense and infinite dark blue ocean appeared. Whereas the light blue color of the rope gave me feelings of hope, trust, and peace; the dark blue color of the ocean impressed in my mind images of horror and death. The opposite effects of the two blue colors stretched and pulled my brain in opposite directions a million times whenever my eyes were closed. This kept me sleepless for five straight nights on the ship.

I understood that my unstable mental state could not be balanced in a morning or night, and that I would be able sleep again once I regained a normal state of mind. However, I needed more healing time on my side. My mind was also not at rest because there were many disturbing questions that arose, sometimes when we gathered again to eat at the dining room. I pondered and analyzed many of these questions. I agreed with those who paid for the trip that the skipper's wife had added too many people who were not on the original list. I was even more disturbed when I saw the skipper's family members wear a lot of gold jewelry. I could not believe that a person as intelligent as the skipper would invest in gold for personal wealth instead of equipment to repair the boat when he was the sole person who was ultimately responsible for the safety of people who followed him on the journey across the sea. If the big ship had not picked us up, then where would the gold jewelry end up and what use would it be? I silently reproved his bad decision of not correctly weighing the value of everything when he prepared a sea venture full of perilous pitfalls. However, as I thought it over, I understood why he had to do so. What if the police caught us and took away the boat, his only asset, how would he take care of seven children in a country that had inflexible and difficult laws and where it would be very hard to make money? Besides, even if we were not caught, investing in gold to prepare for their survival during and after living in refugee camps in the Philippines was entirely reasonable.

There were many questions and there were as many reasons to justify and understand the actions of others. Some actions were commendable. I deemed the sacrifice of the people who stayed behind most remarkable. More than anything, I remembered chi Hanh and her labored breathing when she took me across Ha Ra and Xom Bong bridges. She confided in me that she had paid for the boat completely so that her children could be reunited with their father in the United States while she stayed behind to resolve finances. I had no doubt that her sacrifice had been compensated with the telegram sent by the ship captain. I could vividly imagine her happiness when she received the news that her children were safe. I did not know if she had come to my husband's extended family to collect the rest of our payment, but I could imagine the news of our situation spreading in the beach city. At this time, everyone there probably already knew that our journey was successful and they no doubt were discussing our risky decisions. *I am so glad that my son did not drown or else people would say he died in a stupid way.* I was thankful to God and Buddha who looked over us. I believed that Higher Power had directed our boat to the ship that had a captain with a compassionate heart. Imagining the delightful surprise of my husband's family when they received the telegram, my heart was filled with indescribable joy and happiness. I still could hardly believe the sweet reality of being rescued. At times, I was afraid that what I was enjoying was only a dream. Perhaps the anxiety of living an illusion also kept me awake and caused my sleeplessness.

The ship captain not only was compassionate, he was also tactful and understanding. He set up regular movie times for us so we could kill our boredom since we had nothing to do. We could either watch movies, which were shown on the bottom deck, near the laundry room, or take a walk around the upper deck. Every time I walked on the upper deck, I imagined being on an empty concrete grey court that was valiantly advancing ahead against hostile waters. The deck was like a large outdoor sports arena in front of a three-story building. The sports arena had a sharp point on one side (the bow) and the three-story building was the three levels of deck on the other side (the stern). The sides of the arena were straight and long. I believed that the arena could serve as a landing pad for a helicopter. I assumed that an aircraft carrier would have a deck with a similar structure, except for the three-story building with elegant rooms and glass windows and red carpets. My husband examined the ship carefully while pacing around the white posts on the deck and said he

Unforgettable Kindness

thought the ship was at least 50 meters wide and 200 meters long. I never could imagine there were such huge ships or that I would ever have an opportunity to be on one in my lifetime. When I watched the ship move slowly on the ocean, I vaguely guessed that it was going north, passing China and Korea, on the way to Japan. It was strange that I never saw any other ships nearby. My view must have been limited in the vast and wide ocean.

I thought of the ocean as a giant pot of blue agar with millions of sunken circles on its surface as though an invisible ladle had removed some agar content from the pot. Once in a while I saw some white foam of waves from far away but could not discern anything else without binoculars. My husband and I sometimes encountered the young man who often jogged on the upper deck in the early mornings, but we only smiled at him and did not say anything because we were shy and our English was limited. There were times when I saw that he did not have binoculars with him. That made me feel very lucky because he carried them the day we were rescued. If he had not had his binoculars with him that day, and had not used them to look out to the sea, I wondered what would have happened to us. If we had perished, we would have carried to our deaths the image of apathy and heartlessness of the big ships. Now that we were rescued, I realized we might have misunderstood the indifference of the big ships that passed us. It would be very difficult to see a small boat on a vast sea if the boat was far away. Besides, when the ship was moving, the captain or his crew would not be watching the sea all the time. So, perhaps we were wrong when we thought that the other big ships knew about us but did not want to take actions to rescue those on the verge of dying.

The ship captain advised us to watch the children carefully while on deck. He made sure to inform anh Thao when the weather was going to be bad so anh Thao could relay the weather forecasts to us. I thought that the ship captain did not have to be that careful because not many people from the boat really wanted to stay on the slippery deck, regardless of the weather. Our own family might spend about five minutes on the deck before I would take Tino back to our room. The menacing image of the dark blue sea still had a strong impression on my mind. In the evening, I might watch only half an hour of a movie before going back to my room, because I did not understand it.

One time, the ship captain invited us to the recording room to listen to tapes of encouraging words or songs performed by other Vietnamese refugees who were rescued by him. He suggested that each of us to do the same, either say something or sing a song to be recorded as a souvenir. I sang the song "For You, My Child" by Pham Trong Cau. This was my favorite song after April 30, 1975, and I often hummed this song to Tino when I had him in my arms.

> *Father will be a bird's wing for you to fly far*
> *Mother will be a flower for you to wear*
> *We are the shield to protect you*
> *Because you're mine, you're very good*
> *Because you're mine, you're very fine*
> *...*
> *Tomorrow you grow up*
> *You fly in all directions*
> *Don't you ever forget, we are your country*

Although I had sung this song many times, I had never sung it with so much emotion. I had to wipe away my tears because the song described exactly what I was feeling. When the recording session was over, a melancholy followed me all the way to my room. *From now on, is it true that I have lost my country? Is that true that Tino will not know anyone else from our country except for the two of us?*

Chapter Sixteen

After twenty hours of staying on the water and waiting to disembark, the Danish oil ship took us to the port of Misushima in Japan at dawn on April 11, 1989. Around eleven o'clock in the morning, the officers of Omura Refugee Center came to interview us and prepare papers for us right on the ship. They labored over every little detail, and it took them until nine o'clock in the evening to finish the paperwork for all of us. The ship's sailors seemed to empathize with us and were not too happy with the long procedure. They shook their heads wearily or shrugged their shoulders when they walked by where we were waiting. In truth, the Japanese officers were not only busy with paperwork. They were also busy with the distribution of such things as food, clothes, shoes, and socks. It also took them more time because of the language barrier and because they took extra care to check for the right clothing sizes when giving us boxes of clothes and supplies. When I put on the clothes that fit me perfectly, I recalled that anh Thao had come to each room to take our measurements as the ship captain had requested. He told us then that the ship captain had contacted the Japanese Immigration Office and reported

Unforgettable Kindness

our situation to them. Due to the careful planning of the ship captain, the Japanese officers were ready for us when we came. After we changed from the light grey long-sleeved uniforms to our new clothes, we gathered into smaller groups to prepare for our immediate departure.

We looked for our rescuers, who were now busy with their own work, to say goodbye. The ship captain and part of his crew walked us all the way to the stairway. Their eyes were as red as ours when we bade them farewell and expressed our gratitude. We turned around for one last look and were still crying miserably when we got to the bus. Since we left our country, our concern was about the dangers we faced, not about having to say goodbye. Now I saw that it was as hard to say goodbye to the people who had become dear to us and were watching us march away, as it was to our relatives and close friends. We took with us not only the image of our rescuers but also the compassion they held in their hearts. I was sure that none of us would forget the care and devotion they bestowed on us. On the bus, we continually talked to each other about the actions and behaviors of our rescuers and agreed with each other that they were fair and compassionate people. Because they had hearts of gold and loved their fellowmen, they did not care about our social status or background when they took us in and shared their clothes and food with us. After a discussion among ourselves, we told each other to resettle in Denmark so that we would have a chance to visit and keep in touch with the ship captain and his crew. I learned the names of the captain and his ship from listening to the conversations between anh Thao and my husband. I kept repeating to myself the names "Olesen" (the name of the captain) and "Maersk" (the name of the ship). I did not think I would ever forget the nineteen hearts of gold and the ten days living with them from April 2 to April 11, 1989.

Unforgettable Kindness

We were dazzled by the bright lights, skyscrapers, and enormous bridges for the few hours we were on the bus. I was happy and proud to set foot on the most advanced country in Asia, the country I most admired. Prior to 1975, I had held Japan in high regard and marveled at its people's desire to advance. I had studied about Japan when I learned about world history in school. Now that I had the honor to experience first-hand the advancement of this country; I could not be happier. I knew that the Meiji Restoration had sparked social, political, and economic reformations after WWII, changing Japan from a feudal system to a modern country with advanced industrial technology and from having an inflated and weak economy to obtaining a stable and strong one after 1945. Exactly because of their success in industrial technology, they were able to construct commercial establishments that were renowned in the world and more advanced than many Western countries. A picture is worth a thousand words, or as a Vietnamese adage says, "Hearing a hundred times does not compare to seeing just once." My admiration was strengthened when the reality was displayed in front of my eyes with the observation of strong modern bridges serving to connect small islands. I knew that Japan consisted of many islands that often suffer from earthquakes. Once I saw how they overcame obstacles and difficulties posed by such natural disasters at the same time that they became a powerful nation, I admired them even more. *Is it because their leaders had followed a democratic route that Japan became the strongest and richest country in Asia? Is it true that the development or decline of a country depends on its leadership and political system?* I asked myself these questions when I compared the richness of other countries to mine and wondered when my country would be as rich. But then, I felt foolish when I realized that I was worrying about some vague notions and irrelevant problems since I no longer had a country.

Unforgettable Kindness

With a refugee status, I could only depend on the compassion of people of other countries for resettlement. I believed that once we settled in one place, we would have job opportunities so that we could raise Tino and send him to school and we would be treated with the same fairness and respect that people in that country enjoy. I began to think of a Japanese firm in Nha Trang, near Ru Ri mountain. This firm employed many people in the city of Nha Trang. I found it ironic that while other Vietnamese people were working for a Japanese firm in Vietnam, I had to endure and cross dangerous paths to come to Japan just to work for another Japanese firm if we resettled here. *If so, what is the difference between me and the other Vietnamese people? Did I make a bet on my life and my son's life just for a job opportunity in another country?* Although I did not think I left my country for political purposes, I could not say I left for economic reasons. Surely, it was freedom and human rights that I was looking for when I decided to leave and bring my son with me. Up until now I did not understand completely, at least not consciously, what I was looking for in leaving. Now I understood it more clearly and I could articulate the reason for leaving in better terms. After several years living in misery, both physically and mentally, I was left with a deep impression but it stayed hidden in my subconscious mind. The desire and wish for freedom were the force behind my decision to leave. Now my wish had come true: We were in a free paradise, I could not be happier.

We arrived at Omura Refugee Center at eight o'clock in the morning on April 12, 1989. This was a place for the newly arrived refugees and for those who were preparing to resettle somewhere else to stay for the time being. When we arrived, the center had 68 people plus the 31 of us; that made its total 99. It was the smallest refugee center in the Pacific Ocean area. Before our group and the previous group that came a half month before us, the size of the center did not change much because not many Vietnamese refugee boats aimed for Japan and not many boats that were rescued were taken here. The group that came two weeks before us were the survivors of the boat that was flipped over by a Japanese ship, whose story we had heard on the BBC radio channel and was talked about in the beach city of Nha Trang. After greeting us and asking how we were, these survivors told us all about the suffering they had endured during their unfortunate journey. Their boat launched from Long An and consisted of 172 people, all from Saigon. After several days of being refused by many indifferent ships, they encountered a Japanese ship whose captain had obtained permission from his superior to take them in. It was unfortunate that while they were waiting to be rescued, their boat was thrown to the side of the ship by a big wave and flipped over. Since there was no procedure in place to deal with the unforeseen emergency while waiting for superior orders, it took almost two hours before the ship captain began the rescue process by sending rafts and canoes to the boat people. Many people had perished when they could not find anything to grab onto and stay afloat. There was a family of nine that became a family of two. There was a family with a couple and their children, now the couple was alone because the children were gone. There was a fourteen-year-old boy who survived his parents and siblings. He said he treaded water for an hour, and then found a plank to hold on to for another hour. The survivors included people who found either a wooden plank or a plastic container to latch onto, or the people who knew how to swim and still had the strength to do so. After telling us their story and hearing ours, they cried for their fates and kept telling us how lucky we were. One woman burst out crying when she realized how much bigger her boat was than ours and how much older her child was than ours, yet her child had perished. I was at a loss for words when I looked at her crying and at the children from our boat standing around her. I admitted to myself that God had looked upon us with favor.

To realize the promise I made with Higher Power, I determined to borrow a razor to shave my head. The fellow boat people concurred with my wish and went looking for one. After talking to the refugees who were here longer, the three assistants of our skipper were able to borrow a pair of scissors and a battery-operated shaver. We went out to the grass lawn, gathered around a chair, and took turns having our heads shaved. Luan was nominated to be the person in charge of the operation. He lamented that he did not know how his life would turn out after he shaved fifteen heads.

The next morning, we were surprised when we were called to a meeting on the grass lawn at the same place we used the night before, and a chair was already set at exactly the same spot we set ours. We were nervous because we thought we had done something wrong, but the two Japanese workers and the Vietnamese interpreter were as astonished as we were when they saw us. After a long discourse, the interpreter told us that the staff of the refugee center was going to give each of us a head lice treatment, but now only those who did not shave their heads needed it. The people with shaven head were dismissed but did not leave because we wanted to observe the treatment we were not part of. The sixteen people who did not shave their head included anh Thao, chi Phu, Thien, Luan, my husband, Tino, chi Hanh's three children, a few other children, and Teo, who looked like a Buddhist lay brother because he shaved part of his head but kept a lock of hair. They sat down on the chair, put on a cape, and received a treatment of white sprays on their hair.

The next day, our whole group was taken to a hospital for physicals. The young girls were crying when they heard they would have to remove their clothes before the doctor and two male interpreters. At the waiting room, they were lamenting to each other. "What kind of medical examination is this that requires us to take off all our clothes, including underwear? Our future husbands don't get to see our bodies before a stranger does."

"I don't know what you are thinking and what you are crying for," anh Thao grumbled. "You're so irrational even now when we are here in an advanced country. It's just their job and they have to do what they have to do. They don't gain anything by looking at your bodies."

I sympathized with the young girls because even I, as a woman, was not comfortable with the idea of being completely naked in front of strange men. But I understood that it was important to have a physical for medical records because no one knew our backgrounds, so I followed directions without questions and did not respond to what anh Thao was saying. Reality was not as bad as rumors had it. The interpreter solemnly explained that the doctor needed to examine us carefully because if anyone had any disease, that person would be treated immediately and cared for until cured completely. Two days later, we received a report that no one was afflicted with any disease, except for the children who all had tapeworm infections.

We often received rules and announcements during meetings at the dining hall. The one rule that had been repeated many times was the prohibition to leave the refugee center, no matter for what length of time and for what purpose. The old-timers would tell us in whispered confidence that they sometimes would go out in the evening to purchase things or to rummage through garbage dumps to find usable items that had been thrown away. Going through the nearby airport's large garbage dump, they had found things like pots and pans, dishes, irons, cassette tapes, etc., and even a brand new television set.

"Other people's garbage is our valuable property." A man had stated that when he told us about cooking meals in his room. He said that the men often got hungry during the winter nights. Dinners were served at about four o'clock in the afternoon, and people started to be hungry about seven o'clock in the evening. To combat the hunger and to alleviate the nostalgia for Vietnamese food, the old-timers had figured out a way to cook in their rooms. Each refugee was given 100 yen each week. They combined their monetary resources and slipped out of the refugee center to buy raw materials to cook during the winter when the security was lax. I was not worried about hunger at night, but was interested in seeing snow in the winter. I excitedly asked the two people who sat next to me at one meeting when winter would come. One person said it was still a long time away because the previous winter just ended and we were only at the end of spring.

"We're at the end of spring? Summer is almost here and it's still this cold?"

As soon as I spoke these words, the interpreter retorted. "How will you be able to stand the cold winter if you complain that it's cold when in reality it's so warm?"

Before I had a chance to reply, the young man who sat next to me said, "To us, it's always cold here, it doesn't matter what season we're in."

I read the inner implication of his statement and quietly sympathized with the "coldness" the old-timers felt. The cold season was the only lasting season in their hearts because they were homesick for our country, for their relatives and friends, and for the people who perished at sea.

Unforgettable Kindness

For this reason, they had come together to share their sadness and loneliness. They shared with each other Vietnamese cooking and Vietnamese food. They listened to Vietnamese music together and shared gifts they received from relatives who had already settled in different parts of the world such as the United States, France, Australia, Canada, or Japan.

Being "newbies" in the refugee center, we were careful not to break any rules. Besides seeing each other at three meals each day, our group often attended Japanese or English classes in the morning and gathered together at the playground in the evening. I was able to attend the Japanese class a few times because Hoang Kim Hang, a young lady who was planning to go to France to follow her fiancé, babysat Tino for us. During the first session of class, I hardly understood anything because the middle-aged teacher spoke totally in Japanese without interpreters. After greeting us, he left the books on the table, and called each of us to the front of the class to demonstrate the Japanese way of greeting each other. The manner of standing straight with arms outstretched, head bent, and back bent at 90 degrees when greeting someone allowed me to understand that Omura was a provincial country where social formality and decorum were clearly and strictly followed. That day, I did learn how to greet others and memorize a few basic words like *hai (yes), arigato (thank you)*, and *ku da sai (please)*. In subsequent classes, I learned a few more words like *sensei (teacher), seito (student), desuka (which), donate (who)*, and *desu (is)*.

Although I did not know where we would settle eventually, I borrowed notes from the old-timers to learn more on my own. However, every time I tried to write in kanji, a logogram similar to Chinese characters, I wished that we could settle in a place that used the Latin alphabet as the modern Vietnamese language. The location where we settled would depend on the decision of the Japanese Office of The United Nations High Commission for Refugees in Tokyo, based on our refugee status.

Chapter Seventeen

On May 14, 1989, a bus took us to the Kokusai Kuyen Refugee Center in the county of Shinagawa of Tokyo. Kokusai Kuyen was the largest refugee center in Japan. It had 164 Vietnamese refugees. The people at this center were mostly those who had stayed there for a long time and did not meet the criteria to resettle in another country, but did not want to resettle in Japan, and were waiting for their relatives from another country to sponsor them. Because our arrival was announced ahead of time, many people who were still at the refugee center as well as people who already had resettled in Tokyo came to meet the bus and welcome us that Sunday morning. I felt as if I were coming back home after a long journey when we were surrounded by people who were speaking our own Vietnamese language as we got off the bus. I was moved to see longing eyes seemingly searching for friends and relatives around me, when I heard joking voices.

"There are only monks and nuns."

Unforgettable Kindness

"This journey must have been something for them to shave off their head. Look at that little boy who also had his hair shaved off."

"It's a sect of Shaolin Kung Fu, you know."

The people in the circle around us talked among themselves and stared at us and at our shaven heads, especially at the most polished head of Vuong, son of Mrs. Vo. I was puzzled by their choice of words. It took me a while to remember that Shaolin Kung Fu is a form of Chinese martial arts that I often read in swashbuckling books by Kim Dung or saw in Chinese films prior to 1975. I was happy to think that I would be able to re-read the books and re-watch the films that were forbidden after 1975 because the communist government thought they carried anti-government or corrupt messages. The happiest event of that day was that Lien, the woman who let us stay at her house before getting on the boat, met up with her husband who had left Vietnam two years earlier and had resettled in Japan after being rescued by a Japanese ship. Their reunion was a rare coincidence and was as moving a story as any that happened in books or movies. Watching them at their reunion reminded me of the red lighted tips and fragrance of the incense sticks that Lien's mother set on the altar to pray to Buddha Quan The Am Bo Tat before we left their house. Her mother must have been very happy when she heard about the reunion and must believe that her prayers were indeed answered. It gave me some joy thinking that.

We were first taken to an activity room where we received instructions on living at the refugee center. We received personal items and were taken to our rooms afterwards. The rooms assigned to us were either brand new or had been vacated by refugees who resettled. I thought that our room was a brand new room that had not been occupied before. The rooms next to it on both sides were occupied. All rooms had the same layout and dimension, about fifteen square meters. Each room had a small cement area at the door where shoes were kept. The floor was raised about a foot higher than the shoe area and was covered with tatami mats. There were four partitions that could be opened and closed with sliding doors. These partitions could be used for sleeping, storing clothes or other household items, or hiding ourselves in case of an earthquake.

We adjusted our lifestyle according to the room's arrangement and design. We took off our shoes at the door, walked barefoot on the mat, and slept on a cushion or futon laid out on it. According to the old-timers, there was a man who was so angry at his wife that he threw a plate with such force that it broke a wall and landed on the floor of the next room. Perhaps the story was exaggerated to indicate the softness of the Japanese wall which is designed to ensure the safety of occupants during earthquakes. At the Omura Refugee Center, we were already instructed on the procedures to follow in the event of an earthquake. We knew not to put heavy or fragile objects on high shelves and knew how to prepare ourselves. In theory, when we see objects around us shake and the earth rumble with some force, we are to open the door in case we have to run out, and then we are to hide under a chair or a table or something that could protect our bodies. In reality, whenever objects around me shook, I did not panic, but calmly observed and slowly absorbed the reality. I figured that the surface of the earth acted the same whether it was solid or liquid. Sometimes it was calm, and sometimes it was angry, but for some reason, I was not afraid of earthquakes as I was of stormy seas. Perhaps I did not have an opportunity to observe an earthquake at its angriest moment and so in my mind, nothing could compare with the rage of the huge waves in the infinity of an ocean.

Unforgettable Kindness

Kokusai Kuyen Center not only was the largest refugee center in Japan, but it also was a center that had all the amenities of a large-scale community and employed a large work force. The center was about ten acres in size and consisted of houses, roads, trees, gardens, and grass fields. It was enclosed by a fence and protected from the outside by a guarded gate. I mentally divided the center into three areas: An administrative and educational area, an activity and dining area, and a sanitary area. In reality, offices, classrooms, nursery, infirmary, activity room, kitchen, and living units were built right next to each other, and ran all the way from one side of the center to another, along the long side of the center. These units were connected by covered walkways on their two sides. We depended on these covered walkways to go from one area to another during rainy or snowy days. There was a rectangular asphalt road that bordered the center. The road began at the gate and followed the fence all around the center. This was the only road to be used by cars, including the security cars that patrolled the center at nights. The security officers might have been able to do their job better if not for two large houses and a series of bathrooms built along a section of the fence. These were the safe hiding places for the refugees before slipping out of the center without permission. The refugees slipped out not to escape the hardship in the refugee center, but to sightsee, shop, or forage garbage dumps to salvage discarded items.

From letters of friends who were staying at other refugee camps and centers, I believed that Kokusai Kuyen Center was the most modern center that offered the best amenities in the whole Pacific area. Each section of living units had a laundry room with large sinks and modern dryers and washers. The bathrooms were big and neatly arranged with clean sinks and toilets. Near the open public activity area, there were pay phones that we could use to make phone calls by using a phone card. The kitchen was part of the dining room which was spacious and was furnished with tables and chairs. There were also chests full of candies and drinks for sale. Because there were a large number of living units and the center provided many services to the refugees, the number of staff was almost the same as the number of refugees. The center had about 150 employees. These included administrative staff, teaching staff, nursing staff, translating staff, kitchen staff, security staff, and transportation staff.

The Japanese teachers were veteran teachers with lots of experience and they had a large repertoire of teaching strategies. They applied an innovative teaching method that combined different strategies for differentiation and accelerated the learning process so that a Vietnamese refugee could understand and speak the language well after just five months of learning. When we were still in Omura Center, I had heard about this effective teaching method. Now that I had a chance to learn under this method, I marveled at its effectiveness. Besides using the innovative strategies and materials in the classroom, the teachers let us take many different types of books, cassette players, and tapes to our rooms so that we could study on our own.

In our group, anh Thao was the only one who did not have to learn Japanese. After he was interviewed by the United Nations High Commission for Refugees Office, he was deemed eligible to resettle in the United States. He was then transferred to another center to find a job while waiting to leave for the United States. The family of the skipper probably had high priority for resettlement as well. After two weeks at the refugee center, they were sponsored by a Catholic church and the priest sent a delegation to pick them up. We came to see them off. They told us they were assigned a private house near the church in the countryside. We also learned that the church would help them find jobs and arrange for schooling and child care for the children. When we wished the skipper's family luck, I made sure to use the opportunity to ask him about a few things that had been puzzling me since the days on the boat and had not found satisfactory answers.

"Anh Hung, when our boat was going in the wrong direction and you could not direct it toward the lighted area, I heard scratching noises on the side of the boat where I was leaning against. I couldn't look out at that time because the boat was going too fast, but I saw that you flashed the light to check. What did you see?"

"I saw the back of a cetacean. It supported our boat with its back."

I almost screamed for yoy and excitement. "Is that really what happened? I thought so too. I knew it wasn't an eddy. Our boat was so small and fragile; it would not be able to withstand an eddy." I reproached him. "Why didn't you tell us about it then? If I had known for sure, I'd have tried harder to look."

"What would have I announced it for? Didn't you see how people raced each other to get on the rescuing ship? If they heard a large fish was pushing the boat, they'd run en masse to take a look. The ensued commotion might cause 'Him' to flip the boat in confusion."

His explanation made perfect sense. Something funny in the way he calmly explained it caused me to laugh. I said, "I thought there must be something touching the boat to cause the scratching noise. Besides, our small boat in a stormy sea running without a motor could not have run faster than when it used both motor and sail in calmer waters, without any help."

Unforgettable Kindness

I still needed to satisfy my curiosity. "What type of fish was it? Was it a whale or a dolphin?"

"It was a whale. We also call it an 'elephant fish' or 'Mr. Fish' or 'Mister.'"

"A whale? Don't whales go in groups?"

"There are times when the Misters get lost and are alone. They are not always in a pod."

"But a whale is so big. If our boat was raised by a whale, wouldn't it have flipped and sunk? Besides, I remember seeing pictures of whales with water coming out at the top of their heads."

"It was just a small whale that raised our boat up. How would we see the water coming out of the top of his head if he was under our boat? Besides, water was already blown everywhere, what more water do you want?"

I laughed again at his reasonable explanation, but I was not sure why I believed it was a small dolphin and not a whale that pushed our boat. The other people in our group did not believe that there was any fish or mammal that helped our boat when they heard me recount my conversation with the skipper. They believed that ancestors' blessings bring us luck and that God and Buddha intervened to save us. My husband did not care to think one way or another about something that had happened in the past. His hard life in Vietnam caused him to coolly resign and accept his fate, despite its outcome of life or death. Although once he decided to leave our country, he probably thought of death more than of life.

Unforgettable Kindness

After the skipper's departure, our group continued to keep in touch with each other, and we made friends with those who had been there longer than we. I was surprised to see that the living units of those who had been there a while were nicely decorated and seemed to be completely furnished. Just like an apartment, these rooms were furnished with things like television stands, music playing machines, dining room tables, electric ovens, thermos, pots and pans, dishes, bowls, glasses, and cups. The old-timers even had pots of basil, onions, coriander, and red peppers at the front of their rooms.

In our section, our living unit was the fourth room. A mother and her single daughter lived in the first room. A young couple lived in the second room. The wife was expecting and they were waiting to resettle in Japan after the birth of the baby. The third room was occupied by a family with a couple and their two children. They were waiting to resettle in Australia. After our room, there were empty rooms, a laundry room, and bathrooms. There were more rooms than refugees to occupy them so there were many empty brand new rooms which were built only a few years before.

In the evenings, after having attended classes, I often sat in our unit looking through the windows at the other rooms, and thought of my home in Vietnam. When I was very homesick, I felt for the people who did not have a family or had lost theirs. Even though I had my husband and son next to me, I was still homesick. How lonely and miserable those without families must have felt. *Are they trying to forget in different ways?* I tried to alleviate my homesickness by concentrating on learning Japanese. But the Japanese language exercises were of little help during the long depressing Sundays. Sundays were our free days, with no classes and with permission to leave the refugee center;

Unforgettable Kindness

therefore, the walkways and kitchen were pretty much empty. The people who stayed behind either got together to cook or to watch a movie in an old-timer's room. Our family did not have money for bus transportation. We usually took Tino to the nursery area for morning sunbathing, and then walked to the gate where there were potted plants to watch people coming and going. We frequently visited the empty classrooms or empty living units before getting back to our own room. Sometimes we walked by the old-timers' rooms, but for a long time, we did not stop in any of them. Often the sounds of laughing, talking, and singing from the open windows made us even more homesick for our country, our family, and our neighbors.

One time, the young pregnant lady who lived in the second room in our living section asked us to come over to watch a swashbuckling movie when she knew we were lonely and homesick. Her husband Lam invited my husband to go look for things to furnish our empty room. After a few nights rummaging through garbage dumps, our unit was as furnished as any others.

Unforgettable Kindness

Chapter Eighteen

One day after lunch, on the way to the bathroom, I saw a person ahead of me who had just walked in. I ran to hold the door that was closing after her. I wanted to save myself the trouble of opening the door, and I was hoping to talk to her, whoever that was. But I was surprised to find no one in the sink area. I thought she must have been in a hurry and had already gone into the toilet section. I took my time arranging my toiletries on a sink to get ready to brush my teeth. I did not want to brush my teeth when there were other people around, so I was doing everything in slow motion. I wanted to wait for her to leave. After more than ten minutes, I still heard no noise. I tilted my head and looked in the toilet section. I mumbled to myself when I saw six open doors to the toilet stalls. *Who is this that acted so oddly! How could one be in such a hurry to fail to close the toilet door?*

My living section consisted of only four women, and I really wanted to know which lady was in one of the six toilet stalls. But I did not have time to explore. I quickly finished brushing my teeth so I could get back to my room to prepare for the evening class in time. After I had gathered my belongings, I began to have doubts. Whoever went into the toilet stall could be in such a hurry that she did not close the door, but she could not be so quiet that she did not make any noise. I needed to satisfy my curiosity. I lowered myself, tilted my head, and looked at the floor under the toilets. I saw no feet. *Could it be that she sits with her feet on the toilet?*

I raised my voice. "Is anyone here?"

I repeated the question many times, but there was no reply. I went into the toilet section, opened each door wide, and looked inside. I did not find anyone after I opened all six doors. I could not understand who had walked into the bathroom and how she had vanished. Afterwards, I could not stop thinking about the incident. I decided that I was seeing things. I thought I had seen a person, but I explained to myself that there was no one ahead of me and the bathroom door must have been opened by the wind.

After class that evening, I went back to the bathroom. When I touched the handle to open the door, chill ran all over my body and goose-bumps rose up on my skin. This door was made out of metal! Its heaviness ensured that it would be closed at all times until someone turned the handle to open it. In other words, the door could only be opened and closed by a person and not by the wind. I was troubled the whole time during dinner.

Finally, I asked Lam, "Lam, are there ghosts in this center?"

Lam smiled when he turned his answer into a question. "What caused you to ask that?"

Unforgettable Kindness

After I told him the bathroom story, Lam stopped smiling. "Please do not tell my wife this story. She's very afraid of ghosts. If she heard this story she wouldn't let me take your husband out to rummage for stuff this evening."

Since Lam's answer was not clear, I asked Den, a single mother whose skin color was the exact opposite of her name ("Den" means "black" in Vietnamese) and who was living in the first unit of my living section. Just like Lam, Den did not answer my question. Instead, she gave me a picture of Buddha Quan The Am Bo Tat and a few incense sticks and told me to pray to Buddha every day. I was upset because I felt people were hiding something from me, but I still put the picture up on the wall and lighted the incense to pray as Den told me to.

The next day, during Japanese class, I told the teacher what had happened and asked her if she believed in ghosts. I was surprised to hear her say yes, she believed in spirits of the dead and believed that the apparition that I thought I saw walking into the bathroom was indeed a ghost. I was shocked when I heard what she said. I told my classmates that I could not imagine that a teacher in one of the most advanced industrial countries in the world as Japan would believe in spirits. My classmates, both male and female, concurred with each other. They said, "Who doesn't believe in ghosts? It is actually more strange that you came here by sea and don't believe in spirits. Didn't you hear the mournful screams of the souls that had perished before their times?"

And then they took turns telling stories about the supernatural powers of ghosts who had died from drowning, from famine, and from drifting at sea. Afterwards, they told stories of ghosts in movies, in haunted houses, and in Hiroshima and Nagasaki, the two cities that were bombed in 1945. Although their stories were interesting, they did not relate to what had happened to me. So I continued my inquisition.

One day, Mrs. O, the woman who often came to take care of Den's son Viet, and Den both admitted to me that our living unit was formerly a morgue for Miss Th., a young lady who died of brain cancer. Miss Th. died abruptly because the doctor in charge did not examine her carefully when she complained of dizziness and nausea. He did not realize her illness was so severe that she should be taken immediately to the hospital. He thought her symptoms fit with pregnancy as that had happened to a few other women here. Her unexpected death was too sudden for the center staff to know what to do. So the Vietnamese refugees had taken her body to an empty room to prepare it for funeral according to Vietnamese traditions. Mrs. O said there were not a lot of refugees in the center at that time and there were only two living sections that were occupied. People decided to take Miss Th.'s body to a section that was far away from the two occupied ones. They had picked the exact unit that I was living in. I was stupefied when I heard this because I never thought anyone could die in such a modern center with all the available amenities and advanced technology. I was so astonished by this rare event that I was obsessed with many questions. *Could it be that the apparition in the bathroom was of the young lady who died and whose body lay in the room I'm in? Could it be that the soul of a dead person would still hover around after many years? Why did this dead person want me to see her apparition? What was the reason for her action?*

I tried to use scientific facts to convince myself to not believe in ghosts and spirits and stop thinking about them, but I continued to be troubled. I could not explain the reason I saw an apparition of a person who died and whose body was laid in my room when I did not know anything about her. Neither could I figure out why this happened at noon time, a time when I thought no ghost could appear even if I did believe in them. *Did I do something wrong? Why did she choose me and not someone else?*

After two days and two nights of thinking, I decided to talk to Miss Th. That night, I waited until after my husband and son were already asleep, I opened the door and stood outside by myself. I was not afraid even though it was pitch-black, the air was cold, and the walkway was empty. I whispered into the darkness. "Miss Th.! I do not know who you are and why you wanted me to see you. If you tried to scare me, you did not pick the right person. I never committed any crimes that you should harass me about. Right now I'm only a poor person in this center. I do not have any relatives who live in other countries who could send me money, nor do I have anyone here to help me. If I had any money, I'd buy stamps to write to family and friends, or cigarettes for my husband, or snacks for my son. So if I did something wrong and you want me to light incense for you, I am not a person who has the means… "

While I had not finished what I wanted to say, I burst into tears and ran back inside. I did not understand why I cried so miserably. At that time, fear had already spread to my whole body. Furthermore, I felt totally uncomfortable that I had confided the inferior complex of being ugly and lost to a dead person.

I thought the words I delivered that night conveyed the finality of our relationship and therefore, I was done with Miss Th. and everything should have been settled squarely between us. But in the next few days, I unexpectedly received everything I used as excuses to say no to the dead person.

Unforgettable Kindness

The next day, Mrs. O informed me that chi Thuy, her own niece, would like to invite me over to her room. I asked Lam's wife, "Do you know who chi Thuy is?"

"Chi Thuy is an old-timer in the center. She refuses to resettle in Japan and is waiting for sponsorship to go to the United States. She's very beautiful, very rich, and has a heart of gold. Yesterday she asked about you when she visited me. She asked me what happened to you during the sea journey and why you shaved your head. She wants to meet you and help you."

Lam's wife was happy to tell me this and more.

"According to other old-timers, she's a daughter of a South Vietnamese Army officer's. For her beauty, she won the heart of a sea navigator from North Vietnam, who became her husband. When he was the captain of a big commercial ship in Da Nang, he used the opportunity to steal it and use it to bring his immediate and extended family that included his wife, his mother, his children, and relatives on both sides, to other countries."

I was not sure how much truth remained after the story about chi Thuy had been passed around several times from one person to the next. However, I believed it was not easy to be able to bring an entire extended family of several generations and keep them intact on the way to Japan. So, there must be some truth to the rumor about the means chi Thuy's family had to have to make such a journey. On that day in chi Thuy's room, there were a few more people who had just arrived at the refugee center. Most of these people encountered bad luck on their way across the sea. Although we were living in the same center, we did not know each other very well, so people were guarded at first. We became more relaxed and friendly during the meal of crab noodle soup when we had a chance to talk to each other. There were times during the meal when we had to stop eating and put down our chopsticks to try to comfort those who broke down, cried, and called the names of their children. After the meal, chi Thuy retained three of us to give us clothes and other personal items. Chi Thuy probably paid special attention to the three of us because she thought we had gone through so much more than others. Chi H. had a daughter who perished when her boat flipped next to the Japanese ship that we heard about. Chi T. lost all family members on her escape journey from Vietnam. I was a woman with a mysterious shaven head and eyes full of sadness.

Since the next day was Sunday, chi Thuy suggested that we go out to sightsee and get fresh air to calm our nerves. She promised to provide us with transportation money and walk with us on the streets of Tokyo before she went to visit her siblings who lived nearby. The next day while the three of us were waiting for chi Thuy at a bus station, a monk came by and asked me about my shaven head. I admitted that I was not a true-blooded Buddhist and told him the story of why I shaved my head. He did not say anything after hearing my story but quietly gave me 1,000 yen before bidding me goodbye. I believed he was the Vietnamese monk who was famous in Japan for his financial wealth, but I did not think to ask for his name or his phone number in case I needed more help. I was pre-occupied with the large sum of money I had received and the abundance of fruits and pastries for sale at the market where we were standing. I figured I could not continue to deny Miss Th. offerings now that I could afford it, even though I had told her otherwise. So after I shared my money with chi H. and chi T., I decided to buy fruits and pastries and planned to make the offerings for Miss Th. after the outing.

Unforgettable Kindness

I intended to make offerings to Miss Th. only that one time. I did not want to dwell on ghosts; besides, ghosts or spirits of the dead, real or not, did not have any effects on my living here. What I had to worry about most of all were to learn Japanese and to apply for resettlement.

After I had a chance to go outside, see the city, and interact with Japanese people, I saw that it would be very important to know the Japanese language in order to live and function in Japan. Most Japanese, even when they knew how to speak English well, used only Japanese in their interaction with people from other countries. All the store signs, advertisements, and even Western medicine containers were written in Japanese. The Vietnamese who had resettled here said that a person would need to know from 1,000 to 1,500 words in kanji in order to obtain a driver license. Because I knew we were not eligible to resettle in the United States or another country besides Japan, I worked hard on the Japanese language before I signed papers to resettle there. Since I was very busy with studying, I did not have much time to dwell on my homesickness.

During the month of September of that year, the empty units were now fully occupied by newly-arrived refugees. These were boat people from big boats that had departed from North Vietnam near the China border. Because these people spoke only Chinese while proclaiming to be people of Tay Nung, the ethnic groups in the mountainous area at the Vietnamese-Chinese border, the administrators at Kokusai Kuyen kept them temporarily while running an investigation to determine their resettlement eligibility. To handle over 1,000 refugees, the administrators put two or three families together in one unit. Our room now included a Tay Nung couple and chi Le Xuan Anh, who attended class with us, and her son.

Unforgettable Kindness

I was surprised to see there were more and more boat people from Vietnam. It was the opposite from what C. Son, anh Thao, and my husband thought, which was that there would be no more escapes by sea after The United Nations High Commission for Refugees closed the doors of refugee camps and centers. The Vietnamese people, despite hardship, continued to find ways to leave the country. From letters sent by my family in September of that year, I received news that Thanh Ngoc, a close friend of mine, had fled to Palawan Island in the Philippines. While I was still absorbing this surprising news from my sister, I was astonished to learn more news from the refugees who listened to VOA and BBC radio channels. They informed me that a boat with close to a hundred people was hit and broken by a rock on the way to the Philippines and there were fewer than twenty survivors. After this, I heard news of a boat with about thirty people who were attacked by pirates who raped the women and killed everyone except for one young man who was able to escape.

The more news I heard, the more I felt for the lives of boat people. During the dangerous journeys to seek freedom, each of us met a different fate, but no one could avoid the mental anguish. The saddest news in October of that year was that A Co and A Che, the Tay Nung couple who were living in the same unit with us, were ordered to leave on the 24th of October. They cried their hearts out the previous day and night. I had no idea if they were actually members of the minority ethnic groups Tay and Nung in Quang Ninh, Vietnam because they could read Chinese and Japanese, but their language did not seem to be different from the language of the Tay Nung people in Song Mao, where I had lived for a while. The Tay Nung people who lived in Song Mao in South Vietnam were the people who fled the communist regime in the North and immigrated to the South in 1954. If A Co and A Che were in the same situation as the Tay Nung people in Song Mao, then it was so terrible that they had to go back. I did not know if they were to be returned to North Vietnam or to China, but no matter where they were returned to, I believed that they could not avoid harsh punishment. In the evening, when A Co's friends came to our room, talking in confidence and wiping away tears, I was able to confirm the terrible fate awaiting them.

The next morning, in a "you-stay-I-leave" situation, I said goodbye with reluctance. Compassion filled my heart. Although I did not know much about them, I trusted them to be good and honest people. They had helped us take care of Tino and had stood in line to get food for us when we got back late from class. Those were the times I would never forget. Looking at them among the crowd of people leaving, I remembered a conflict between a few young men from their group and some Vietnamese young men. The conflict arose because it was thought that they falsely claimed to be Vietnamese refugees and the result was that they were being deported back to their country. I could not imagine how Communist China was going to treat them, but I felt for all the boat people who ran away from the communist regime to look for freedom. We had to withstand all dangers at sea to get to a free land and once there, we had to withstand a phase of investigation to determine resettlement eligibility. I had heard from many friends from the Philippines, Indonesia, and Thailand about the suicides of the boat people who were refused resettlement and were threatened to be returned to Vietnam. *Do the people who were forced to leave this day feel as hopeless as those who had committed suicide?*

Unforgettable Kindness

Chapter Nineteen

After A Co and A Che left, chi Xuan Anh and our family became close, closer than even relatives. Chi Xuan Anh and I often went to class together, ate together in our room, and participated in activities together. On weekends, we went to town to visit temples or went to the suburbs for sightseeing. Once in a while, we got to go out by car with someone who worked in the Japanese Immigration Office. This person often came to the refugee center to ask Tuan, son of chi Xuan Anh, to interpret for him each time there were new refugees. Enthralled with the intelligence and language skills of the fifteen-year-old boy, this man considered the boy his own. Besides bringing Tuan gifts and taking him out, sometimes he also took us to suburbs of Tokyo. Once he took us to Chiba, 150 km from Tokyo, to see a famous temple in Japan. He showed us how to touch the copper bell to receive happiness and how to catch incense smoke and place it on our head to receive intelligence. When I bought a wallet, the seller put a leaf charm in it and told me it would bring me lots of money. From the Chiba temple, Tuan's friend took us to his home to introduce us to his wife and let us taste the Japanese food that she cooked. That day, we attended a ceremony in which he gave Tuan a house key, an event to represent the formal pledge that he considered Tuan as his own son. When he gave the key to Tuan with trembling hands, it seemed to me that he expected that Tuan would come visit him any day, any time, even when he or his wife were not home. But I did not think that would ever happen since chi Xuan Anh and Tuan were preparing to leave this country of cherry blossoms. They were going to go to the United States soon because chi Xuan Anh's husband Phuong, who was a South Vietnamese Air Force officer and currently was working as an interpreter in a court in Boston, had completed the paperwork to sponsor his family. The wish that Tuan would be his own son was only a futile wish of an employee of the Japanese Immigration Office. Tuan had been nurturing the wish to reunite with his own father after many years of separation, going back to when he was still in Vietnam. I knew this because chi Xuan Anh often confided in me when we were alone together in our room.

"Lan, do you know that I did not want to flee by sea because I was afraid of dying, but Tuan kept urging me to find a way to leave. He heard from his friends who escaped successfully and he was very anxious to make sure we could leave."

"He probably was not afraid because he could not imagine the dangers of crossing by sea. But you heard of dangers and wanted to wait until anh Phuong sponsored you, right?"

"No, that's not the case. I did not expect my husband to sponsor us. When he sent the sponsorship applications to the Vietnamese Embassy in Thailand, he was asked to provide more information. He stopped the application process. He said he was already in a free country, no communists could ask him for information. He wrote and told me to escape by boat."

"Why is that so? Escaping by boat is not easy. It almost guarantees death. Being sponsored is much safer."

"That's obvious! But he was so set in his ways not to sponsor us and Tuan kept urging me to flee, so I had to do it. The reason I didn't want to flee by sea was because I don't know how to swim. Besides, Saigon is not close to any beach, it wasn't easy to find someone who was organizing a sea journey. There was no way to tell who was trustworthy and who was not. Many people were cheated out of gold."

"So how did you find a way?"

"Chi Nga who's in our class was my friend. She found out about this trip that was organized by a boat owner. She invited me to go with her. Because the boat was only ten meters long, the owner let only family and friends go."

"That's bigger than our boat. Our boat was only seven meters long. Because our boat was so small, the police ignored it when we launched right at Xom Bong bridge in Nha Trang."

"Our boat launched from Ba Ria, Vung Tau. As soon as we got out to deeper water, there was a storm, but the skipper refused to go back to shore. After a day, our motor stopped working. There was a lot of water that came in the boat. The adults had to take turns dumping water out. We did that for five days. Afterwards, no one had any more strength to dump water out, so the boat was full of water. Chi Nga took three planks off the boat and gave two to us and told us to use them as life preservers. It was a dire situation; otherwise, the skipper would not have agreed to let us take

Unforgettable Kindness

the boat apart. Chi Nga told me to try everything possible before giving up completely, so I reluctantly kept a plank, but I had no hopes for survival. You know, the plank was small and the sea is vast, how could it help us survive? At that time, Tuan had a fever and one side of my hip was inflamed and swollen because I had to lie on a rope without being able to move my body. While I was delirious, I heard people calling out to each other and the callings of street merchants, and even opera singing. I thought our boat was near shore and the skipper was rowing it back toward land, not knowing that our boat had reached international waters. We were lucky that a West German ship saw our boat being beaten by the huge waves and decided to rescue us."

"Did they drop you a stairs to climb up?"

"No. Their ship did not have any stairs or rope. Perhaps they never used stairs and never had to rescue people so they didn't have stairs with them."

"How did they bring all of you up to their ship?"

"We had to stand on the stern, tiptoe, stretch our arms straight up, and wait until a wave pushed our boat up high, then someone from the ship pulled us up."

"Oh dear! What a dangerous rescuing operation it was. I never heard about a big ship without stairs like the one you're telling me. What if their sailors had fallen into the sea?"

"That's so. No one believed it when they heard it. It's true that the ship Golar Free doesn't have stairs. Our rescuers said that was the fastest way to pick us up since a storm was coming. So, the boat people had to follow directions even though they had to stand on a rocking and unstable boat."

Unforgettable Kindness

"How dreadful!"

"Yes, it was awful; you can't imagine how bad it was. It was miraculous that all the children and women were pulled up safely to the ship. When it was my turn, partly because my leg was somewhat paralyzed due to the inflamed hip and thigh, and partly because I was so afraid of standing on the rocking boat, I didn't believe I'd be pulled up. As if to live up to my expectation, when a sailor took hold of my hand, my hand slipped off and I fell into the sea."

"Oh my goodness."

"Yes. It was so horrible. Do you know what? My body was oily because I lay near the motor and when it broke, I was too tired to realize that motor oil was all over my body. My hand was too slippery and it slipped off the sailor's hand and I fell."

"What did you do?"

"I sank, what else? I don't know how to swim. I was lucky that I fell away from the boat and the ship; otherwise I'd have been crushed to death by one of them. Luong, our skipper's younger brother-in-law, jumped into the water and saved me. Once back on the boat, he told me to dry myself completely to free my body of water and oil before trying again. I was determined not to listen to him or to the other men who were still on the boat. I told them to go on and leave me behind. Just think, at that time, I was not only weak from hunger and being wounded, I was also scared out of my wits and was very apprehensive to try again. I was in no condition to be able to stand on the stern and stretch my arms to wait for the wave to push the boat up so that someone from the ship could pull me up."

Unforgettable Kindness

"Yes, I understand. But ... then what happened?"

"Luong begged me to do it. He promised that he would hold me and would not let go until he was sure someone from the ship was able to pull me up. He said if I didn't go, he would not go either. I couldn't refuse him, so finally I agreed. Eventually I was pulled up, but as soon as I was on the ship, I fainted."

"Where was Tuan at that time?"

"Tuan was pulled up earlier. He was talking to the ship captain and a sailor about our trip and didn't know that I had fallen into the sea. When he heard that I had lost consciousness, he cried like a baby. The ship captain took pity on us. Since he didn't know the status of my medical condition, he had the ship return to Singapore to find a doctor to treat me. The ship didn't continue its journey until I became conscious, after a doctor gave me a shot. I was the cause for their delayed departure. It took them a whole month to get to Japan after they picked us up."

"Really? Why didn't they just leave everyone in Singapore?"

"The ship captain told us that his boat was transporting oil to Japan. He said if the Japanese government agreed to accept us, then he would take us there. If not, we would stay in Singapore. When he heard that Japan agreed to take us and that we agreed to go to Japan, he took us to the port of Chiba. We didn't want to stay in Singapore because we heard that the refugee camps were not very comfortable there. The only thing is that because the ship let us have our wish, they had to take care of us the whole journey."

Unforgettable Kindness

"That was just like the Danish ship captain and his sailors who rescued us. They took care of everything from food, clothing, to security for us. They even called the Japanese Immigration Office to ask about resettlement for us. We are so lucky that there are still very many compassionate people in the world such as your ship captain and mine. It is because of them that boat people like us survive and have this day. I understand you'll never forget your benefactors just as I won't ever forget the kindness my benefactors bestowed upon my family and me."

"The ship that picked us up was from West Germany. The ship captain was from West Germany, but the sailors were from different parts of the world. The ship captain was very kind. He often came into my room to visit and encourage me to walk out to the deck to sun bathe every day. He probably paid attention to us because Tuan could speak English. The sailors were also very nice. They searched their belongings and shared with us many things. Mostly they gave us T-shirts and new underwear. The women from our boat wore men's underwear. That's how we were called 'Group That Wear Men's Underwear' when we got here."

"Our group was 'Group Shaolin Kung Fu.' Other groups were 'Group That Walks Straight,' 'Group Whose Boat Flipped,' 'Group of Forty Nine People,' etc. It does not matter what group we are in, we are the lucky people who got here. If our people did not get picked up, we would be meeting the same fate as the people who drowned."

"That's true. Each of us has a different fate in this journey looking for freedom. Our dream came true when we were picked up and taken to a free land whereas the less fortunate people had to take their dreams with them to the nether world. So many boats have sunk and the souls of the dead boat people are crying all over the sea. The people like chi Nga, B. Thuy, Lan, Binh, and Canh told me they heard the plaintive and sorrowful callings for help while adrift at sea. Now when I remember the calling, the murmuring, the singing I heard at sea, I think that those lost souls were still attached to what they had and what they did in this world."

The stories told to me by chi Xuan Anh often made me think about the wishes and the fates of us, the boat people. Although I felt secure and at peace with the luck I had for me and my family, I felt lost and alone when I thought about the sufferings and losses of the less fortunate boat people. Nightmares came to me. I saw giant walls of waves bend down to swallow our boat whole. I saw water flood our boat and sink it slowly into the deep of the sea. It did not matter how I drowned in each nightmare, I always saw myself gradually being separated from the other drowning victims. Afterwards, Tino would slip from my embrace and float in the body of dark purple water. When this happened, I tried with all my might to hold him tight, but the water suffocated me and my hands would not do what my head wanted. The nightmares made me scream, and I woke up sweating. My head froze every time I saw images of the sea on television. I understood very well that the horrors of time past still stayed deep within me and my mental state was not back to normal. I was still obsessed with death by sea. While my mental state was still unstable, I often had to listen to what chi Xuan Anh confided to me.

"If I came back in my next life and were treated badly by the communists, I would endure and suffer. I'm so horrified of fleeing by sea now. We were lucky that the West German ship rescued us; otherwise, we would not be able to avoid running into pirates from Ba Ria to Thailand. I heard that many boat people were robbed, raped, killed, thrown into sea, and drowned by pirates. I'd have to say that the Vietnamese people have paid a dear price for freedom."

I understood why chi Xuan Anh said what she did, so I did not say anything in reply. But when I thought about the less fortunate boat people, I understood their anguish before they decided to leave their country, their families, their houses, and their properties to flee by sea. I was sure that they had weighed all known dangers against the freedom that would be gained and decided to leave anyway.

Chapter Twenty

Because the experience of fleeing by sea was horrifying for the boat people, we rarely talked about it in a group setting. When we talked to each other, we talked about things like the good times we had in Vietnam, Vietnamese food, Japanese language learning, Japanese culture and customs, Japanese food, and anything related to resettlement in Japan. We also often compared the lives of the Vietnamese refugees who had resettled in different countries and expressed our wishes or preferences for our resettlement place.

One evening while we were reminiscing about old times, Lam asked, "Since you lived in Nha Trang, you probably ate lots of seafood?"

"Of course," we happily replied. "Whoever had money would have fresh seafood."

"So are you hungry for sour soup of mackerel head?"

"Where would we have that? I'm so dead tired of eating fried breaded chicken wings."

Unforgettable Kindness

Lam laughed. "So that's why I say people are contradictory. We might have died of hunger on the boat. Now we get to eat chicken, and you say you're tired of it. You'll wait until you eat a total of 1,000 chicken wings and then you can leave to resettle."

Then he turned serious. "But I'm telling you the truth, if you want to have fish sour soup, I'll make it for you. Tomorrow we'll ask for permission to go to the fish market to buy ingredients to cook sour soup."

That Sunday morning, Lam asked my husband to go out with him as promised. Tino and I got to accompany them. We took the bus and metro to town and followed Lam to the market on foot. When we walked by the open fruit stands on the sides of the road, I got to see kiwi, the fruit that I confused with another fruit called sapoche in Vietnam due to their similar shapes and colors. We bought pineapple, tomatoes, bean sprouts, green vegetables, peppers, garlic, cucumbers, green onions, and cilantro. Afterwards, Lam took us to the fish stands. The fishmonger wrapped a large head of mackerel according to Lam's instructions, under our astonished eyes. Lam was delighted to see our surprise.

"You didn't think I could speak Japanese to order a head of mackerel? If you don't know how to speak, you can always sign, then you can buy whatever you want. We used to buy fish heads to cook sour soup all the time. I have not done that lately because my wife just had a baby."

When we got back to the center, we shared the cleaning and cooking tasks, and merrily ate to our heart's content until late that night. That was the first time since I left my country that I got to taste some Vietnamese food that I liked. Besides enjoying the sour fish soup made by Lam, I also got to eat other Vietnamese food in chi Thuy's room.

Unforgettable Kindness

After the first time we met, chi Thuy seemed to like the family of chi H. and mine and often invited us to her room whenever her family had a gathering. Chi Thuy not only treated us to Vietnamese food like "bun rieu" (crab noodle soup), "bun bo Hue" (Hue-style beef noodle soup), and "thit bo nhung dam" (beef in vinegar hot pot); she also treated us to Japanese food like sashimi and different types of cakes and bread. These were special food items that new or poor refugees like us could not afford to buy. The more we knew each other, the more chi Thuy favored chi H. and me and treated us like lifelong friends, even giving us fashionable and expensive clothes, shoes, and cosmetics that she herself was using. Her liberal spending and extraordinary generosity led to rumors about her husband's winnings from pachinko. Pachinko is a legal gambling game in Japanese casinos that, at that time, allowed winnings of up to 1,000 yen. I was not sure if chi Thuy and her husband had good luck in several gambling sessions and were millionaires as rumored, but I knew that she was an influential figure among her affluent and famous friends and family members who were living in Tokyo. For example, when she expressed her wish to help chi H.'s family and mine earn money, anh Dat, her brother, immediately arranged to find a job with flexibility for chi H.'s husband and mine. Their job was to cut patterns for a manufacturing company that made leather jackets. To help anh Kh. and my husband in this job, anh Dat had to transport rolls of leather to his home and wait until anh Kh. and my husband had time to come to his house to cut out the patterns. After that, he had to deliver the cut leather patterns to the company and pick up paychecks for anh Kh. and my husband. Since having this job, anh Kh. and my husband often secretly arranged their rendez-vous after class or after dinner so they could go to work by way of climbing the fence. Because the center often was not patrolled right after dinner or during bath times, those times were good times to slip out.

I suspected that the security staff as well as the administrators and teachers knew about the men slipping out. However, they decided to turn a blind eye. The thing they wanted to focus on was to prepare us to have jobs and to resettle in Japan. So, after we completed the Japanese language class, we had to learn the necessary basics for assimilation and living in Japan. Taking the course Japanese Living - Customs and Culture, we learned how to wash clothes, cook, fill out applications, use public transportation, and rent apartments. At first, we thought we did not need to learn how to use the washing machine because we had already used it several times. But when we were shown in details how to read clothing labels, we realized that we had put all clothes together, no matter if they were cotton or wool, coarse or delicate, light or dark, or if they needed to be dry cleaned. So many of our clothes had shrunk, stretched, or puffed up in balls. We laughed when the teacher introduced the utility of the lingerie net to keep lingerie or socks from being separated. The first day when we came to the center, each family received a lingerie net among other personal items. We did not know what the lingerie net was for and imitated each other in using it to hold our Japanese language books. Yet no Japanese teacher corrected us. From the Japanese Living – Customs and Culture course, our knowledge was expanded and we learned about daily living operations such as opening a checking account and depositing money into it, mailing letters at the post office, and making purchases, and other Japanese social living skills. We learned that the Japanese people who rented in poorer neighborhoods often had to stop at an "ofuro bath" after work and before getting home. Although we were surprised to see people use clothes lines when we passed apartment complexes, we did not realize that these rental units had only toilets and not bathtubs or showers. Besides learning about Japanese ofuro bath in theory, the teachers also gave us an opportunity to participate in a single-sex public bath session. The participants had to stay nude while soaking together in a tub of warm water. Afterwards, each person got to rinse herself in a separate private washing area. The teachers used a fund designated for expenses for refugees when they took us to an ofuro bath. They also used money from this fund for transportation and for cooking ingredients when we learned about Japanese cooking. The teachers took their time to show us everything from big to small such as choosing a rental unit on the lower floors so that it would be easier to get out in case of earthquakes, or making sure fragile things were stored on low shelves so they would not fall and break during earthquakes. We learned that rental costs depend on what floor the rental units are on and that units on the lower floors are preferred by people with small children or people who could afford it. The customs we learned included buying gifts for the next door neighbors when you first move in, choosing appropriate gifts for sick people, and exchanging gifts.

On November 2, 1989, my husband and I received certificates of completion for both the Japanese Language course and the Japanese Living – Customs and Culture course. As the result, we were allowed to leave the center from nine o'clock in the morning until nine o'clock in the evening. I often took Tino to supermarkets by bus so that he had a chance to interact with the outside world and so that I could buy things to prepare for resettlement. Usually a person who had completed the two courses could leave to resettle right after one job interview. We had a job interview on November 7, 1989. We had written our résumés with the help of our teachers. On the interview day, we dressed up, left Tino with chi Xuan Anh, and went to the office with résumés in hand to wait our turn. After one hour of answering questions, both of us were hired by a bakery in Tokyo. I was very happy because my job involved

Unforgettable Kindness

something I had done before and therefore would be easy for me. Not only that, I got to work with my husband. Feeling elated, my soul was flying high as we walked down the steps in front of the administrative office. Looking through the evening rays that shined on the trees ahead, I saw chi Nguyet Anh standing at the right corner. Chi Nguyet Anh was an employee of The United Nations High Commission for Refugees. She was also a friend of chi Thuy. Many times, chi Thuy had told us she would ask chi Nguyet Anh to grant us an interview to resettle in the United States.

"There's chi Nguyet Anh," I said to my husband. "Let's go say hi to her."

"Let's not," my husband said. "She may think we want to continue to harass her. She's not looking forward to hearing more pleading."

Perhaps because I was too happy with my lucky break that day, I forgot that I had pleaded with chi Nguyet Anh to be interviewed with the United States delegation when we first came to the center and she had rejected our application to resettle in the United States. I assumed that was because our refugee status was not the most favorable. Someone as a South Vietnamese Army officer, say, would be chosen before we were.

As my husband started to walk to the left, I pulled his arm toward the potted plants in front of the office and walked to the right. "Even if she thinks that, we still have to say hi because anyway, she's chi Thuy's friend."

So we walked toward chi Nguyet Anh. I greeted her when we were face to face. "How are you today, chi Nguyet Anh? You must be tired with many interviews."

Unforgettable Kindness

Chi Nguyet Anh was cheerful. "I'm a little busy, but I'm doing fine. Thank you, Lan. What about you two?"

"We already finished with our courses. We just had a job interview and were hired by a bakery."

My husband just smiled without saying anything.

"So do you still want to meet with the United States delegation?"

"Of course I do!" I quickly said. "Even if they reject us, I'll feel good that we tried. Otherwise, I'm still not very pleased about our refugee status."

"So I'll put your names down for the last interview."

I practically jumped with joy. "Oh yes, thank you so much."

As my husband was saying goodbye, I could see appreciation for chi Nguyet Anh registered in his eyes. When we got "home," I excitedly told chi Xuan Anh and Tuan about our luck. They were as happy for us as I was. Tino laughed heartily when he saw us again.

Two days later, the office called my husband to go pick up a packet sent from the High Commissioner Office. We were to fill out the resettlement registration forms before meeting with the Joint Voluntary Agency team of the United Nations High Commission for Refugees the next morning. On Friday November 10, 1989, we were interviewed by an American female officer with the help of a Vietnamese interpreter named Phuong Thuy. From chi Phuong Thuy's self-introduction, we knew that she was a friend of chi Thuy. At this interview, we were told that our papers would be sent

Unforgettable Kindness

to the United States Immigration and Naturalization Service (INS) team and we would be interviewed by the INS the next Friday.

This time, I was so elated with my unexpected luck that I not only bragged to chi Xuan Anh about it, but I also expressed my happy news to almost everyone in the center. After a few days of sharing my good news with others, I gloomily returned to my room bearing their stories. The people who had met with the INS team informed me that the INS was almost as impassable as a well guarded gate. If the INS met with seventeen family units in one day, they would reject eleven of them. A South Vietnamese Air Force lieutenant was rejected. The young men who were sons of a South Vietnamese Army officer but having no relatives in the United States were rejected. Some people who had relatives in the United States and did not work for the communist regime after 1975 were rejected. No one understood why there were more rejected cases than accepted ones, so people came up with their own explanations. One person thought that the interviewer was a Lutheran and therefore paid attention to education and degrees. Another person thought the United States was a free and liberal country where people could arm themselves, so the interviewer wanted to protect the Vietnamese young men who did not have relatives in the United States from bad and illegal incidents. Another person thought that the United States already had too many immigrants from different countries, so the interviewer found reasons to refuse resettlement. The different views and discussions among people dampened my hope of being accepted by someone who probably had a different religion than the one I put down on our application.

Unforgettable Kindness

The night before the interview, I remembered Miss Th.; and believing in her supernatural power, I went out to the walkway to pray for her help.

On the morning of November 17, 1989, we were taken by bus to the embassy of the United States to be interviewed by the INS. According to the agenda, two young men with relatives in the United States had the first interview, ours was the second one, and we were followed by several others. While waiting for our turn, I nervously hoped that the result of the first interview for the two young men would be a positive one – opposite from the rumors we heard. But then when they walked back to the waiting room with disappointed head shakes, I understood that they had been rejected. Their disappointment followed me into the interview room and stamped out any hopes I had clung to earlier. I believed that we would be rejected by the white American man who was sitting solemnly next to chi Nguyet Anh, behind a large desk. After inviting us to take a seat, he silently opened our file and looked at it. He appeared to be so deliberate while reading it that I started to worry; then I began to wonder if he was trying to analyze what we wrote down or if he was just pretending to read it. If he just pretended to read it, or if he just glanced through it, he would not completely understand our unstable situation in Vietnam where my husband did not have his name registered under the system. The time passed by slowly. The man took his time reading our file as if reading a book and trying to decipher its deep meanings.

While waiting for him to ask questions, I had time to study him more closely. He was a man in his thirties, with nicely combed hair, wearing a neatly ironed shirt. He had a very good posture sitting in his chair and carried himself with the manners and countenance of an honest and decent person suitable for the field of education. His cold appearance was the one negative thing about him that made it difficult for me to imagine him as an educator. He did not raise his head once while turning the pages, even when Tino was squirming on my lap. His coldness indicated to me that he did not care about the presence of anyone else in the room.

Even Tino got curious. He shifted his body, pulled himself forward to be right at the desk, and tilted his head up to look straight into the interviewer's eyes. Then he suddenly and loudly spilled a long string of his own language whose meaningless and obscure words entwined both Vietnamese and Japanese. I was stunned by this unexpected behavior and quickly put my hand over his mouth and my finger on my mouth to quiet him with soft shushing sounds. My husband was petrified. He painfully stared at Tino, wide-eyed, while chi Nguyet Anh chuckled. The white American man, startled by Tino's loud spill of words, looked up. The fleeting twinkle in his eyes betrayed his coldness, which seemed to lessen and then disappear altogether. Through chi Nguyet Anh, he asked my husband what he did for a living and where we lived in Vietnam. After hearing my husband's replies through chi Nguyet Anh, he looked down to read some more before looking straight at my husband's eyes and asking him about his education. This time, chi Nguyet Anh asked my husband if he wanted to answer directly in English, and then she let the two of them converse with each other. The interviewer listened to my husband in the same earnest manners as when he listened to chi Nguyet Anh. He asked a few more questions and again listened earnestly at each answer. Afterwards he stamped our file and dismissed us.

Tears ran down my cheeks as I carried Tino out, following my husband. I reluctantly accepted some chocolates from an American woman in the waiting room.

Unforgettable Kindness

I tearfully said to my husband, "So we'll have to learn more Japanese and prepare ourselves to work in Japan."

Chi Nguyet Anh was walking us out. She was behind us and was surprised to hear me say that. "What are you saying? So you did not know that the interviewer accepted your application to resettle in the United States?"

"Is that true?" I was flabbergasted while turning myself around to confirm. "I don't know English well enough to understand. I thought he rejected us when he put the file aside after asking questions." Then I screamed out loud. "Oh my God, I can't believe it. I can't believe that he accepted our application. I can't believe that our family is going to the United States of America!"

I repeatedly yelled out "Going to the United States of America" with no regards to etiquette and to the quiet and serious atmosphere of the waiting room. The people in the waiting room kindly looked at me with smiles rather than scowls.

When I got back to center, I immediately bought food to make offerings to Miss Th.

Chapter Twenty One

There were times I regretted that I had lost time taking the two courses of Japanese Language and Japanese Living – Customs and Culture instead of taking English and that I did not get to be at another center where I could work legally as anh Thao had. But when I thought about the memories I had at Kokusai Kuyen Refugee Center, I was pleased with the arrangement of Higher Power.

The days in the center allowed me to experience so many kinds of love: Humanity, altruism, teacher-student relationship, friendship, and love for fellow-countrymen. Besides receiving the kindness bestowed on us by the center staff and teachers, we became close friends with many people like Lam and his wife, chi Xuan Anh, chi Thuy and her husband, anh Dat, chi Nguyet Anh, and chi Phuong Thuy. These people either directly or indirectly helped us with utmost sincerity and unselfishness. Anh Dat helped anh Kh. and my husband pick up, deliver, and transport materials and products for their job cutting leather patterns. Because anh Kh. and my husband worked hard and yet their paychecks were small, chi Thuy asked people she knew in

Tokyo to help them get a higher paying job. When we worried about not having enough money to go to the Philippines to learn English and the culture of the United States while having a little one to take care of, chi Thuy and her husband personally took us to chi Phuong Thuy's house to ask her to help us find jobs. Chi Phuong Thuy wanted to make sure we would be comfortable at a refugee camp in the Philippines; she implored her French husband who had friends who owned companies in Tokyo to hire my husband. When she learned that one of her husband's friends who owned a big bakery in Shibuya wanted to hire more people, she told us about it, arranged an interview for us, and helped us find public transportation.

Her effort paid off. My husband was hired as a dishwasher, which meant that he not only washed dishes but also pots and pans, cookie sheets, baking pans, and other baking equipment. To work at this job, he had to climb the fence because the center opened later than the bakery and closed earlier. He usually left the center at five o'clock in the morning and came back around ten o'clock in the evening. I often stayed up during this time to have dinner ready for him, and listened for anything that might go wrong when he climbed the fence. Sometimes I used the phone card to call him from the pay phone near the activity room to tell him about what was happening at the center or to inform him that the office needed to see him. There was not a day that I forgot to ask him about what happened during his work day when we ate dinner together.

"Today I got to work earlier than usual and yet when I got there, I already saw plenty of cake molds, pots, and pans in the washing tub and on tables nearby."

"There was that much stuff and no one else to help you?"

"No, I was the only one."

"Since it's a big bakery, how could it not have a dishwasher? Who did this job before you were hired? I thought you were hired to help the main dishwasher."

"Maybe chi Phuong Thuy told the owner about our situation and so he let the old dishwasher do something else and let me do this job. He told me I could stop working any time I wanted to. He also allows me to choose the number of hours I want to work in a day and he doesn't set a limit on the number of hours. The other employees were very surprised, they kept asking about my work schedule."

"So it's true that chi Phuong Thuy had told your boss about our situation. I wonder if he knows that you have to climb over the fence to go to work."

"I don't know. But he really likes me. Every time he goes down to the basement to work, he only shakes hands and says hello to three people: The French chef who makes sugar icing that looks like glass, the Japanese chief of the cake decoration section, and me. The hands of the other two people may be clean, but my hands are never dry."

"Don't you wear gloves when you wash dishes?"

"Of course I do, but the washing tub in this bakery is different from the ones we see in this center. It's deeper than the length of my arm. If I want to pull things out from the bottom of the tub, I have to reach all the way down. So even if I wear gloves, water still gets into the gloves and my hands are always wet."

"So why don't you drain the water before you pull things out from the bottom of the tub? Why is the bother to let water get into the gloves and wet your hands?"

"Honey, how can I drain the water? The workers continuously put pots, pans, and cake molds in the tub. If the water is drained, how would they be able to soak the dirty stuff for me? And because they were soaked, I can wash them more quickly. Otherwise when would I be able to finish cleaning out the sticky melded flour and sugar from the pots and pans? You can't imagine how busy the workers in the bakery are. They work constantly, and therefore I wash constantly. And it makes sense that the bakery is doing so well. I have never seen such beautifully decorated cakes as the ones I see at this bakery. Their decorations are very classy and aesthetic, not with loud colors as the ones we usually see. The most special thing is that their cakes are covered with a thin layer of something like flour or fine sugar. The color of this layer matches the colors of the flowers and decorations. The rose petals, leaves, and other decorations are made by sugar icing. I don't know how the French chef does it but it looks like glass. It is because of the glass-looking roses that all the cakes look very elegant. They know that their cakes are very beautiful and special. Every time they are done with a cake, they excitedly gather to take pictures before bringing the cake upstairs."

"How delightful! I wish I worked there so I could learn how to decorate cakes."

"It's not possible. Don't think it's easy to obtain their secret. Every time the sugar icing is made, the French chef closes the door. No one knows what ingredients he uses for the glass-looking roses. He waits until he's done making them before he delivers the rose petals or leaves to the chief of the decoration section. For a particular cake, the chief

Unforgettable Kindness

only chooses the design and picks a box with the velvet lining that matches the design and color of the cake."

"Do they ever let you try a piece of any cake?"

"No way, honey. They're very professional. They never make a mistake on a cake to give it to employees. They don't make cakes fast enough for their customers, how can they have any for employees? Besides, all the cakes they make are ordered for special occasions like Christmas, birthdays, weddings, or parties. They don't make small ones like the ones we saw at Hung Hoa bakery in Nha Trang. Their cakes are very expensive. The people who order them are all rich people. I thought if the bakery had any small cakes that are not too expensive, I would buy one when I get paid so we could taste one to know. The least expensive cake which is the smallest one they have costs one hundred U.S. dollars. I heard that the customers are all from embassies in the Tokyo metropolitan area. I also heard that the bakery serves food, so I guess that it's a big restaurant, but I've never had a chance to go up to the main level to see how it looks and what it serves."

"I understand. Such fancy restaurants are not for us. I thought if they let you taste a cake then you could describe it to me, but it's okay that you didn't. I don't need to eat expensive cakes or food reserved for the rich. We just need to have enough money to raise our son in the Philippines."

I just said that to conclude our conversation, but I often saw the elegant cakes that my husband described to me each day in my dreams. Sometimes I saw a tower of choux à la crème in an elegant light coffee color dotted with a darker chocolate color. Sometimes I saw a large heart-shaped cake with a simple glass-looking rose on a tray lined with red velvet. Sometimes I saw logs of bûche de Noël and cakes shaped like Christmas trees. And then sometimes I saw water everywhere, but this time instead of waves, I saw floating pots and pans and the two wet hands with fingers full of sores of my husband's.

After one month working at the bakery, my husband quit because he was afraid that breaking the rule of climbing the fence would affect our eligibility to resettle in the United States, and also because we heard that we would be leaving for the Philippines in the middle of January. Resting to ensure good health during the cold winter months was a reasonable thing to do. During those cold days, we saw snow for the first time in our lives and we were able to take some pictures posing in the snow with a new camera bought with the money earned.

When the snow was gone, I was moved with emotions when I saw again the yellow national flag with three red stripes of the former Vietnam and the Vietnamese dresses during Tet celebration. We had permission from the administrators to celebrate the Vietnamese New Year. We organized a flag ceremony and entertainment with a dragon dance, and we set off firecrackers to welcome the New Spring. After the firecrackers, the little ones lined up to receive little red envelops of "li xi" money. Looking at Tino joyfully holding a red envelop on the way back to our room, I movingly realized that our Vietnamese refugees, although having gone through so much in our perilous flights, still carried with us traditions from our motherland. A few days before Tet, the atmosphere became festive because everyone was talking about the party for Xuan Canh Ngo (Year of the Horse) organized by the Vietnamese Association in Tokyo. Chi Xuan Anh and I happily took our sons Tuan and Tino shopping. We stopped at a store to buy a set of new clothes for Tino and stopped at the market to buy flowers, fruits, meat, and a few Vietnamese food items. We cleaned up and

Unforgettable Kindness

decorated our room with a new tablecloth, a new vase of paper flowers, and streamers. Chi Xuan Anh and I dyed sweet rice with the color blue and used foil to wrap and cook rice cakes. Early on the first day of New Year, my husband and I set up an altar with fruits, flowers, and different kinds of food to make offerings to my father-in-law. After we received guests who came to wish us a good year, our two families went to the Tet festival and the temple. The Japanese people also celebrated the same New Year. Chi Thuy invited us to take Tino to a performance organized by a Japanese association in Tokyo. Chi Thuy and her eldest daughter were solo singers in this performance. I felt proud when I saw chi Thuy's grown daughter sing a Japanese song and receive applause of encouragement from many young Japanese men and women, and I was moved when I saw chi Thuy on the ornamented stage wear a Vietnamese dress and sing a Vietnamese song.

The more I ventured out, the more I felt at home, and the more I assimilated to the Japanese lifestyle. The streets I walked on, the neighborhood corners I lingered at, the metro rail I took, and the smooth long hair of the Japanese girls I admired were loving images in my memories. Although the news of a young man who killed four children in Saitama, near Tokyo, scared me, I believed that this was an isolated and rare event. The many translations of analyses of news reporters suggested that the thousands of horribly bizarre tapes that the young man stored in his private house had affected his mental state and led him to these inhumane actions. Besides this breaking news, I did not hear about any other crimes on television, so I felt safe walking alone on the empty streets to go to the supermarket in the evening. These streets were shortcuts from the refugee center to the supermarket and went through a pine forest along a river. I trusted that they were safe because I knew people could not legally carry weapons in Japan and that the Japanese people had a strong sense of self-discipline, and mostly because I never saw a beggar on the streets of this city. The security that Japan enjoyed was something I regretted not having when I decided to leave this country. I had weighed it heavily in making my decision. The main reason that I wanted to leave was because I did not think I had the ability to completely learn Japanese, or to read Japanese newspapers and medical prescriptions with complete understanding. Besides, I wanted Tino to learn how to speak and read Vietnamese later. I think that the Japanese language is completely different from the Vietnamese language, and therefore learning the latter after growing up speaking the former would be very difficult. Also, if I had to work hard all day long and did not have time to learn more Japanese myself, I would not have the time and the opportunity to teach my son my native language. Those were my thoughts and analyses, but the truth remained that resettling in the United States had been my dream. Many sailors on the Danish ship had advised us to resettle in the United States because they said it was the richest country in the world. They also said that the United States was a paradise for higher education and that young or old people of all ages could attend universities there without worrying about age discrimination, and if anyone wanted self improvement and advancement, then that person should choose to resettle in the United States.

The administrators of Kokusai Kuyen Center encouraged refugees who were accepted to go to the United States to stay in Japan, but no one changed his mind. Our outright refusals probably disappointed them, but they continued their effort to help us as much as they could. The day before we left, the administrators announced that the storage room would be open and those who were leaving for the Philippines could look through it and take anything they wanted with them. We were overwhelmed with the amount

Unforgettable Kindness

of items we were able to take with us. After a day of picking and choosing, we decided to buy one extra suitcase to bring with us the maximum number of suitcases allowed. For sentimental reasons, we made sure to remember to pack the clothes given to us by the Danish sailors, by chi Thuy, by chi Xuan Anh, and by Ms. Makino, our Japanese teacher, who had sent them as Christmas gifts via the post office.

On February 13, 1990, our family along with other families that were sponsored by the United States gathered in front of the office to wait for transportation to the airport. Except for the families that had already left like Lam's family, almost everyone we knew at the center came to say goodbye to us. Chi Thuy's family, although busy with their own resettlement, also came to say goodbye. Chi Xuan Anh stayed at the side of the bus right at the door where we sat, until the bus rolled its wheels. She reached her hand inside the bus to give Tino some money while telling us to take care of him well. She made me think that I was saying goodbye to a close relative in a village in Vietnam.

There were over one hundred Vietnamese refugees from other centers in Japan who left for the Philippines that day, but anh Thao and our family were the only people from our sea journey. At the airport we looked as fine as any tourists. The only difference was that we had to wear name tags and carry files in our hands. This was the second time I had to say goodbye to our benefactors. When we parted with the Danish ship, I took with me in my heart the love and the care of the ship captain and his crew, as well as the memory of ten days living on the ship with them. The day I left Japan, I added to my heart more love and care from the Kokusai Kuyen Center staff, teachers, nursery workers, and Vietnamese friends inside and outside of the center. Feeling a touch of longing and with a heart full of love, I believed that human compassion could be found all over the world and that our physical and emotional well-being would be provided for no matter where we were going.

Epilogue

Unforgettable Kindness

The day Vietnam was torn, our lives were like lost birds
Wearily spreading our wings, paradise so far away
Oh 'twas time boats sank in seas of mighty waves
We drowned with no complaints, dreams gone with untimely deaths

For the last twenty years, we still remember our lives
For the last twenty years, we still remember our lives

Beneath forever vast sky, we are still enslaved
Seeking freedom we're still going, without seeing the end
With loving arms embracing, we get here at last
Holding our pain within, we bring each other here

It has been twenty years, our lives like flowers did bloom
Bright beautiful petals opening in boundless love
Thanks America, for your open arms
Grand merci la France, pour vos bras ouverts
Thanks Australia for your open arms
Merci Canada pour la liberté...

Unforgettable Kindness

"I like this song so much!"

The sudden exclamation by Tung did not register at first, and I needed a confirmation.

"What do you like?"

"I like this song very much!"

"Why do you like it?"

…

"Because it combined Vietnamese, English, and French? Because its melody is unique? Or because it was sung by a choir?"

"I just like to listen to it."

"This song has been recorded in videotapes by Asia Entertainment, Inc. for a while. Its title is "Footsteps of Vietnam." Because I like it very much, I put the CD in the car to listen to it every day on the way to work. I have never heard you say anything about it so I was surprised to hear you say you like it."

"I actually like the meaning of the song. It's very deep."

….
All over the world, the footsteps of Vietnam have impressed
Exhausted footsteps struggling forth under the dawn light
I have been silent in twenty years of hesitation
Living with love and hate, I yearned to sing aloud

Unforgettable Kindness

Grand merci la France, pour vos bras ouverts
Thanks Australia for your open hearts
Thank you Canada for the liberty
Thanks America for your open arms
We thank the world for its true freedom
We thank the world we thank the world
Thank you, we thank you all…

Tung's confiding words froze me while I re-listened to the song. I've been proud that Tung was a dutiful son, a good brother, and a model Scout, but I have never imagined Tung (Tino of twenty years ago), is now a mature young man who appreciates deep thinking. Tung's judgment is exactly correct: The song "Footsteps of Vietnam" has a deep meaning for boat people like us.

Thank you, songwriters Tram Tu Thieng and Truc Ho, for having written this song to help us express words from the bottom of our hearts. It expresses our thoughts and appreciation for the humanity shown by the Danish, Japanese, American, French, Australian, Canadian, West German, South Korean, Hong Konger, Filipino, Thai, Malaysian, Indonesian, and other people from all over the world. Because of their compassionate hearts, we have truly obtained freedom and had opportunities to resettle all over the world.

Unforgettable Kindness

Tiểu Sử của tác giả

Cung Thị Lan
- Nguyên quán tại Nha Trang, Việt Nam - Là giáo viên, trưởng Hướng Đạo và cán sự Xã hội.
- Học sinh trường Nữ Tiểu Học Nha Trang từ 1961-1968.
- Học sinh trường Nữ Trung Học Nha Trang (sau là Nữ Trung Học Huyền Trân Nha Trang) từ 1968-1975.
- Học sinh Cao Đẳng Sư Phạm Nha Trang từ 1975 đến 1976.
- Tốt nghiệp cử nhân Giáo Dục Trẻ (B.A. Early Childhood Education) năm 2004 tại University of the District of Columbia (UDC).
- Tốt nghiệp thạc sĩ Giáo Dục Trẻ Khuyết Tật (Master's degree in Special Education) năm 2010 tại George Mason University (GMU).
- Hiện làm việc cho Ban phục vụ giáo dưỡng trẻ em thuộc bộ Xã Hội và cư ngụ tại vùng thủ đô Hoa Thịnh Đốn, Hoa Kỳ.

Tác phẩm đã phát hành:
    Truyện dài Nha Trang Dấu Chân Kỷ Niệm (2004)
    Truyện dài Hai Chị Em (2005)
    Tiểu thuyết Tình Trên Đỉnh Sầu (2006)
    Tuyển tập Khoảng Cách Của Biệt Ly (2009)

About the Author

Cung Thi Lan is originally from Nha Trang, Viet Nam. She was a Girl Scout leader and has worked as a teacher and a social worker. Currently she resides in Maryland with her family. She has a bachelor's degree in Early Childhood Education from University of the District of Columbia, and a master's degree in Special Education from George Mason University.

Unforgettable Kindness is one of several stories in the most recently published book written in Vietnamese by Cung Thi Lan. It is the main story of the book, describing the ordeal the author and her family and other boat people had to endure to escape from the communist country of Vietnam to find freedom elsewhere after 1975.

Other published books by the author:

Nha Trang Memoir (2004)
Two Sisters (2005)
Sorrowful Love (2006)
The Distance of Eternal Separation (2009)

Tiểu Sử của dịch giả

Kratzke Từ Thị Diệm Trân

- Nguyên quán Sài Gòn, Việt Nam.
- Học sinh trường Nữ Trung Học Trưng Vương, Sài Gòn.
- Tốt nghiệp thạc sĩ Giáo Dục (Master of Secondary Education) – George Mason University, Fairfax, Virginia.
- Giáo viên toán trung học – Fairfax, Virginia.
- Hiện cư ngụ tại vùng thủ đô Hoa Thịnh Đốn, Hoa Kỳ.

About the Translator

Kratzke Tu Thi Diem Tran is a mathematical statistician at a federal agency and a math teacher at a Fairfax County public adult high school. She resides in Northern Virginia with her husband. She met the author through volunteering and working for the Girl Scouts Council of the Nation's Capital when the author was a leader for a Vietnamese Girl Scouts troop. She encouraged the author to start writing books in the Vietnamese language and has been a supporter for all published books by the author.

Unforgettable Kindness